D1763392

பத்ம வியூகம்

பத்ம வியூகம்

மகாபாரதக் கதைகள்

ஜெயமோகன்

விஷ்ணுபுரம் பதிப்பகம்

பத்ம வியூகம்
சிறுகதைகள் - ஜெயமோகன்

Padma Vyugam
Short Stories by Jeyamohan ©
First Edition: Sol Puthidhu, 2014
Vishnupuram First Edition: April 2023
No of Pages: 304
ISBN: 978-93-92379-97-0

Vishnupuram Publications
No. 1/28, Nehru Nagar, Kasthurinaicken Palayam,
Vadavalli, Coimbatore – 641041, Tamilnadu, India.
Phone: +91 90802 83887
Website: www.vishnupurampublications.com
Email: info@vishnupurampublications.com

Printed by Ramani Print Solution, chennai 89.
Author`s Website: www.jeyamohan.in
Author`s Email: jeyamohan.writer@gmail.com
Wrapper Designed by Manikandan

All rights reserved. No part of the publication may be reproduced, stored in a retrieval system, or transmitted, in any form or by any means, electronic, mechanical, photocopying, recording or otherwise, without the prior permission of the publishers.

சமர்ப்பணம்
நண்பர் ரவிக்கு
அன்புடன்

ஆசிரியர் குறிப்பு

நவீனத் தமிழ் இலக்கியத்தில் முதன்மை ஆளுமையாக கருதப்படும் ஜெயமோகன் தமிழில் நாவல்கள், சிறுகதைகள், நாடகம், இலக்கிய விமர்சனம், இலக்கிய வரலாறு, வாழ்க்கை வரலாறு, பயணக்கட்டுரைகள், சிறுவர் இலக்கியம், பண்பாடு, மரபு, மதம், தத்துவம், ஆன்மீகம் என பல தளங்களில் எழுதிவருகிறார். இலக்கியம், தத்துவம், மதம், மரபு என பல தலைப்புகளில் பேருரைகளையும், சிற்றுரைகளையும் நிகழ்த்திவருகிறார். மலையாளத்தில் கட்டுரைகள் எழுதி வருகிறார். இவரது படைப்புகள் மலையாளத்திலும் ஆங்கிலத்தும் மொழியாக்கம் செய்யப்பட்டுள்ளது. தமிழ் மற்றும் மலையாளத் திரைத்துறையில் வசனம் மற்றும் திரைக்கதை உருவாக்கத்தில் பணியாற்றுகிறார்.

பள்ளி நாள்களிலேயே எழுத ஆரம்பித்த இவரது முதல் கதை ரத்னபாலா என்ற சிறுவர் இதழில் வெளிவந்தது. *1990*இல் இவரது முதல் நாவலான 'ரப்பர்' வெளிவந்தபோது 'அமரர் அகிலன் விருது' பெற்றது. *1997*இல் வெளிவந்த 'விஷ்ணுபுரம்' நாவல் நவீனத் தமிழ் இலக்கியத்தில் முக்கியமான படைப்பு. நவீனத்துவ பாணி நாவல்கள் வெளிவந்துகொண்டிருந்த காலகட்டத்தில் மீபுனைவுத் தன்மை கொண்டதும், இந்தியக் காவியமரபின் அழகியலை ஒட்டி எழுதப்பட்டதும், தத்துவ விவாதத்தன்மை கொண்டதுமான 'விஷ்ணுபுரம்' தொடர் விவாதங்களை உருவாக்கி ஒரு புதிய வாசகர் வட்டத்தை உருவாக்கியது.

இவரது வாசகர்களால் உருவாக்கப்பட்ட 'விஷ்ணுபுரம் இலக்கிய வட்டம்' வாசிப்பு, விவாதம் பற்றிய பயிற்சிப் பட்டறைகளை நடத்திவருவதோடு, 2010 முதல் ஆண்டு தோறும் நவீன தமிழிலக்கியத்திற்கு செழுமை சேர்த்த முன்னோடி படைப்பாளுமைகளுக்கு 'விஷ்ணுபுரம் இலக்கிய விருது'-ம்; குமரகுருபரனின் மறைவுக்குப் பிறகு (2016) ஆண்டுதோறும் 'குமரகுருபரன் – விஷ்ணுபுரம்' என்ற பெயரில் இளம் கவிஞர்களுக்கான விருதும் வழங்கிவருகிறது.

2014 முதல் தொடர்ந்து ஏழு வருடங்களாக இவர் எழுதிய மகாபாரதத்தின் மறுஆக்கமான 'வெண்முரசு' தொடர் நாவல் வரிசை நவீன உலக இலக்கியத்தின் மிகப்பெரிய நாவலாகக் கருதப்படுகிறது. தமிழ் இலக்கியம், மொழி, கலாச்சாரம், வரலாறு சார்ந்த இணையத் தகவல் கலைக்களஞ்சியமான 'தமிழ் விக்கி' என்ற இவரது முன்னெடுப்பு தமிழ் இலக்கியத்திற்கு முக்கியமான பங்களிப்பு.

பாரதத்திற்கான பாதை

1987ல் என நினைவு. நான் பி.கே.பாலகிருஷ்ணனை அவருடைய உதாரசிரோமணி சாலையில் இருந்த மதுக் கடையில் சந்தித்து பேசும் நாட்களில் அவர் இனி நான் உறங்கலாமா நாவலை எழுதி புகழின் உச்சியில் இருந்தார். மது அருந்துவதை நிறுத்திவிட்டாலும் நண்பர்களைச் சந்திக்க அங்கே வந்துகொண்டிருந்தார். நான் அவரிடம் கேட்டேன். 'இனி நான் உறங்கலாமா' நாவலில் அவர் கர்ணனை மேலே தூக்க அர்ஜுனனை கொஞ்சம் கீழிறக்கவில்லையா? என்ன இருந்தாலும் அர்ஜுனன் அல்லவா யோகி? அவனுக்குத்தானே பகவத் கீதை கூறப்பட்டது?

பி.கே.பாலகிருஷ்ணன் சொன்னார். "ஆம், உண்மை. ஆனால் அப்படி எல்லா கதாபாத்திரத்தையும் நியாயமாக எழுதவேண்டும் என்றால் முழு மகாபாரதத்தையும் எழுதவேண்டியிருக்கும்."

கொஞ்சம் துடுக்குடன் நான் சொன்னேன், "நான் எழுதுகிறேன்."

நான் வேடிக்கைபாவனையில் அதைச் சொன்னாலும் பி.கே. பாலகிருஷ்ணன் உணர்ச்சிவசப்பட்டு என்னை தழுவி சொன்னார் "நீ எழுதுடா தம்பி. ஒன்றுமில்லை என்றாலும் நாமெல்லாம் திருவிதாங்கூர்காரர்கள் அல்லவா?"

அது ஓர் ஆணை. அந்தக் கனவு அங்கே தொடங்கியது. மகா பாரதம் சார்ந்த நூல்களைச் சேர்க்க ஆரம்பித்தேன். நூல்களை பயின்றேன். மகாபாரதம் நிகழ்ந்த நிலங்களில் பயணம் மேற் கொண்டேன். அவ்வாறு இருபத்தைந்தாண்டுகள் சென்றன. ஒருநாள் இனி பிந்தலாகாது என்னும் உணர்வு எழ வெண்முரசை ஆரம்பித்தேன். முடித்தேன்.

வெண்முரசுக்கான தயாரிப்புகள் நிகழ்ந்துகொண்டிருந்த

இந்தக் காலகட்டத்தில் நான் மகாபாரதம் சார்ந்து சிலகதைகளை எழுதினேன். 1988ல் சுந்தர ராமசாமியின் ஆசிரியத்துவத்தில் வந்த தொடக்ககால காலச்சுவடில் ஒரு கதை எழுதினேன். 'திசைகளின் நடுவே' அதுதான் என் முதல் மகாபாரதக் கதை.

பின்னர் பி.சிதம்பரநாதன் ஆசிரியராக இருந்த ஓம்சக்தி இதழில் துளி விஷம். வாசந்தி ஆசிரியராக இருந்த இந்தியா டுடே இதழில் விரித்த கைகளில். ரமேஷ்- பிரேம் ஆசிரியராக இருந்த கதைசொல்லி இதழில் நதிக்கரையில். மனுஷ்யபுத்திரன் ஆசிரியராக இருந்த காலச்சுவடு இதழில் 'பத்மவியூகம்.'

இந்தக்கதைகள் வழியாக நான் வளர்ந்தேன், வெண்முரசை நெருங்கினேன் என்று சொல்லவேண்டும். இக்கதைகளில் நான் வெவ்வேறு கோணங்களில் மகாபாரதத்தை கண்டடைந்து கொண்டே இருந்தேன். குறிப்பாக மகாபாரதத்தை எப்படி அன்றாடத்துடன் பொருத்துவது என. உதாரணமாக பத்மவியூகம். அது உள்நாட்டுப் போரின் அழிவில் தவித்த இலங்கையின் சித்திரமும் கூட.

இக்கதைகளில் நான் வந்த ஒரு தடம் தெரிகிறது. ஆகவே இக்கதைகள் எனக்கு மிக அணுக்கமானவை. இதை முதலில் நூல் வடிவில் வெளியிட்ட சொல் புதிது பதிப்பகம் கடலூர் சீனுவுக்கும் இப்போது புதிய பதிப்பாக வெளியிடும் விஷ்ணுபுரம் பதிப்பகத்திற்கும் நன்றி.

ஜெ

சொல்புதிது முன்னுரை

காசர்கோட்டில் தொழிற்சங்கக் கம்யூனில் தங்கியிருந்த நாட்களில் தொடர்ச்சியாக இரு நாவல்களை வாசிக்க நேர்ந்தது. வி.எஸ்.காண்டேகரின் "யயாதி." பி.கெ.பாலகிருஷ்ணனின் "இனி ஞான் உறங்ஙட்டே" (இனி நான் உறங்கலாமா? தமிழில் ஆ.மாதவன்) இருநாவல்களும் மகாபாரதத்தை ஒட்டி எழுதப் பட்டவை. என்னுடைய வாசிப்பில் நான் கனவுலகில் வாழ்ந்த அற்புதமான நாட்கள் அவை. கனவு என்பது பொய்யல்ல, வாழ்க்கையின் செறிவாக்கப்பட்ட பகுதி என அறிந்த தருணங்கள்.

பி.கெ.பாலகிருஷ்ணனுக்கு ஒரு நீண்ட கடிதம் எழுதினேன். பின்னர் ஆற்றூர் ரவிவர்மாவின் அறிமுகத்துடன் அவரை நேரிலும் சென்று சந்தித்தேன். "மகாபாரதம் ஏன் உன்னைக் கவர்கிறது?" என்று பி.கெ.பாலகிருஷ்ணன் கேட்டார். "அது எப்போதைக்குமான வாழ்க்கைப் பிரச்சினைகளைப்பற்றிப் பேசுகிறது" என்று பதில் சொன்னேன். இன்று கேட்டிருந்தால் எப்போதைக்குமான வாழ்க்கைப் பிரச்சினைகளை கால மாற்றத்தால் பின்னடைவுகொள்ளாத தொன்மங்களாக முன்வைக்கிறது என்று சொல்வேன்.

மகாபாரதத்தை ஒட்டி நான் கதைகள் எழுதத்தொடங்கியது அதனால்தான். என் முதல் மகாபாரதக் கதை 1990ல் காலச்சுவடு வெளியிட்ட ஆண்டுமலரில் வெளிவந்தது திசைகளின் நடுவே. அதன்பின் 1991ல் என் முதல்சிறுகதைத் தொகுதி வெளியானபோதும் அதற்குத் திசைகளின் நடுவே என்றுதான் பெயரிட்டேன். திசைகளின் நடுவே என்பது மகாபாரதத்தின் மிகச்சிறந்த உருவகம் என தோன்றுகிறது. அறம் விரிந்துபரவும் பதினாறு திசைகளின் நடுவே அனைத்து திசைகளையும்

தொடங்கிவைக்கும் மையப்புள்ளியாக உள்ள தரிசனத்தைப் பேசும் படைப்பு அது.

வெண்முரசு எழுதத்துவங்கிய காலத்தில் நான் மகாபாரதத்தைச் சார்ந்து எழுதிய கதைகளை நூலாக்கலாமென நண்பர்கள் சொன்னார்கள். ஆகவே இத்தொகுதி. இதை என் பிரியத்துக்குரிய நண்பர் (ஷிமோகா) ரவி அவர்களுக்குச் சமர்ப்பணம் செய்கிறேன்.

இது வியாசனின் ஒரு துளி. கடலின் எல்லா துளிகளும் கடலே.

ஜெயமோகன்

பொருளடக்கம்

கதைகள்

1. அதர்வம் 15
2. களம் 30
3. விரித்த கரங்களில் 45
4. பத்ம வியூகம் 54
5. நதிக்கரையில் 87
6. திசைகளின் நடுவே 107
7. இறுதி விஷம் 132

நாடகங்கள்

8. பதுமை 152
9. வடக்கு முகம் 175

பிற்சேர்க்கை

10. நாடக முகம் 291

கதைகள்

அதர்வம்

கங்கைக் கரையில் இருந்த சிறு நகரான கல்மாஷபுரிக்கு பின்மதியத்தில் தன் அமாத்யர் ஊர்ணநாபர் துணையுடன் வணிகர்களாக மாறுவேடமிட்டுப் பாஞ்சால நாட்டு மன்னன் துருபதன் வந்து சேர்ந்தான். கங்கைக் கரையில் சிறு கோயில்களும் அவற்றை ஒட்டி அன்ன சத்திரங்களும் நிறைந்திருந்தன. அவற்றில் ஒன்றில் தங்கி இளைப்பாறிவிட்டு கூலவணிகர்கள் போல நகர்வீதியில் அலைந்து அதர்வவேத கார்மிகர்களான யாஜர் சகோதரர்களைப் பற்றி விசாரித்துத் தெரிந்து கொண்டு அவர்கள் வாழ்ந்த மிருண்மயம் என்ற கிராமத்துக்கு மறுநாள் அதிகாலையில் சென்று சேர்ந்தார்கள்.

மிருண்மய கிராமத்தில் மகாவைதிகர்கள் வாழும் வேதிய மங்கலத் தெருவில் அவர்கள் நுழைந்து, முதல் வேதியரிடம் யாஜர்களைப் பற்றி விசாரித்தபோதே அவர் முகம் பீதியில் நெளிவதைக் கண்டார்கள். தெருவோரத்து வீட்டு வரிசைகளில் திண்ணைகள் மீது அமர்ந்திருந்த மற்ற வைதிகர்கள் எழுந்து உள்ளே செல்ல, விசாரிக்கப்பட்ட வைதிகர், "வழி சொன்னால் அந்தப்பாவமும் என் சிரசில் ஏறும் வணிகர்களே. அபிசாரம் செய்யும் அதர்வ வைதிகனைப் பற்றி நினைப்பதும் கூட நெறி தவறுவதே என்பார்கள்..." என்றார்.

கோயிலைச் சுற்றிவந்த பிறகும் எவரும் அவர்களுக்கு உதவ வில்லை. ஊர்ணநாபர் "எப்படியும் அவர்கள் இந்த ஊரில்தான் இருக்கிறார்கள். வேதியர் இடங்களுக்கு அப்பால் அவர்கள் வாழவும் வாய்ப்பில்லை. சுற்றி வந்து பார்ப்போம்" என்றார்.

கங்கையை நோக்கிச் செல்லும் சிறு சந்து ஒன்றில் மக்கள் நடந்து செல்வதனால் உருவாகும் தடம் இருந்தது. மழைக்காலத்தில் தெருவின் நீர் கங்கையை அடையும் அந்த ஓடை மற்ற நாட்களில் பாதையாக இருக்கிறது போலும். அவர்கள் அதில் இறங்கி நடந்து சென்றபோது வலப்பக்கம் கரிய கற்களால் கட்டப்பட்ட வீடு ஒன்றைக் கண்டார்கள். மற்ற வேதியர் வீடுகளெல்லாம் புல்வேய்ந்ததாக இருக்க அதன் கூரையும் கல்லால் ஆனதாக இருந்தது. முற்றமெங்கும் புல் அடர்ந்து சருகுகள் குவிந்து அது வாழ்விடம் போலவே தெரியவில்லை. ஆனால் முற்றத்தின் ஓரமாக வேதியர் அணியும் மரக்குறடுகள் கிடந்தன.

ஊர்ணநாபர் "இதுதான் அவர்களின் இடம் என்று எனக்கு தோன்றுகிறது" என்றார். "இதுவா?" என்று துருபதன் தயங்க "அவர்கள் இங்கே வாழ்கிறார்கள் என்றால் இந்த இடமாகவே இருக்க முடியும்" என்றார் ஊர்ணநாபர்.

தயங்கியபடி துருபதனும் ஊர்ணநாபரும் அந்த வீட்டை நெருங்கியபோது "யார்?" என்ற மிகக் கடூரமான குரல் கேட்டது. ஏழடிக்குமேல் உயரம் கொண்ட பிரம்மாண்டமான ஒரு மனிதன் அவர்களை நோக்கி வந்தான். அவன் முகம் பலவகைகளில் சிதைந்து கோரமாக இருந்தது. நாசியே இல்லை. மயிர்மண்டிய இரு துளைகள். தொங்கும் உதடுத்துண்டுகள்.

"கஸ்யபகுலத்தின் மகாவைதிகரான யாஜ மகாபாதரை தரிசிக்க வந்தவர்கள் நாங்கள்" என்றார் ஊர்ணநாபர்.

"என்ன விஷயமாக?"

"ஒரு வேள்வி குறித்து அவரிடம் பேசவேண்டும்..." அவன் முகம் சதையாலான பிண்டம்போல உணர்வற்று இருப்பதைக் கண்டு ஊர்ணநாபர் தன் மடியிலிருந்து ஒரு பொன் நாணயத்தை எடுத்துக் காட்டினார் "நாங்கள் பாஞ்சால நாட்டு பெருவணிகர்கள்."

அவன் கண்களின் ஐயம் விலகியது "உள்ளே வாருங்கள்..." என்று அழைத்துச் சென்றான். அந்த வீட்டிற்கு கல்லாலேயே கதவுகள் இருந்தன. அவன் அந்தக் கனத்த கதவை எளிதாகத்

தூக்கி விலக்கி உள்ளே அழைத்து சென்றான். வீட்டுக்குள் சென்றதும் துருபதன் மலைத்துப் போய் அமாத்யரை பார்த்தான். அது ஒரு அரண்மனையின் உள்ளறைபோல இருந்தது. அங்கிருந்த பொருட்களில் பெரும்பாலானவை பொன்னால் ஆனவை என்பதையும் அவற்றில் மின்னிய கற்கள் ரத்தினங்கள் என்பதையும் துருபதனின் அனுபவம் மிக்க கண்கள் உடனே அறிந்துகொண்டன.

அந்த அரக்கமனிதன் உள்ளே சென்று அவர்களின் வருகையைச் சொல்ல சற்று நேரம் கழித்து சிவந்த பட்டாடையும், காதுகளில் ரத்தினக் குண்டலங்களும், கழுத்தில் மகரகண்டியும் அணிந்த தடித்த குள்ளமான சிவந்த மனிதர் வெளியே வந்தார். துருபதன் எழுந்து வணங்க, இடக்கையைத் தூக்கி ஆசியளித்தபடி "நான் உபயாஜன். பாஞ்சால மன்னன் எங்களைத் தேடிவர என்ன காரணம்?" என்றார்.

துருபதன் வியப்பை வெளிக்காட்டவில்லை, ஆனால் ஊர்ண நாபர் ஏதோகூற வாயெடுத்ததும் அவர் கையை அலட்சியமாக அசைத்தபடி, "எங்களைத்தேடி மன்னர்கள் மட்டுமே வர முடியும்..." என்றார்.

துருபதன் தன் பையை அவிழ்த்து அதனுள்ளிருந்து சில ரத்தினங்களை எடுத்து அவர்முன் பரப்பி வைத்து. "இது எங்கள் முதல் காணிக்கை" என்றான்.

"உன் கோரிக்கை என்ன?" என்றார் அவர் அவற்றை ஏறிட்டும் பார்க்காமல்.

"நான் அவமானப்படுத்தப்பட்டவன்."

"ஆம், அத்தகையோரே எங்களைத்தேடி வருகிறார்கள்..." அவரது உதடுகள் விஷத்துடன் புன்னகையாயின.

துருபதன் கோபத்துடன் முன்னால் சாய்ந்து, "ஷத்ரியர் போரில் வீழ்வதும் இறப்பதும் புதிதல்ல. ஆனால் நான் தோற்றது ஒரு எளிய பிராமணனிடம்" என்றான்.

"உம்மை தோற்கடித்த அந்த நெடுநாள் நண்பன் யார்?" துருபதன் வியப்பை அவர் மீண்டும் அலட்சியச் சிரிப்புடன்

உதறினார். "எப்போதுமே தீராத குரோதங்கள் அப்படித்தான் ஏற்படுகின்றன."

"அவர் பெயர் துரோணன். பரத்வாஜ முனிவருக்கும் நாணலில் பாய்முடையும் பெண்ணுக்கும் பிறந்தவர். சிறுவயதில் நான் பரத்வாஜ ஆசிரமத்துக்கு செல்லும்போது அவரிடம் நெருங்கிப் பழகியதுண்டு..."

"பிறகு வளர்ந்து பாஞ்சால மன்னனான பிறகு நீர் அவரை அவமானப்படுத்தினீர், இல்லையா? கதை எப்போதுமே ஒன்று தான்" உபயாஜர் குலுங்கி சிரித்தார். "அந்த அவமானத்தால் வெறி கொண்டு மாவீரராக ஆகி அவர் உம்மை போரில் தோற்கடித்து அவமதித்துவிட்டார், நீர் பழிவாங்க விரும்புகிறீர்..."

"ஆம். அவரைக் கொல்லும் ஒரு புத்திரன் எனக்கு தேவை... அக்குலத்தையே அழிக்கும் ஒரு மகளும் தேவை."

"குரோதம் உப்புபோல மன்னரே, அது தானிருக்கும் பாண்டத்தையே முதலில் அழிக்கும்."

"எனக்கு அறிவுரைகள் ஏராளமாக கிடைத்துவிட்டன வேதியரே. அவை என் குரோதத்தீயில் அவிசாகின்றன. இந்தக் குரோதம் இனி என்னில் இருந்து அணையப் போவதில்லை. மறுமையிலும் இதன் வெம்மை என்னை விடாது..."

"இந்த சங்கிலியை இப்படித் தலைமுறைகள் தோறும் வளர்த்து மானுடகுல முடிவு வரை கொண்டு செல்லலாம் துருபத மன்னனே. குரோதம் என்பது அக்கினி போன்றது. அக்கினி மகா அக்கினியையே பிறப்பிக்கிறது."

"பிறக்கட்டும். அந்த அக்கினியில் நானும் என் தலைமுறை களும் எரிந்தழியட்டும்... வைதிகரே என் நெஞ்சுக்குள் அக்கினி எரிகையில் நான் எங்கும் நிம்மதியாக வாழமுடியாது..."

"ஆம், குரோதம் உமக்குள் இருந்தால் உமது நீர் நிலம் காற்று வானம் எல்லாமே அதுவாக ஆகிவிடும்..." என்றார் உபயாஜர். "சொல்லும்."

"அதர்வ வேதத்தில் பாதாள அக்கினியை வரவழைக்கும் மந்திரங்களும் யாக முறைகளும் உள்ளதாக சொல்கிறார்கள். நீங்களே யஜ்வாவாக இருந்து யாகம் செய்து அவ்வக்கினியை வரவழைத்து அதிலிருந்து எங்கள் சபதத்தை முடிக்கும் குழந்தைகளை உருவாக்கித் தரவேண்டும்..." என்றான் துருபதன்.

"ஆம். அது உண்மை. ஆனால்..." உபயாஜர் பெருமூச்சு விட்டார். "கடந்த பல வருடங்களாக அச்சம்தரும் தீய சகுனங்கள் தெரிகின்றன மன்னரே. நம்மைமீறிய பெரும் அழிவுச் சக்தி களுக்கு நாம் கருவிகளாகி விடும் வாய்ப்பு இருக்கிறது. பெரும் அழிவொன்று விதியின் கருவறையில் திரள்கிறது. உங்களை திரும்பிச் செல்லும்படி உபதேசிக்கவே நான் விரும்புகிறேன்..."

"தாங்கள் விரும்பிய செல்வத்தை நான் அளிக்க முடியும்..."

"செல்வத்துக்கு என்ன பொருள் மன்னரே? அது அளிக்கும் அனுபவம் மட்டுமல்லவா அதன் பொருள். எங்களுக்குச் செல்வம் தேவைப்பட்ட காலம் ஒன்றிருந்தது. பெரும் யாகங்களை நாங்கள் செய்யவேண்டியிருந்தது. எங்கள் அறிவின் முழுமைக்காக அவை தேவைப்பட்டன. ஆம், எங்களுக்கு அறிவே செல்வத்தின் பொருளாக இருந்தது. சில வருடங்கள் முன்புவரை..." அவர் முகம் ஆழ்ந்த சிந்தனையில் குனிந்தது.

"பாரத வர்ஷத்திலேயே அதர்வவேதத்தில் உங்களுக்கு இணையான பண்டிதர்கள் இல்லை என்பது எங்கும் தெரிந்த உண்மை..." என்றார் ஊர்ணநாபர்.

"ஆம், அது ஒரு வகையில் உண்மை" என்றார் அவர். "தட்சிணதேசத்தில் விந்தியசிருங்கத்தில் நாங்கள் வேத மாணவர்களாக இருந்தபோது மூன்று சாத்வீக வேதங்கள் மட்டுமே அனைவருக்கும் கற்பிக்கப்பட்டன. இறுதியில் ஞான முழுமைக்காக அதர்வ வேதத்தின் மிகச்சிறிய பகுதியும் கற்பிக்கப்படும். ஆனால் மறைக்கப்பட்ட பகுதி மீதே எங்கள் ஆர்வம் சென்றது. முதல்மூன்று வேதங்களைக் கற்று கரைகடந்ததும் எங்கள் ஆர்வம் முழுக்க அதர்வத்திலேயே நின்றது. அதர்வ வேதம் பாதாளங்களின் ஞானத்தால் நிரம்பியது என்றார் ஆசிரியர். உரியமுறையில் விவேகத்தின் ஒளியால்

வழிநடத்தப்படாவிட்டால் அது இருளை நோக்கிக் கொண்டு சென்று விடும் என்று முன்னோர் எச்சரித்திருக்கின்றனர். ரிஷிகள் மட்டுமே வேதம் கற்ற காலத்தில் அதர்வ வேதமும் முழுமையாக இருந்திருக்கிறது. பின்பு ஒவ்வொரு காலத்திலும் அதன் ஒருபகுதி அழிக்கப்பட்டது. எங்கள் குருநாதரின் இல்லத்து நிலவறையில் மிக ரகசியமாக செம்புப் பட்டயத்தில் பொறிக்கப்பட்ட அதர்வ வேதப் பிரதி ஒன்று இருப்பதை அறிந்தோம். அதர்வ வேதம் மட்டுமே அவ்வாறு எழுதிப் பாதுகாக்கப்படுகிறது. அப்பிரதியில் மிகச்சிறு பகுதியைத் தவிர மீதிப் பெரும்பகுதி பற்பல தலைமுறைகளால் எவராலும் வாசிக்கப்பட்டதில்லை. என் தமையனார் அந்தப் பிரதியைத் திருடி எடுத்தார். நாங்கள் அதை இங்கு கொண்டு வந்தோம். அதில் சொல்லப்பட்ட வேள்விகளைச் செய்யத் தேவையான செல்வத்துக்காக அது குறிப்பிடும் சிறு அபிசார கர்மங்களை பிறருக்குச் செய்துதர ஆரம்பித்தோம்...''

உபயாஜர் பெருமூச்சு விட்டார். ''அன்று எங்கள் எண்ணத்தில் ஞானம் என்பது தன்னளவிலேயே உயர்வானதாக இருந்தது. மனிதனுக்கு அன்னியமான, விலக்கப்பட்ட ஞானம் எதுவுமே இல்லை என்பார் என் தமையனார். அறிவை அடையும் வழிகளையெல்லாம் அந்த அறிவே நியாயப்படுத்தும் என்பார். மனிதனுக்கு அறிதல் என்பது இறைச்சக்திகளால் அளிக்கப்பட்ட ஆணை. சின்னஞ்சிறு கைக்குழந்தை அதற்குள் பிரக்ஞை கொளுத்தப்பட்ட கணம் முதல் அறிவு அறிவு என்று தேட ஆரம்பிக்கிறது. அறிவு தூயது, மகத்தானது, நன்மை பயப்பது என்று நாங்கள் எண்ணினோம்...''

''உங்கள் தமையனார் இப்போது எங்கே இருக்கிறார்?'' என்று ஊர்ணநாபர் கேட்டார்.

அது அவர்காதில் விழாததுபோல தனக்குத்தானே, ''ஆனால், அது வெறும் அகங்காரம். தூய அறிவென்று ஏதுமில்லை. அறிவதெல்லாம் நம்முள் சென்று அகங்காரமாகவே மாறுகிறது. அறத்தால் வழிநடத்தப்படும் அறிவு மட்டுமே மனிதனுக்குப் பயன் தரக்கூடியது...'' என்றார். குரல் சட்டென்று மேலெழுந்தது

"துருபதனே உன் காலடிகளைத் தொடர்ந்துவரும் நிழல்களை நான் காண்கிறேன். இங்கிருந்து போய்விடு..."

"இல்லை. நீங்கள் என்னை கைவிட்டால் நான் வேறு ஒரு அதர்வ வேத பண்டிதரைக் காணவே செல்வேன். இந்தக் குரோதத்துடன் நான் உயிர்வாழமுடியாது. என்னை மன்னித்து விடுங்கள்..." என்றான் துருபதன்.

உபயாஜர் அவர்களைக் கூர்ந்து பார்த்தார், "ஆம், நீங்கள் செலுத்தப்பட்டுவிட்டீர்கள். உங்களைத் தடுக்க முடியாது. உங்கள் கோரிக்கையை என் தமையனாரிடமே முன்வைக்கிறேன். இங்கு முடிவெடுப்பவர் அவரே" என்றார்.

2

வேள்விக்குடில் கட்டப்பட்டு உபகார்மிகர்கள் அனை வரும் வந்து சேர்ந்த பிறகே முதல் யஜ்வியாகிய மகாயாஜர் பாஞ்சாலநாட்டுத் தலைநகரான காம்பில்யத்துக்கு வந்து சேர்ந்தார். யாகம் நடக்கும் தகவல் மிக ரகசியமாக வைக்கப்பட்டு, யாகபூமி பலத்த காவலில் இருந்தபோதும் எல்லா விபரங்களும் உடனடியாக காம்பில்ய தெருக்களிலும், வணிகர்கள் வழியாக பாஞ்சால தேசமெங்கும், பரவிச் சென்றன.

யாஜரைப்பற்றி கிராமங்கள் தோறும் பலவிதமான கதைகள் பிறந்தன. விந்திய மலையில் அவர் பல ஆண்டுகள் பாதாள நாகங்களை நோக்கித் தவம் செய்து கார்க்கோடகனை வரவழைத்து அவனிடமிருந்தே குறைவுபடாத அதர்வ வேதத்தை பெற்றுக் கொண்டதாகவும், மேலும் பல்லாண்டுகள் அதர்வ வேத முறைப்படி அவர் செய்த தவத்தால் அவர் இல்லத்திலேயே பாதாளம் வரை செல்லும் பெரும் பாம்புப் புற்று ஒன்று உருவானதாகவும், அதன் வழியாக அவர் விரும்பியபோது பாதாளம் சென்று மீள்வது உண்டு என்றும் கதைகள் பரவின. அவரை எவருமே கண்டிருக்கவில்லை என்றாலும் அவர் பாம்பின் இமையாத கண்கள் கொண்டவர் என்று அனைவருமே எண்ணினர்.

யாஜர் அதிகாலையில் இரு கரிய மல்லர்களால் சுமக்கப்பட்டு வந்த பட்டுத்துணியாலான மஞ்சலில் வந்து அரண்மனை முற்றத்தில் இறங்கிய போது அவரை வரவேற்க உபயாஜரும், துருபதனும் அவர் மனைவி பிருஷதியும், அமாத்யர்கள் ஊர்ண நாபர், அஸ்ராவ்யர், கீர்த்திசேனர் ஆகியோரும் படைத்தளபதி உபேந்த்ரபலனும் மங்கலப் பொருட்களுடன் காத்திருந்தனர். யாஜர் மண்ணில் காலடி வைத்ததும் மங்கல வாத்தியங்கள் முழங்கின. துருபதனும் அவன் பட்டத்தரசியும் அவரது கால்களில் மஞ்சள் அரிசியையும் மலர்களையும் தூவினர்.

யாஜரின் தோற்றம் முதலில் அனைவருக்குமே ஏமாற்றத்தை அளித்தது. ரோமமே இல்லாத மெல்லிய குள்ளமான உடலின் மேல் நடுங்கியபடியே இருந்த தலை. சுருக்கங்கள் அடர்ந்த சிறு முகத்தில் புடைத்துத் தெரிந்த நாசிக்கு இருபக்கமும் சிறிய ஒளிரும் கண்கள் கொண்ட அந்த மனிதர் ஓர் உலர்ந்த வவ்வால் போலிருந்தார். அவரில் இருந்த குறைபாடு என்ன என்று சற்று கழித்தேதான் தெரிந்தது, அவர் உடம்பில் எங்கும் ஒரு மயிர்கூட இல்லை. அம்மாதிரி ஏதோ ஒரு வித்தியாசம் அவரிடம் இருக்குமென அனைவருமே எதிர்பார்த்தும் இருந்தார்கள்.

யாஜர் அனைவருக்கும் ஆசி அளித்த பின் தம்பியிடம் மிக மெல்லிய குரலில் "ஏற்பாடுகள் முடிந்தனவா?" என்றார். அவர். "ஆம், இனி தங்கள் சொற்களே மீதி" என்றார்.

அரண்மனையில் இளைப்பாறியபின் மாலை யாஜர் யாகக் குடிலில் கரடித்தோல் விரிக்கப்பட்ட ஆசனத்தில் அமர்ந்து, "துருபதனே, நீ இந்த யாகத்தின் யக்ஞ எஜமானனாக பொறுப்பேற்க விருக்கிறாய். இதன் விளைவுகள் அனைத்துமே உன்னைச் சேர்ந்தவை. ஆகவே நீ இதைப்பற்றி முழுமையாக அறிந்தாக வேண்டும். தம்பி சொல்லியிருப்பான், ஆயினும் நான் அவற்றை மீண்டும் சொல்லியாக வேண்டும்..." என்றார்.

துருபதன் "தங்கள் சொற்களுக்காகக் காத்திருக்கிறேன்" என்றான்.

"மன்னனே வேதங்களில் நாலாவது இடம் வகிப்பது அதர்வ வேதம். இது சாத்வீக பாவமுள்ள மற்ற வேதங்களில் இருந்து முற்றிலும் மாறுபட்டது. பலவிதமான போர்ச் சடங்குகளும், அழித்தொழிக்கும் அபிசாரச் சடங்குகளும் உடையதாகையால் இதை தகுதிகொண்டோரன்றி பிறர் கற்கலாகாது என சான்றோர் தடை செய்தனர். இது வேதவியாசரால் தொகுக்கப்பட்டதல்ல, அவர் மகனாகிய அதர்வணனால் வெகுகாலம் கழித்து தொகுக்கப் பட்டு வியாசரின் சீடராகிய ஜைமினியால் ஒழுங்குபடுத்தப் பட்டது. அவரது மகன் சமந்து இதை தன் மாணவராகிய கபந்தனுக்கு கற்பித்தார். கபந்தர் இதை இரண்டாக பிரித்து இருண்ட பகுதியை முதல் சீடனாகிய தேவதர்சனுக்கும் நீலநிற

பகுதியை இரண்டாம் சீடராகிய பத்யருக்கும் கற்பித்தார். இவ்விருவரின் சீடகுலங்கள் இவ்வேதத்துக்கு அனேக சம்ஹிதைகளை உருவாக்கியுள்ளன. இவற்றில் பெரும்பகுதி தேவையில்லை என திட்டமிட்டே அழிக்கப்பட்டது. பயில்வாரின்றி ஒருபகுதி அழிந்தது... இன்று கிடைப்பவை ஐந்து கல்பங்கள் மட்டுமே. நட்சத்திர கல்பமே அனைவரும் அறிந்தது, இது பிரம்மாவின் சிருஷ்டிலீலைகள் குறித்து பேசுவது. சம்ஹிதா கல்பத்தில் மந்திரங்களும், சாந்தி கல்பத்தில் பலவிதமான பலிசாந்திகளும் உள்ளன...''

யாஜர் தொடர்ந்தார். ''நாம் இங்கே செய்யப்போவது ஆங்கிரீச கல்பத்தில் உள்ள ஒரு பூத யாக முறை. இது உக்கிரமானது, மனிதனுக்கு அப்பாற்பட்ட, மனிதனால் அறிந்துகொள்ள முடியாத, பிரம்மாண்டமான பேரழிவுச் சக்தியை வசப்படுத்தி பயன்படுத்திக் கொள்ள முயல்வது. இதன் உண்மையான பலன் என்னவென்று நாம் அறிய முடியாது, அந்த சக்திகளே அறியும். பிரஸ்னம் வைத்து பார்த்தபோது இந்த யாகம் நடந்தே தீரும் என கண்டதனால் தான் நான் ஒத்துக் கொண்டு இங்கே வந்தேன்...''

''என்பாக்கியம் அது'' என்றான் துருபதன்.

''மன்னனே நான் மீண்டும் சொல்கிறேன். இது சாதரணமான வேள்வியே அல்ல. அதர்வம் பாதாளத்தில் உறையும் பிரம்மாண்டமான நாகங்களை துயிலெழுப்பும் குரல் போன்றது. அதில் பிறக்கும் பேரழிவுச்சக்திகளின் கையில் நீயும் உன் எதிரிகளும் ஏன் மானுடகுலமே வெறும் பொம்மைகளாக வேண்டியிருக்கும். பின்பு மனம் வருந்தி பயனில்லை... கடைசியாக முடிவெடு.''

துருபதனின் நெஞ்சு அச்சத்தால் சிலிர்த்துக் கொண்டது. எண்ணங்களே இல்லாமல் மனம் சித்திரத்தில் வரையப்பட்ட பறவைக்கூட்டம் போல வானில் நின்றது. ஒரு இறகைக்கூட அசைக்க முடியவில்லை. பின்பு சட்டென்று ஒரு பெரும் போர்க்களம் போல ஓசைகள் கொந்தளிக்க தன் அகத்தை உணர்ந்தான். துரோணரின் கர்வம் நிறைந்த புன்னகையை கண்டான். அமிலநதியில் நீந்தினான். அமில அருவிக்கீழே நின்றான். தன் நெஞ்சில் தானே ஒரு விஷக்கத்தியை ஆழ

இறக்குவதுபோல சொன்னான். "இறுதி முடிவுதான் மகா வைதிகரே..."

யாஜர் பெருமூச்சு விட்டார். உபயாஜருக்கு சைகை காட்ட கார்மிகர் வேலைகளை ஆரம்பித்தனர். அதன்பின் யாஜர் துருபதனிடம் ஒருசொல்லும் பேசவில்லை. இமைதூக்கி அரை நொடியும் அவனைப் பார்க்கவில்லை. யாகத்தைத் தொடங்கு வதற்காக வலம்புரிச்சங்கு மும்முறை ஒலித்தது.

யாகம் தொடங்கியது. எஜமானனுக்கான ஆசனத்தில் துருபதன் தன் மனைவியுடன் யாஜரால் வழிநடத்தப்பட்டு அமர வைக்கப்பட்டான். நவதான்யங்களும், எட்டு உலோகங்களும், ஆறுவகை ஆடைகளும் யாக கார்மிகர்களுக்கு தானமாக அளிக்கப்பட்டன. தென்திசையில் நடப்பட்டிருந்த வேள்வி மரமான முள்வில்வத்துக்கு யாஜர் முதலில் பூஜை செய்து அதன் முன் பலிமிருகமான வெள்ளாட்டை கட்டினார். யாக பாலகர்களாக நிறுவப்பட்டிருந்த காவல் தெய்வங்களுக்கு பின்பு பூசைகள் செய்யப்பட்டன.

கரிய கரடித்தோலை போர்த்த இருபத்தேழு கார்மிகர்கள் மூன்று பக்கமும் ஒன்பதுபேர் வீதம் யாககுண்டத்தைச் சுற்றி அமர, துருபதனுக்கு நேர்முகமாக யாஜரும் உபயாஜரும் அமர்ந்தார்கள். யாக குண்டத்தில் தேவர்களை வசியம் செய்யும் கர்மங்களுக்குரிய சமித்துக்களான சாகோடம், அடலோடகம், கடலாடி ஆகிய மரங்களின் விறகுக்குச்சிகள் அடுக்கப்பட்டு, அரணிக் கட்டைகள் கடைந்து எடுக்கப்பட்ட அக்கினியால் எரியூட்டப்பட்டது. மந்திர கோஷத்துடன் நெய்யூற்றி சுடர் வளர்க்கப்பட்ட போது யாகப்பந்தல் முழுக்க புகை மண்ட ஆரம்பித்தது.

அதர்வத்தின் முதல் ஒலிக்காக துருபதன் காத்திருந்தான். அந்த ஒலி தன் மனதை பழுக்கக் காய்ச்சிய வேல் போல ஊடுருவிச் செல்லும் என அவன் நினைத்தான். கொம்புகளும் சிறகுகளும் கோரைப்பற்களும் கொண்ட விசித்திரமான கொலைமிருகங்கள் போலவும் அசுபமான பறவைகள் போலவும் அதன் சொற்கள் இருக்கும் என அவன் கற்பனை செய்தான்.

ஆனால் வேதங்களுக்குரிய இனிய மயிலகவல் ஓசையில்தான் இருந்தன. பளிங்கில் உதிரும் பொன்மணிகள் போல சொற்கள் தெறித்தன. விடியல் நதிமேல் வெயில் போல வேதகோஷம் அந்த தருணத்தை நிறைத்து பரவி பொன்வெளியாக ஆக்கியது. சிறுபுற்றுக்குள் இருந்து சிறகு முளைத்து வானிலெழுந்து வெயில் பட்டு ஒளிதுளிகளாக சுழலும் எறும்புகள் போல யாஜரின் வாயிலிருந்து வேதம் வந்துகொண்டே இருந்தது.

சற்றுநேரத்தில் அந்த ஒலியின் அழகில் துருபதன் தன்னை இழந்தான். அதனூடாக கைவிடப்பட்ட ஓடம்போல ஒழுகிச் சென்றான். ஒவ்வொரு கணத்திலும் முன்பின் இல்லாமல் இனிக்க இனிக்க இருந்துகொண்டு சென்றான்.

சமித்துக்களில் கைக்குழந்தை தாய்மடியில் தவழ்ந்தேறுவது போல ஏறி குட்டி பொற்கரங்களை விரித்து செல்ல ஆட்டமாடி எழுந்த தழல் கைகள் மேல் கைகள் மேல் கைகள் என விரிந்து இருள் வெளியெனும் கருநாகத்தின் நாக்குப் போல துடித்தாடியது. அதில் வெண்கடுகு, அட்சதை, எள், தயிர், பால், தர்ப்பைப் புல், அருகம்புல், செண்பக இலை, தாமரைப்பூ முதலியவை வரிசையாக ஹோமிக்கப்பட்டன.

சட்டென்று தன்னை உணர்ந்தபோது அவன் பிரக்ஞை கூரிய வாள் ஒன்றின் நுனியை தன் மிகமெல்லிய பகுதியால் வருடிச்சென்றது. இதுவா பேரழிவின் ஒலி? பாதாள இருள்களை தொட்டெழுப்பும் அழைப்பு. இத்தனை பேரழகுடனா? இதோ இந்த வசிய மந்திரங்களால் கவரப்பட்ட ஏதோ தேவன் இங்கு வரப்போகிறான்... மனம் முழுக்க புகை படர்ந்தது போலிருந்தது அவனுக்கு.

யாஜர் எள்ளிலிருந்தும் கையால் பிழியப்பட்ட எண்ணை யையும், திப்பிலியையும் சேர்த்து அவிஸாக பெய்தபடி ஆபிசார மந்திரங்களை ஆரம்பித்தார். பின்பு பரதம், கரம்பம், எட்டி, பெருமரம் எனும் நான்கு வகை விஷ இலைகளும், கற்பூர வழுதலை, செருத்தி, வைராடகம், சறாபாகம், நாயுருவி, சாலகம், மலைவன்னி எனும் ஏழுவகை விஷ கனிகளும், எட்டுவகையான ஸ்கந்த விஷ வேர்களும் அவிஸாக்கப்பட்டன. பன்னிரு வகை

முள்செடிகள் இறுதியாக ஹோமிக்கப்பட்ட போது துருபதன் கண்கள் கனத்து மனம் அர்த்தமற்ற சொற்களாகப் பாய்ந்து செல்ல கனவு காண்பவன் போல அமர்ந்திருந்தான்.

உச்சகுரலில் யாஜர் "ஓம், ஹ! ஹ! அயந்தேயோனிஹ..." என்று புத்திரலாபத்துக்குரிய அதர்வ வேத மந்திரத்தை முழங்க மற்ற ஹோதாக்கள் அவருடன் இணைந்து கொண்டனர். அவிசிடுவது நின்றமையால் புகை குறைந்து மெல்ல மெல்ல யாக குண்டத்தின் செஞ்சுடர் உக்கிரம் பெற்று மேலெழுந்து பந்தலின் தர்ப்பைக் கூரையை பொசுக்கிவிடுவது போல கூத்தாடியது. வானையே உண்ணும் பெரும்பசி கொண்ட மாபெரும் நாக்கு போல, சர்ப்ப நாக்குகளாலான கூட்டு நடனம் போல, வான் நோக்கி பெய்யும் செம்பளிங்கு நீர் அருவி போல, சன்னத வெறிகொண்ட வெறியாட்டி பலிரத்தத்தில் முக்கி உக்கிரமாக சுழற்றும் செக்கச் சிவந்த தலைமயிர் போல... பின்பு மெல்ல அமைதியாகி கிளைவிரித்து காற்றிலாடும் செம்மலர்கள் அடர்ந்த மரம் போல...

யாஜர் துருபதனை நோக்கித் திரும்பினார். "பாஞ்சாலனே, எங்கள் உபாசனா தேவர்கள் அருள்செய்திருக்கிறார்கள். சிருஷ்டி தேவியின் தமக்கையான சம்ஹார தேவியே உன் மனைவியில் உதரத்தில் கருவாகிப் பிறப்பாள். அவள் காலடி பட்ட இடமெங்கும் நகரங்கள் அழியும். சாம்ராஜ்யங்கள் சரியும். அவள் கண்முன் மனிதகோடிகள் மடிந்து மண்ணாவார்கள். அவள் உன் வஞ்சினத்தைத் தீர்ப்பாள்..."

உபயாஜர் ஒரு பெரிய தாம்பாளத்தைக் கொண்டுவந்து துருபதன் முன்னால் வைத்தார். "துருபதனே, இந்த தாம்பாளத்து நீரில் உன் மகளை நீ பார்க்கலாம்..." துருபதன் தீப்பட்ட குதிரை போல பதறிவிலகும் பிரக்ஞையை பிடித்து முழுபலத்தாலும் நிறுத்தி "இல்லை, வேண்டாம் மகாவைதிகரே... அவள் பிறக்கட்டும்" என்றான். "நீர் அவளை பார்ப்பது நல்லது" என்றார் யாஜர். "வேண்டாம்... பார்த்தால் ஒருவேளை நான் மனம் மாறக் கூடும்" என்றான் துருபதன். "அவள் எப்படி இருந்தாலும் என் மகள்தான்."

"நீங்கள் பார்க்க விரும்புகிறீர்களா அரசியாரே?" என்றார்

உபயாஜர். "ஆம், வைதிகரே. அவள் எப்படி இருந்தாலும் என் மகள்தான்... பிறக்கவேண்டும் என அவள் முடிவுசெய்தபின் நான் அவள் அன்னைதான். என் மகளை எனக்குக் காட்டுங்கள்."

"பாருங்கள்" என்றார் யாஜர். துருபதன் ராணி தாம்பாளத்து நீரை குனிந்து பார்த்தாள். அவள் மூச்சை இழுத்து பிரமிக்கும் ஒலியை துருபதன் கேட்டான். "தெய்வமே" என்ற அவளுடைய மெல்லிய கேவலை பின்பு கேட்டான். அந்த சித்திரத்தைப் பார்க்க விழைந்தார். ஆனால் கண்களை திருப்ப அஞ்சினான். தேவி அவர் கைகளைப் பிடித்துக்கொண்டாள். "...தெய்வமே இவளா?"

அக்கணம் தன்னையறியாமலேயே கண்ணைத் திருப்பிய துருபதன் அவளைக் கண்டான். தாம்பாளத்தில் அத்தனை பெருங்காவியங்களின் வர்ணனைகளையும் வெறும் சொற்களாக ஆக்கும் பேரழகி ஒருத்தி அவனை நோக்கிப் புன்னகை செய்தாள். அவளுடைய முதிரா இளமை, அவளுடைய தூய கன்னிமை, அவளுடைய கனிந்த தாய்மை என அவளே பலவாகத் தெரிந்து கொண்டிருந்தாள். ஒவ்வொரு மாற்றத்திலும் முன்னதை வெறுந்தோற்றமென காட்டுமளவுக்கு மேலும் அழகு கொண்டாள்.

"வைதிகரே, இவளா?" என்றார் துருபதன். "ஆம், இவளே தான்" "இந்தப் பேரழகியா?" யாஜர் சிரித்து "மாயையின் அழகு கண்டு விஷ்ணுவே மயங்கினார் என்கின்றன நூல்கள்" என்றார். துருபதன் "யாஜ மகாபாதரே இவள் குணமென்ன?" என்றான். "ஒவ்வொரு அணுவிலும் சக்கரவர்த்தினி. சிறுமை தீண்டாதவள். ஞானமும் விவேகமும் கருணையும் ஒன்றான குலமகள். மானுடக்குலத்தின் நினைவில் என்றும் நிலைக்கும் அன்னை. உன் குலத்தின் தெய்வமே இனி இவள்தான்."

"மகாவைதிகரே, இவளுக்கு தந்தையாவதைவிட எனக்கு என்ன பேறு இருக்க முடியும்? இவள் என் கைகளில் தவழ்ந்தால் என் பிறவிக்கு வேறென்ன முக்தி தேவை? இவள் என் மகள்... இனி இவளுக்குரியது என்குலம். இவள் பெயர் திரௌபதி,

இனி இவள்தான் பாஞ்சாலி..." கைகள் நடுங்க அந்த நீரைத் தொடப்போனான். கனவு கலைவது போல அது கலைந்தது.

"ஆனால்..." என்று ஏதோ சொல்ல நாவெடுத்தார் யாஜர். பின்பு புன்னகையுடன். "...அவ்வாறே ஆகுக" என்றார்.

ஆனந்தக் கண்ணீர் நடுங்கும் முகத்துடன் மனைவியை அணைத்துக் கொண்டு துருபதன் யாகசாலை நீங்கினான். யாக குண்டத்தில் தன் கையின் கடைசி சமித்தையும் அர்ப்பித்துவிட்டு யாஜர் வெளியே வந்தார். நெருப்பு எழுந்து யாகவிருட்சத்தை தொட்டது, யாகசாலைமேல் எழுந்து வானின் இருளை நோக்கி தாய்மடி முட்ட தாவும் சிவந்த பசுக்கன்றுபோல துள்ளியது.

***

களம்

....

அதிகாலைமுதலே அரங்கேற்றக் களத்தில் அஸ்தினா புரத்துக் குடிமக்கள் ரதங்களிலும், குதிரைகளிலும், மூடுவண்டி களிலும் வந்து குவிய ஆரம்பித்த ஒலி அரண்மனையை சூழ்ந்து கொண்டது. அரண்மனையில் இருநாட்களுக்கு முன்னரே பரபரப்பு பெருகி, அதன் உச்சத்தில் ஒவ்வொருவரும் பிறரை மறந்து தங்கள் வேகங்களில் விரையவே முழுமுற்றான ஓர் ஒழுங்கின்மை எங்கும் நிறைந்திருந்தது.

தன் தனிப்பட்ட பயிற்சிக்களத்தில் துரியோதனன் இடை விடாத ஆயுதப்பயிற்சியில் ஈடுபட்டிருக்க, அர்ச்சுனன் துரோண ருடன் விற்பயிற்சியில் தன்னை இழந்திருந்தான். குருகுலத்து இளவரசர்கள் அனைவருமே பதற்றத்துடன் பயிற்சியில் ஈடுபட்டிருக்கையில் பீமன் மட்டும் மடைப்பள்ளியில் சமையலுக்காக தென்னாட்டிலிருந்து வரவழைக்கப்பட்டிருந்த விற்பன்னர்களிடமிருந்து பழரசம் சேர்த்து மாமிசம் சமைப்பதையும் பால்சேர்த்து கூட்டுகள் செய்வதையும் ஆர்வத்துடன் கற்றுக்கொண்டிருந்தான். அரங்கேற்ற நாள் காலையில்கூட அவனை மடைப்பள்ளியிலிருந்துதான் கூட்டிவர வேண்டியிருந்தது.

ஈரம் காயாத காகபட்சக்குழல் தோளில் புரள தர்மன் கருங்கல் தளம் வழியாக நடந்து ஆயுத சாலைக்குச் சென்றான். இலக்குப் பலகையில் அம்புதைக்கும் ஒலி கேட்டது. துரோணர் வில்லை தாழ்த்திவிட்டு "அம்பு நம் கையை விட்டுச் சென்றாலும் நம் கருத்தில் இருந்து செல்லலாகாது. அதன் ஆத்மாவில் நம்முடைய இலக்கு செலுத்தப்பட்டிருக்க வேண்டும். காற்றில் பறக்கும்

ஓர் அம்பில் அந்த வில்லாளி வாழ்ந்துகொண்டிருக்கிறான் என்பார்கள்'' என்றபடி மான் தோலால் முகத்து வியர்வையை ஒற்றிக்கொண்டார்.

அர்ஜுனன் உடலெங்கும் வியர்வை வழிய வந்து அவர் பாதங்களைப் பணிந்தபின் வில்லைக் கொண்டுசென்று கொக்கியில் மாட்டினான். "முன்பு ஒரு கதை சொல்வார்கள். வில்லில் இருந்து அம்பை தொடுத்த வில்லாளி ஒருவனின் தலையை அக்கணமே ஒருவாள் கொய்தெறிந்தது. அவனுடைய ஆன்மா அந்த அம்பில் எஞ்சியிருந்தது. அது மீண்டும் அந்த உடலில் புகுந்து கொண்டு அவன் எழுந்தான் என்று..'' துரோணர் தன் உடைகளை அணிந்துகொண்டார். "அம்பு சொல் போன்றது. சொன்னவன் நெஞ்சில் உள்ளது சொல்லின் பொருள். பொருளற்ற சொல் என ஒன்று இல்லை.''

தருமன் துரோணரை வணங்கினான். அவர் மெல்லிய தலையசைப்பால் அவ்வணக்கத்தை ஏற்றுக்கொண்டு கிளம்பிச் சென்றார். அவர் ஒருபோதும் தருமனைப் பொருட்படுத்திய தில்லை. தருமன் அங்கிருந்த மரப்பீடத்தில் அமர்ந்துகொண்டான். கச்சையை அவிழ்த்தபடி அர்ஜுனன் "என்ன அண்ணா, மனம் கவலையில் கனத்திருக்கிறதென்று தோன்றுகிறதே'' என்றான்.

"நான் நேற்று முழுக்க துயில்கொள்ளவில்லை'' என்றான் தருமன். "ஏன்?'' என்று அர்ஜுனன் சாதாரணமாகக் கேட்டான். "என் உள்ளுணர்வு சொல்கிறது, இந்த பயிற்சிக்களம் என்றோ எங்கோ ஒரு பெரும் போர்க்களமாக ஆகப்போகிறது என்று. தம்பி, ஆயுதங்களுக்குத் தங்களுக்கென ஒரு திட்டம் உண்டு என்று எனக்கு படுகிறது. அவை தங்களுக்குள் ரகசியமாக உரையாடிக்கொள்கின்றன. அவை நமக்குள் குரோதங்களையும் பேராசைகளையும் ஐயங்களையும் நிரப்புகின்றன. நம்மை ஒரு பெரிய சமர்களம் நோக்கி மௌனமாக இட்டுச்செல்கின்றன.''

"தத்துவத்தில் இருந்து நீங்கள் கவிதை நோக்கி வந்து விட்டீர்கள் அண்ணா'' என்றபடி அர்ஜுனன் உச்சியில் குடுமி யாகக் கட்டியிருந்த குழலை கலைத்து தோளில் பரப்பிக் கொண்டான். சால்வையை எடுத்து போட்டுக்கொண்டு "நான்

நீராடச் செல்கிறேன்" என்றான். "தம்பி, உண்மையிலேயே உனக்கு தெரியவில்லையா? இங்கே நிகழவிருப்பது வெறும் பயிற்சிதானா? அதற்கு ஏன் இத்தனை வன்மம்? என்னைப் பார்த்துச் சொல், சுயோதனனின் கண்களைச் சந்தித்து பேச முடிகிறதா உன்னால்?"

அர்ஜுனன் எரிச்சலுடன் "ஆம், எந்த பயிற்சியும் போர்தான். அதை அறியாத ஷத்ரியன் இல்லை. ஆனால் இந்தப்பயிற்சியில் அவர்களுக்கு ஒன்று தெரிந்துவிடும். நம் வல்லமைக்கு முன்னால் அவர்கள் எதிர்நிற்க முடியாது. அப்படி ஒரு கனவு அவர்களிடமிருக்கும் என்றால் அது இன்று மாலையோடு கலைந்து விடும்."

பெருமூச்சுடன் தர்மன் தலைகுனிந்து மண்ணைப் பார்த்தான். "என் வில்லிலும் பீமனின் தோளிலும் ஐயம் கொள்கிறீர்களா அண்ணா?" தருமன் நிமிர்ந்து "இல்லை தம்பி. உங்களுக்கிணையாக அவர்கள் தரப்பில் எவருமே இல்லை என்று நான் அறிவேன். ஆனால்..." அர்ஜுனனின் கண்களைப் பார்த்து சஞ்சலமாக தவித்த கண்களுடன் தருமன் சொன்னான். "ஆயுதங்களை நான் அஞ்சுகிறேன் தம்பி. அவை மனிதன் மீது படர்ந்திருக்கும் பாதாளத்தின் சக்தி என்று தோன்றுகிறது. இரும்பு எத்தனை குரூரமான உலோகம்! மண்ணின் ஆழத்தில் இருந்து அது கிளம்பி வருகிறது. எதற்காக? அதன் நோக்கம்தான் என்ன? இத்தனை வருடங்களில் அந்த உலோகம் குடித்த குருதி எத்தனை ஏரிகளை நிறைக்கப்போதுமானது!" தருமன் தலையை பிடித்துக்கொண்டான். "எனக்கு பயமாக இருக்கிறது தம்பி... மனிதனை ஆள்வது விண்ணின் ஆற்றல்கள் அல்ல. ஆழத்தின் சாபமான இரும்புதான். வேறெதுவும் அல்ல. அதுதான் வரலாற்றை தீர்மானிக்கிறது. தர்ம அதர்மங்களை வரையறை செய்கிறது."

"நீங்கள் சற்று பழரசம் பருகி ஓய்வெடுக்கலாம்" என்றான் அர்ஜுனன் எரிச்சலுடன். "இந்த மனப்பிரமைகளுக்குள் இருப்பது உங்கள் அச்சம்தான். உள்ளூர நீங்கள் சுயோதனனை அஞ்சுகிறீர்கள்." "இல்லை தம்பி நான் அஞ்சுவது அவனை அல்ல..." அர்ஜுனன் அதைக் கவனிக்காமல் "நீங்கள் அதை

மறைக்க வேண்டாம். இன்று பயிற்சிக்களத்திற்கு வாருங்கள். என் அம்புகளின் ஆடலைக் கவனியுங்கள் உங்கள் அச்சம் இன்றோடு விலகும்.''

அர்ஜுனன் செல்வதை பொருளற்று பார்த்துக்கொண்டிருந்த தருமன் பெருமூச்சு விட்டான். தூரத்தில் நாழிகை மாறுதலுக்கான பெருமுரசம் அதிர்ந்தது. பெருமுரசொலி வழியாக உருண்டு உருண்டு நெருங்கி வருகிறது காலம். நிலையிலாதவனாக தருமன் தன் அறைக்குச் சென்றான். ஏடுகளை புரட்டிக்கொண்டு எதையுமே படிக்கமுடியாத மனத்துடன் அமர்ந்திருந்தான். பின்பு எழுந்து சென்று சதுரங்கப்பலகையை விரித்துக்கொண்டு காய்களை பரப்பி தனக்குத்தானே ஆட ஆரம்பித்தான். ஆட்டவிதிகள் வரையறை செய்யப்பட்ட இந்த ஆட்டம் வெளியே உள்ள மகத்தான சதுரங்கத்தில் இருந்து என்னை மீட்கிறது என்று தனக்குத்தானே சொல்லிக்கொண்டான்.

மதிய வெயில் தாழ ஆரம்பித்ததும் களமுற்றத்தின் பெரு முரசம் முழங்க ஆரம்பித்தது. அரண்மனையின் அத்தனை கட்டிடங்களையும் அது குதிரைகள் போல சருமம் சிலிர்த்து விரைத்து நிற்கச் செய்தது. ஒவ்வொருவராக களம் நோக்கிச் செல்ல ஆரம்பித்தார்கள். முதலில் சேவகர்கள். பின்னர் அதிகாரிகள். பின்னர் அமைச்சர்கள். பின்பு அரசகுலப்பெண்டிர். கடைசியாக இளவரசர்கள். தம்பியர் நால்வர் சூழ வர தருமன் செம்பட்டாடையும் இளமஞ்சள் மேலாடையும் மகர கங்கணமும் தோரணமாலையும் அணிந்து களமுற்றம் நோக்கி நடந்தான். செம்மண் விரிந்த களமுற்றம் கண்ணில் பட்டதுமே அவன் உடல் சிலிர்த்தது. புதுநிலம் கண்ட புரவி போல அவன் தயங்கி பின்னால் நகர அர்ஜுனன் ''தலைநிமிர்ந்து செல்லுங்கள் அண்ணா, நாளை அஸ்தினபுரத்தின் அதிபர் யாரென இன்று தெரிந்துவிடும்'' என்றான். குருதிக்குளமெனக் கிடந்த களமுற்றம் நோக்கி மெல்ல நகர்ந்து சென்றான் தருமன்.

அரங்கேற்றக் களத்தில் அமைக்கப்பட்டிருந்த மணி மண்டபத்தில் அரியணையில் வேதகோஷங்கள் முழங்க வாழ்த்தொலிகள் அதிர, திருதராஷ்டிரர் வந்து அமர்ந்ததும் அரங்கவெளியைச் சுற்றி அமைக்கப்பட்டிருந்த பார்வையாளர்

மேடைகளிலிருந்து மலர்மழை பொழிந்து, நீர்பெய்து இறுக்கப் பட்ட களநிலம் கொன்றை மரத்தடிபோல ஆயிற்று. திருதராஷ்டிர ருக்கு இடப்பக்கம் பின்புறமாக சஞ்சயன் அமர்ந்திருக்க, வலப்பக்கம் பீஷ்மர் வெண்தாடியுடனும் பொற்சரிகை வேலைப் பாடுகள் செய்த தூய வெள்ளாடையுடனும் அமர்ந்திருந்தார். அவருக்கு அப்பால் விதுரருக்கும், பிற அமாத்யர்களுக்கும் இருக்கைகள் போடப்பட்டிருந்தன.

பெண்களுக்கென அமைக்கப்பட்டிருந்த தனி மண்டபத்தில் அரசியாகிய காந்தாரியும், இடப்பக்கம் அவளுக்குக் கண்களாக விளங்கிய சேடி சித்ராங்கதையும் அமர, வலப்பக்கம் குந்தி அமர்ந்தாள். சங்குகளும் முரசுகளும் அதிர்ந்து அமைதிகொள்ள நிமித்திகன் ஒளிரும் செம்பட்டுத் தலைப்பாகையும் மஞ்சள் ஆடையும் அணிந்தவனாக எழுந்து அஸ்தினாபுரத்தின் மாமன்னனாகிய திருதராஷ்டிரரையும், பீஷ்ம பிதாமகரையும், பார்வையாளர்களாக சிறப்பு வருகை செய்துள்ள சிற்றரசர் களையும் வாழ்த்தியபிறகு அரங்குக்கு வந்துள்ள குடிமக்களுக்கு வாழ்த்து சொன்னான். ஆயுதக்கல்வியில் முழுமையடைந்த குருவம்ச இளவரசர்களின் திறனை குடிகள் அனைவரும் காண அவ்விழா ஏற்பாடு செய்யப்பட்டிருப்பதாக அறிவித்தான்.

தருமன் குடிமக்களின் வாழ்த்தொலிகள் அதிர களத்துக்கு வந்து, அரங்கின் தென்மேற்கு மூலையில் அரங்கபூஜைமேடை மீது வெள்ளையாடையும் வெண்ணிறமான தாடியுமாக நின்ற துரோணரை வணங்கினான். திறந்த பெருந்தோள்களில் பவள ரத்தின வளைகளும், அகன்ற மார்பில் செம்மணியாரமும், அனல் போல ஒளிவிடும் குண்டலங்களும் அணிந்த துரியோதனன் வணங்கியபடி களத்தில் நுழைந்தபோது கடலோசைபோல இடையறாது கேட்ட வாழ்த்தொலிகள் தொடர்ந்து துச்சாதனனும் விகர்ணனும் அரங்குக்கு வந்தபோதும் வேகம் தாழாமல் முழங்கின. ஆனால் மதயானை மத்தகம் போல கனத்து உருண்ட தோள்களிலும் காட்டுப்பாறைபோன்ற மார்பிலும் எந்த அணிகளும் இல்லாமல் அலட்சியமாக சுற்றியுடுத்த அந்தரீயம் மட்டும் அணிந்தவனாக பீமன் அரங்குக்கு வந்தபோது பிற எவருக்குமே எழாத அளவுக்கு வாழ்த்தொலி முழக்கங்கள்

கேட்டன. களிவெறி கொண்ட நகரத்து இளைஞர்கள் மலர்களை வானில் வீசியபடி எழுந்து நின்று கைவீசி ஆர்ப்பரித்தனர். அர்ச்சுனன் நுழைந்தபோது பெண்கள் கூட்டத்தில் மகிழ்ச்சிக் குரல்களும் ஆரவாரச் சிரிப்புகளும் ஒலித்தன.

துரியோதனன் கண்கள் பீமனின் உடல்மேலேயே நிலைத்திருந்ததை அர்ச்சுனன் ஓரக்கண்ணால் கவனித்து திரும்பியபோது யுயுத்சுவின் பொருள்பொதிந்த புன்னகைத்த கண்கள் அவனை வந்து தொட்டன. நிமித்திகன் ஒவ்வொரு இளவரசனாக அறிமுகம் செய்து முடிந்ததும் திருதராஷ்டிரர் கையை அசைக்க போர் முரசங்கள் முழங்கின, அரங்கில் மெல்ல ஒலிகள் அடங்கி அமைதி பரவியது. கொடிகளும் தோரணத்துணிகளும் பதை பதைத்து அசைந்தன.

முதலில் விகர்ணனும் மகோதரனும் புரிந்த கதைப்போர் அஸ்தினபுர வீரர்களுக்கு வெறும் குழந்தை விளையாட்டாகவே இருந்தது. சிரித்தபடி அவர்களைக் குரல்கொடுத்து ஊக்கினார்கள். பிறகு சகதேவனும் துர்முகனும் வேல்களால் போர் புரிந்தார்கள். நகுலனும் யுயுத்சுவும் வாள்களுடன் அரங்குக்கு வந்தபோது பார்வையாளர் மத்தியில் விளையாட்டுமனநிலை அடங்கி உத்வேகம் பரவியது. யுயுத்சு உயரமான மெல்லிய உடலும் நீண்ட கரங்களும் கொண்டவன். வாள்போரில் அது எப்போதுமே சாதகமான விஷயம். நகுலன் அழகிய சிறுவன் போலிருந்தான். அந்தக் காரணத்தினாலேயே போரில் யார் வெல்லவேண்டுமென பார்வையாளர் உடனடியாக தீர்மானித்துவிட்டதாகப் பட்டது. இருவரும் கூர்ந்த பார்வைகள் எதிரியை அளவிட சுற்றிச் சுற்றி வந்தனர். கொத்த யத்தனிக்கும் நாகங்கள் போல வாள்நுனிகள் நீண்டும் பின்வாங்கியும் அசைந்து ஒரு கணத்தில் கணீரென்ற ஒலியுடன் மோதிக் கொண்டன.

இரு பாம்புகளின் சண்டை போலிருந்தது அது. பாம்புகளின் நாக்குகள் போல வாள்கள். அவர்களின் மெல்லிய உடல்கள் மென்மையான கூரிய அசைவுகளுடன் நடனம் போல ஒருவர் அசைவுக்கு மற்றவர் அசைவு பதிலாக அமைய சுழன்று வந்தன. மெதுவாக யுயுத்சுவின் வேகம் ஏறி ஏறி வர, நகுலன் மூச்சுகள் சீற பின்வாங்கியபோது யுயுத்சுவின் வாள்நுனி அவன்

தோள்களில் கீறிச்சென்றது. நகுலனின் பொன்னிறத்தோளில் ஒரு சிவந்த கோடு விழுந்து உதிரம் ஊறி மார்பில் வழிந்ததை கண்ட கூட்டம் வருத்தஒலி எழுப்பியது. தன் ரத்தத்தைக் கண்ட நகுலன் சட்டென்று வேகம் பெற்று ஆவேசத்துடன் தாக்க ஆரம்பித்தபோது யுயுத்சுவின் கரம் தளர்ந்து அவன் வாள் பலமுறை நகுலனின் வாளில் பட்டு தெறித்து விலகியது. நகுலன் வெகுவாக முன்னேறிச் செல்வதைக் கண்ட கூட்டம் ஆரவரித்தது. நகுலனின் வாள் யுயுத்சுவின் வாள்கரத்தை எட்ட முயன்ற ஒரு கணத்தில் என்ன நடந்தது என எவருமறியாதபடி நகுலனின் வாள் தெறித்து ஒளியுடன் சுழன்று சென்று மண்ணில் விழுந்தது. யுயுத்சுவின் வாள் அவன் கழுத்தை தொட்டு நின்றது.

மேலாடையால் முகத்தை துடைத்தபடி அரங்கை விட்டு இறங்கும் போது யுயுத்சு "உன் உதிரத்தை கவனித்த அக்கணமே நீ தோற்றுவிட்டாய்" என்றான்.

நகுலன் "ஆம் அண்ணா, என்னை மறந்துவிட்டேன்" என்றான்.

துரோணர் அருகே வந்து "வாளுடன் அரங்கில் நின்ற முதற் கணமே உன் தோல்வி தீர்மானிக்கப்பட்டு விட்டது நகுலா" என்றார். "அவன் உன் கண்களை மட்டுமே பார்த்தான். உன் பார்வையோ அவன் வாளில் இருந்தது."

துரியோதனனுக்கும் பீமனுக்கும் கதாயுதப்போர் நடக்கப் போவதாக நிமித்திகன் அறிவித்தபோது அரங்கமெங்கும் முழுமையான அமைதி ஏற்பட்டது. துரியோதனன் மெல்ல தன் நகைகளைக் கழற்றி தம்பியர் கையில் தந்துவிட்டு தனக்கென கலிங்கநாட்டு சிற்பியால் வடிவமைக்கப்பட்ட மிகப்பெரிய கதையுடன் அரங்கு நடுவே வந்தான். பீமன் தன் அருகே நின்ற மகாபாகுவின் கதையை வாங்கி ஒருமுறை சுழற்றிப் பார்த்து விட்டு அரங்கிலேறினான். காட்டில் உடலெல்லாம் மண்ணை அள்ளிப்பூசி ஒளிரும் சிறு கண்களுடன் கனத்த பாதங்கள் தூக்கிவைத்து கரிய பெருந்தசைகள் திமிறி அதிர மோதிக் கொள்ளும் கொம்பன் யானைகள் போல அவர்கள் சுற்றி வந்தார்கள். யானை முகத்து மதம் போல அவர்கள் உடலிலிருந்து வியர்வை வழிந்தது.

முதலில் யானைபோல பிளிறியபடி துரியோதனன் கதாயுதத்தை வீசிப் பாய்ந்தான். பீமனின் கதை அதில் பேரொலியுடன் மோதியபோது கேட்டவர் வயிறுகள் அதிர்ந்தன. புயல்காற்றில் சுழன்றுபறக்கும் ஆலமரக்கிளைகள் போல அவர்கள் கரங்கள் காற்றில் வீசின. மலைப்பாறைகள் போல கதாயுதங்கள் தீப்பொறிபறக்க முட்டித் தெறித்துச் சுழன்று வந்து மீண்டும் முட்டின. தன் அடிகளின் வலிமை துரியோதனனின் கதையில் இல்லை என்பதை பீமன் கவனித்தான். ஆனால் துரியோதனனின் ஒரு அசைவு கூட வீணாகவில்லை, அடிக்கும் கணம் தவிர மற்ற தருணங்களில் அவன் கைகளின் சக்தி கதைமீது செலுத்தப்படவேயில்லை. உண்மையில் அவனைச்சுற்றி பறக்கும் ஒரு கோளம் போலவே கதை சுழன்றது. கதையின் சுழற்சிக்கு ஏற்ப அவன் கால்கள் மிக அளவாக இடம் மாறின. துரியோதனனின் பயிற்சியின் விரிவு பீமனை வியக்க வைத்தது.

ஆனால் பீமனின் சக்தி மழைக்கால மலையருவி போல பெருகியபடியே இருந்தது. மறுபக்கம் துரியோதனனின் உள்ளிருந்து அவன் ஆத்மாவின் கடைசி உத்வேகமும் விசையாக மாறி வெளிவந்தது. போர் முடிவேயில்லாமல் நீண்டு நீண்டு சென்றது. ஆரம்பகணங்களில் இருந்த பதற்றமெல்லாம் விலகிய பார்வையாளர்கள் இருவரில் எவர் வெல்வார்கள் என வாதுகூட்ட ஆரம்பித்தார்கள். அரச மண்டபத்தில் திருதராஷ்டிரருக்கு போரை விளக்கிக் கொண்டிருந்த சஞ்சயன் பேச்சை நிறுத்தி விட, கனத்த தலையை கரங்களில் தாங்கியபடி விழியற்ற மன்னன் பெருமூச்சு விட்டு இடைவிடாத உலோக ஒலிகளை கேட்டுக் கொண்டிருந்தான். ஒலிகள் வழியாக அவனுக்குள் மேலும் உக்கிரமாக ஒரு போர் நிகழக்கண்டான். பெண்கள் அவையிலும் பெருமூச்சுகள் ஒலித்துக் கொண்டிருந்தன.

சட்டென்று பீஷ்மர் தன் கச்சையை முறுக்கியபடி எழுவதைக் கண்ட துரோணர் அஸ்வத்தாமாவை நோக்கி சைகை காட்ட அவன் முன்னகர்ந்து, போரின் வேகத்தில் இருவரும் விலகிய கணத்தில் அரங்கிலேறி, அவர்களுக்கு நடுவே புகுந்தான். "போதும். இது போர்க்களமல்ல, பயிற்சிக்களம்தான். விலகுங்கள்."

பீமன் கதையைத் தாழ்த்தித் திரும்பி குருநாதரை வணங்கிப் பின்னகர்ந்தான், துரியோதனன் துரோணரிடம் "இன்னமும் ஒரு கணம்தான் மிச்சமிருந்தது ஆசாரியரே" என்றபடி ஆயுதம் தாழ்த்தி வணங்கி விலகினான். அரங்கமெங்கும் புயல்கடந்து சென்ற அமைதி உருவாகி, பார்வையாளர்கள் சரடு தொய்ந்த ஆட்டப் பாவைகள் போல தளர்ந்தார்கள்.

துரோணர் கையைதூக்கி, "அனைவரும் கேளுங்கள்! இதோ என் மகனைவிட எனக்கு பிரியத்துக்குரியவனாகிய அர்ச்சுனன் இப்போது அரங்கில் தோன்றப் போகிறான். நீங்கள் ஒரு போதும் கண்டிருக்காத அபூர்வ வித்தைகளை அவன் இங்கு அரங்கேற்றுவான்" என்றார். அரங்கு வாழ்த்தொலிகளுடன் மீண்டும் உற்சாக நிலைக்கு மீண்டது.

வில்லாளிக்குரிய முழுப்போருடையில், காகபட்சமாக வெட்டப்பட்ட கரிய தலைமயிரில் நீர்த்துளிகள் போலச் சுடரும் மணிசரங்கள் அசைய, கைகளில் பொற்கங்கணத்தின் பதிக்கப்பட்ட வைரங்கள் ஒளிவிட, தோலுறையிட்ட கரங்களை கூப்பியபடி, நாணேற்றப்பட்ட வில்லின் துடிப்புடன் அர்ச்சுனன் களம் நடுவே வந்தபோது எங்கும் வாழ்த்தொலிகளும் மகிழ்ச்சிக் குரல்களும் எழுந்தன. அவன் துரோணரை வணங்கி அவரிட மிருந்து வில்லையும் அம்புறாத் துணியையும் வாங்கிக் கொண்டு அரங்கு நடுவே நின்று, மெதுவாகச் சுழன்று, எதிர்பாராத நொடியில் விட்ட அம்பு சீறி மேலெழுந்து, செஞ்சுடராக தீப்பற்றி எரிந்தபடி பாய்ந்து போய் வானில் பெரிய ஒலியுடன் வெடித்து அதிலிருந்து நட்சத்திரங்கள் போல சுடர்கள் தெறித்தன. கூட்டம் ஆரவாரமிட்டது.

அர்ச்சுனனின் அம்புகள் வானில் பறவைகள் போல முட்டி மோதியும் இணைந்தும் பிரிந்தும் விளையாடின. முதல் அம்பை வானிலேயே அடுத்த அம்பால் அடித்து அதை மீண்டுமொரு அம்பால் அடித்து அம்புகளால் விண்ணில் ஒரு மாலை கோர்த்துக் காட்டினான். சுவர் மீது எய்யப்பட்ட அம்பு திரும்பித் தெறித்தபோது மறு அம்பு அதன் கூர் முனையில் தன் கூர்முனை தைத்து அதை வீழ்த்தியது. சதுப்பு நோக்கிச் சென்ற ஓர் அம்பின் பின்பகுதியின் துளைவழியாக மண்ணின் ஊற்று பீரிட்டது.

அம்புபோல பறக்கவிடப்பட்ட நாகணவாயின் தலையை வானிலேயே ஒரே அம்பால் சீவியபோது தலை தெறித்துவிழ, தலையற்ற பறவை அதே வேகத்தில் மேலும் பறந்துசென்று வெகுதூரம் கழித்து வேகமிழந்து மண் நோக்கி சரிந்தது.

பெண்கள் மண்டபத்தில் கண்களில் ஆனந்தக் கண்ணீருடன் குந்தி அர்ச்சுனனைப் பார்த்திருந்தாள். துரியோதனன் பொறுமை யின்றி தோள்களை அசைத்தபடியும் தன் கதையை சுழற்றிய படியும் நின்றான். துரோணர் இருகரங்களையும் தூக்கி "இவன் என் சீடன்! இந்த பாரத வர்ஷத்தில் இவனுக்கு நிகரான வில்லாளி வேறு எவரும் இல்லை என இதனால் நான் அறிவிக்கிறேன்!" என்று உரத்த குரலில் கூவியபோது அரங்கில் இருந்து ஆயிரக் கணக்கான குரல்கள் ஆரவாரமிட்டன. அரங்கின் வடக்கு மூலையில் ஒரு கலவரம் எழுவதை துரோணர் கண்டார். அவர் அதை நிதானிக்கும் முன்பு அங்கிருந்து வில்லாளிகளுக்குரிய உடையுடன், சுடர் சிந்தும் குண்டலங்களும் மின்னும் கவசமும், தோலுறைக்கரங்களுமாக கர்ணன் அரங்கு நடுவே வந்து நின்று நாணொலி எழுப்பினான். அவனை நோக்கி விரைந்த வீரர்கள் அவன் வில்லோசை கேட்டு தயங்கினர். "யார் அவன்? யார் அவன்?" "சூத புத்திரனா? இளஞ்சூரியன் போல அல்லவா இருக்கிறான்?" என்று அரங்கு கலகலத்ததை துரோணர் கேட்டார்.

மணிக்கழல் ஒலிக்க நடந்து வரும் கர்ணனை அர்ச்சுனன் கொந்தளிக்கும் மனத்துடன் பார்த்து நின்றான். அவனுக்கு நிகரான பேரழகனை அதுவரை பார்த்ததில்லை என்று அப்போதுதான் அவன் மனம் அறிந்தது. முன்பு பார்க்கும்போதெல்லாம் எதிரியை வேவு பார்க்கும் கண்களுடன் அவனுடைய தசை வலிமையை மட்டும் அளவிடவே அவன் முயன்றிருக்கிறான். அவனுடைய உயரத்தின் நிமிர்வு, ராஜநாகம் போல நீண்டு தொங்கும் கரங்கள், வேங்கைக்குரிய இடை, இளம்புரவியின் மென் நடை.... கர்ணன் அரங்கு நடுவே நின்று உரத்த குரலில் "பார்த்தா, நீதான் உலகின் பெரும் வில்லாளி என்று உன் ஆசிரியர் சொன்னால் போதாது, உலகம் சொல்லவேண்டும். இதோ நீ செய்த அத்தனை வித்தைகளையும் உன்னைவிட சிறப்பாக நான் செய்யச் சித்தமாக இருக்கிறேன்..." என்றான்.

அனைவரும் தங்களை மறந்து நிற்க கர்ணன் நாகணவாய்கள் அடைக்கப்பட்டிருந்த கூட்டை தன் அம்பால் உடைத்தான். காற்றில் எழுந்து பாய்ந்த குருவியின் ஒரேயொரு இறகை மட்டும் அப்பறவையே அறியாமல் அவனுடைய அம்பு சீவி வீழ்த்தியது. காற்றில் தத்தளித்து சுழன்று இறங்கிய இறகை இன்னொரு சரம் மென்மையாகத் தொட்டு எடுத்து சுழன்று வந்து கர்ணனின் கரங்களுக்குக் கொண்டுவந்தது. அவன் அவ்விறகை எடுத்துத் தன் தலைமயிர் கட்டில் சூடிக் கொண்டான்.

சுண்டிப்போன முகத்துடன் அர்ச்சுனன் நிற்க அரங்கு தயங்கி கலைசலான ஒலியை எழுப்பியது. பின்வரிசையிலிருந்து ஏதோ இளைஞன் திடீரென வெறிபிடித்தவன் போல எழுந்து கர்ணனுக்கு வாழ்த்து கூறி கூவ, குழப்பம் மெல்ல விலகி மெதுவாக அரங்கு மொத்தமாக வாழ்த்துக் கூக்குரல் எழுப்ப ஆரம்பித்தது. பின்பு அதுவரை கேட்காத உக்கிரம் கொண்ட வாழ்த்தொலிகளால் அப்பகுதியே முரசுத்தோல் பரப்பு போல அதிர்ந்தது.

புன்னகையுடன் கர்ணன் கையசைத்து அமைதியை உருவாக்கி விட்டு "பார்த்தா, இது என் அறைகூவல். நீ வீரனென்றால் என்னுடன் விற்போருக்கு வா" என்றான்.

பெண்கள் மண்டபத்தில் கலவர ஒலிகள் எழுந்ததை கிருபர் கண்டார். குந்தி நினைவிழந்து விழ அவளை சேடிப்பெண்கள் சூழ்ந்து கொண்டு நீர்தெளித்து ஆசுவாசப்படுத்தினர். இரு கரங்களையும் விரித்தபடி கிருபர் கர்ணனுக்கும் அர்ச்சுனனுக்கும் நடுவே வந்து நின்றார் "இரட்டையர் போருக்கு மரபு சில நிபந்தனைகளை விதித்துள்ளது இளைஞனே. சமானமானவர்கள் மட்டுமே அப்படி போர் புரிய முடியும். இவன் குந்தியின் மகன், குரு வம்ச இளவரசன், இந்திரனை ஞானத்தந்தையாக கொண்டவன். நீ யார்? உன் பெயர் என்ன? உன்குலம் என்ன? உன் ஆசிரியர் பெயர் என்ன?"

கர்ணனின் கரங்களில் இருந்த வில் தாழ்ந்து மண்ணைத் தொட அதன்நாண் விம்ம் என ஒலித்தது. சீற்றத்துடன் துரியோதனன் முன்னால் நகர்ந்தான் "நல்ல மரபு குருநாதரே. போர்க்களத்தில்

இலச்சினை மோதிரத்தைக் காட்டாத எவரிடமும் மோத ஷத்ரியன் மறுத்துவிடலாம்! என்ன அருமையான உத்தி!'' என்று கூவி சொல்லிவிட்டு துரோணரிடம் திரும்பி "ஆசாரியாரே உங்கள் சொற்களை திருத்திக் கொள்ளுங்கள். அர்ச்சுனன் பாரத வர்ஷத்தின் வில்லாளியல்ல, இந்த அரண்மனையிலேயே பெரிய வில்லாளி, அவ்வளவுதான்.''

"இது ரணகளமல்ல சுயோதனா. களத்தில் எவருக்கும் உரிய பாடத்தை கற்பிக்கும் தகுதிஎன் சீடனுக்கு உண்டு. இது அரங்கேற்றக் களம். அரச மரியாதை இல்லாத எவரும் இங்கு அரங்கேற முடியாது...'' என்றார் துரோணர்.

பீமன் கோபத்துடன் கையை நீட்டியபடி "நீ யார்? உன் குலமென்ன, சொல்'' என்றான்.

கர்ணனின் கண்கள் கோபத்துடன் எரிந்தன "வீரர்கள் வாயால் வெற்றிபெற எண்ணுவதில்லை'' என்றான் மெல்லிய குரலில்.

"குருநாதரே, இவன் மாவீரன். சிம்மம் தன் வல்லமையாலேயே வனராஜனாகிறது. உங்களுக்கு என்ன தேவை, இவன் மன்னனாக வேண்டும்; அவ்வளவுதானே? என் அன்னை வழியாக எனக்கு கிடைத்த அங்க நாட்டுக்கு இதோ இக்கணமே இவனை மன்னனாக்குகிறேன். எங்கே விதுரர்? இங்கேயே அபிஷேகம் நடக்கட்டும். தம்பி அந்த அங்கதேச மணிமுடியை கொண்டுவா!'' என்றான் துரியோதனன் உரத்த குரலில். தன் மார்பில் கையால் முட்டியபடி "இம்முடிவை எதிர்க்கும் எவர் இருந்தாலும் அது என் தந்தையாகவே இருப்பினும் இப்போதே என்னிடம் போருக்கு வரச்சித்தமாகட்டும்'' என்று அறைகூவினான்.

விகர்ணன் மணிமுடியுடன் வருவதற்குள் அட்சதையும் மலரும் நிரம்பிய தட்டுகளையும் அபிஷேக நீர்க்குடங்களையும் விதுரர் தலைமையில் சேடியர் களத்துக்கு கொண்டுவந்தார்கள். துரியோதனன் கர்ணனை தோள்களைப் பற்றித் தழுவிக் கொண்டான் "இந்த கணம் முதல் நீ என் நண்பன். என் உடைமைகளும் உயிரும் மானமும் உனக்கும் உரியவை! என் வாழ்க்கையில் எந்தத் தருணத்திலும் உனக்கில்லாத வெற்றியும்

செல்வமும் புகழும் எனக்கில்லை" என்றான். அப்போது அவன் தன் தோள்களில் கர்ணனின் தோள்களின் தகிப்பை உணர்ந்தான்.

பொறத்தாலத்தில் அங்கநாட்டு மணிமுடி செங்கழுகின் இறகுடன் வந்து சேர்ந்தது. பார்வையாளர் பகுதியெங்கும் பேரரவம் அருவியொலி போலக் கேட்டது. "என் நண்பன் இதோ மண்ணும் விண்ணும் சாட்சியாக மணிமுடிசூடுகிறான். தேவர்கள் அருள்க, குலதெய்வங்கள் அருள்க" என்று கூவியபடி அந்த மணிமுடியை கையிலெடுத்தான் துரியோதனன்.

அப்போது லாயத்துக்கு திறக்கும் பாதை வழியாக குதிரைச் சாணம் படிந்த அழுக்கு உடையுடன் மெலிந்த உடல் கொண்ட முதியவனாகிய அதிரதன் பதறியபடி ஓடி வந்து "கருணை காட்டுங்கள்! அவனைக் கொன்றுவிடாதீர்கள். எங்கள் முதுமைக்கு அவனே ஆதாரம்... இளமைத்துடிப்பால் ஏதோ பேசிவிட்டான்..." என்று துரோணரிடம் கண்ணீர் வழிய துடிக்கும் உதடுகளுடன் கைகூப்பினான்.

"யார் நீ?" என்றார் துரோணர் அதிர்ச்சியுடன்.

"இவர் என் தந்தை. இவரது தோள்களிலேயே நான் வளர்ந்தேன். இவருடைய பாவ புண்ணியங்களுக்குத்தான் நான் வாரிசாவேன்" என்றான் கர்ணன் நிதானமாக.

அரங்கு சிலைத்து அமைதிகொண்டது. அந்த மௌனத்தில் "குதிரைக்காரனின் மகனா நீ?" என்றார் துரோணர் இளநகையுடன்.

"ஆம், இவரே என் தந்தை! கருணையே ஆண்மையின் உச்சம் என்று எனக்குக் கற்பித்த ஞானகுருவும் இவர்தான்" என்றான் கர்ணன்.

"இளைய கௌந்தேயரிடம் இவன் போர் புரியப்போவதாக சொன்னார்கள். வேண்டாம், என் மகனை விட்டு விடுங்கள்..." என்று அதிரதன் மன்றாடியபடி துரோணர் காலில் விழப்போனான்.

"மூடா, உன் மகனை இப்போதே கூட்டிச்செல். இல்லையேல் அவன் தலை இந்த மண்ணில் உருளும்" என்றார் கிருபர். அதிரதன் நடுங்கும் உடலுடன் கைகூப்பினான்.

"குருநாதர்களே, பூமாதேவி வலிமையானவனுக்குரியவள் என்று எனக்குக் கற்பித்தவர்கள் நீங்கள். இதோ அங்கநாட்டு மகுடத்தை நான் கர்ணன் தலையில் சூட்டுகிறேன். மறுப்பவர் தங்கள் வாட்களுடன் களம் புகட்டும்" என்று துரியோதனன் அறைகூவினான். சில கணங்கள் களத்தைச் சுற்றி நோக்கி விட்டு மணிமுடியை கர்ணனின் சிரத்தில் வைத்தான்.

விதுரர் மலரும் அரிசியும் தூவினார். அரண்மனை வைதிகர் மஞ்சள்நீர் அபிஷேகம் செய்தார்கள். மங்கல முரசுகள் முழங்கின. சபையோர் வாழ்த்தொலி எழுப்பினர். "அங்க நாட்டரசனுக்கு வெற்றி வெற்றி வெற்றி" என்று நிமித்திகன் கூவினான். மணி யோசைகள் அதை ஆமோதித்தன.

மெலிந்து நடுங்கும் கைகளை கூப்பியபடி நின்ற தன் தந்தை காலில் கர்ணன் முதலில் விழுந்து வணங்கிய போது அவர் விம்மிவிம்மி அழுதார். கர்ணன் எழுந்து அவரை மார்புறத் தழுவிக்கொண்டபோது இருவர் கண்ணீரும் கலந்தன. பார்வை யாளர் அரங்கிலிருந்து எதிர்பாராதவகையில் வெடித்துக் கிளம்பி வானை அறைந்த வாழ்த்தொலிகள் பீமனை கோபத்தால் துடிக்கச் செய்தன. அர்ச்சுனன் தன் வில்லை இறுகப்பற்றி நிமிர்ந்து நின்றான்.

"இதோ அங்கநாட்டு அதிபனாகிய கர்ணன். இந்த மாவீரனுடன் மோதும் வலிமை உள்ளவன் யார் இங்கே?" என்று துரியோதனன் அறைகூவினான்

"இந்த குதிரைக்காரனிடமா குருகுல இளவரசன் போர் புரிவது? நெறிகளை மீறுவதற்கு இவ்வரங்கு அனுமதிக்கிறதா?" என்றார் கிருபர் அரங்கைநோக்கி. அரங்கில் கலைசலான ஒலிகள் எழுந்தன.

பீமன் அதிரச் சிரித்தபடி "பிடரி மயிர் சூடிய நாய் சிம்மமாகி விடாது சுயோதனா" என்றான்.

அர்ச்சுனன் நாணை சுண்டியபோது அரங்கில் அனைவர் வயிறிலும் அவ்வதிர்வு பரவியது "நான் இவ்வறைகூவலை ஏற்கிறேன்" என்றான். கர்ணனும் தன் வில்லை சுண்டினான்.

அதிரதன் தன் புதல்வனின் கரங்களை பற்றிக் கொண்டார். "இந்த ஏழைக்கு நீ ஒரு வரம் அளிக்கவேண்டும். இப்போது நீ கௌந்தேயர்களுடன் போரிடலாகாது."

கர்ணன் அவரை கூர்ந்து பார்க்க, அவர் "என்னை நீ அறிவாய்" என்றார்.

"ஆம் தந்தையே, உங்களுக்கு நிகரான விவேகியை நான் கண்டதில்லை! உங்கள் ஆணையே என் கடமை" என்றான்.

அவை மெல்ல வேகமடங்கியது. குருநாதர்கள் அசைந்து அமர்ந்தார்கள். பீஷ்மர் கண்காட்ட "சூரியன் மறைந்துவிட்ட தனால் இத்துடன் சபை முடிந்தது" என்று கிருபர் சொன்னதும் பெருமுரசங்கள் அதிர ஆரம்பித்தன. கர்ணனுக்கு வாழ்த்துத் தெரிவித்தபடி கூட்டம் கலைய ஆரம்பித்தது.

தருமன் எழுந்து தலைகுனிந்தபடி நடக்க பின்னால் வந்து சேர்ந்த அர்ஜுனன் "அண்ணா அந்தச் சூதன் மகனை நினைத்து கலங்காதீர்கள். அவன் அளிக்கும் தைரியத்தில் துரியோதனன் நம்மை எதிர்க்கலாம். ஆனால் என்றாவது அவனை நான் களத்தில் கொன்று வீழ்த்துவேன்" என்றான்.

தருமன் நின்று "ஆம் தம்பி நாம் வெல்வோம்..." என்றான். "இன்று எனக்கு அது தெரிந்தது. சுயோதனன் இந்த ஒரு சூதன் மகனை நம்பி அத்து மீறுவான். நம்மிடம் தோற்பான். ஆனால்..." அர்ஜுனன் எதிர்பார்ப்புடன் நின்றான். "தன் அறத்தால் இந்த சூதன் மகன் நம்மை நிரந்தரமாக வென்று செல்வான் தம்பி." என்றான் தருமன். பார்வையை விலக்கித் தலைகுனிந்து அவன் சொன்னான் "இன்று அந்த சூதன் சம்மட்டியுடன் களத்துக்கு வந்த போது என் மனம் உவகை கொண்டது. நீயும் பீமனும் எல்லாம் உவகை கொண்டோம். ஆனால் அவன் ஒருகணம் கூட அவரை நிராகரிக்கவில்லை. அக்கணத்தில் விண்ணில் தேவர்கள் அவன் மேல் மலர் சொரிந்து விட்டார்கள்."

குனிந்த தலையுடன் செல்லும் தர்மனை நோக்கி அர்ஜுனன் சில கணங்கள் தனித்து நின்றான்.

விரித்த கரங்களில்...

சமந்தபஞ்சகத்தில் பீதாம்பரி நதிக்கரையில் பிருகத் காயன் தியானத்திலிருந்தார். எதிரே நீலநீர் ததும்பிச் சென்ற நதியில் பொற்பரல் மீன்கள் ஒளியுடன் மின்ன, பளிங்குச் சிறகு களை அசைத்தபடி, பசும் நீர்ப்பாசியாலான வனத்தில் பரவி நின்றிருந்தன. அவற்றில் ஒரு பரல் மீனை அவருடைய பார்வை தொட்டதும் அதன் சிறகுகள் நிலைத்தன. அதன் ஆத்மா செவி யாகியது. எழுந்து நீர்விளிம்பு நோக்கி வந்தது. பிருகத்காயன் அதன் கண்களை உற்றுப் பார்த்தார். அந்த நிலைவிழி அவருடன் மெல்லப் பரிந்து பேச முற்பட்டது. ஒரு சொல் ஊறி ஊறி உருத்திரண்டு வரத்தொடங்கியது. இலையொன்று நீரில் விழ, அலை வட்டங்கள் நீர்ப் பளிங்குமீது பரவ, மீன் விருட்டென்று நீல இருள் நிரம்பிய ஆழத்தில் மறைந்தது. கண் விழித்தபோது வெயில் நேராக மண்டைக்குள் புகுந்து சித்தத்தின் மெல்லிய சதைப் பரப்பில் குத்தி நின்றது. பிருகத்காயன் பெருமூச்சுடன் கண்களைக் கைகளால் அழுத்தித் தேய்த்தபின் அலைபுரளும் நீர்த் தளத்தை வெறித்துப் பார்த்தார். அழிந்தழிந்து மீண்டன பிம்பங்கள். கிளை விரித்து உடல் முயங்கி அடர்ந்த மலைப் பாம்புகள் போல சாலமரச்சித்திரம். வேகத்துடன் எழுந்து வந்து மரத்தின் வேர்களை மிதித்து நின்று அண்ணாந்தார். அநேக வருடங்களுக்கு முன் தன் உள்ளங்கையிலிருந்து மண்ணிலிறக்கி நட்ட மரம் அது.

நீரூற்றி நீரூற்றி அவர் வளர்த்தது. மரம் மூச்சடக்கி நின்றிருந்தது. "என்ன அது?" என்றார்.

"ஒரு பறவை" என்றது மரம், தணிந்த குரலில். "கீழ்த்திசை யிலிருந்து அது பதறியபடி வந்து என் கிளைமீது அமர்ந்தது. சிறிய

என் வலுவான கிளையையே நீட்டினேன்... ஆயினும் அதன் வேகம்..." "எங்கே அது?" "பயந்துவிட்டது. உங்கள் சாபத்தை எண்ணி கலங்கி மறைந்துள்ளது."

சிறிய கிரௌஞ்சம் பயந்த மணிக் கண்களுடன் முன்னால் வந்தது.

"என்ன?"

"குருக்ஷேத்திரத்தில்..."

ரிஷி ஒரு கணம் பதறினார். நிதானப்படுத்திய பிறகு, "கூறு" என்றார்.

"தண்டகாரண்யத்திலிருந்து உபவேதாசலம் நோக்கிப் பறக்கும்போது குருக்ஷேத்ரத்தைக் கடந்து சென்றேன். அப்போது ஒரு காட்சி..."

"உம்..."

"தொலைவிலிருந்து பார்க்கும்போது ஒரு வினோதமான பறவை கரிய சிறகுகளைச் சுழற்றியபடி வானில் பறந்து களிப்பது போலவும், பற்பல சிறு பறவைகள் அதைச் சுற்றிக் கும்மாள மிடுவது போலவும் தோன்றியது. அது ஒரு மனிதத் தலை. கீழேயிருந்து சிறு பறவைகள் போல இறகதிர வந்து மோதிய அம்புகளால் வானில் நிறுத்தப் பட்டிருந்தது அது..."

"போதும்!" என்று பிருகத்காயன் கூவினார். பாறை பிளக்கும் ஒலியுடன் முன்னோக்கிப் பாய்ந்து புள்ளில் புகுந்து வான எழுகையில் தன் உடல் மடங்கி சாலமரத்தடியில் விழுவதை அவர் காணவில்லை.

மேகவரிகளால் விரிந்து வான்மீது எழுதப்பட்ட எல்லையற்ற தியான மந்திரம் ஒன்றினூடாக, ஒன்றாத தனிப்பிரக்ஞையென பறந்து சென்றார். குருக்ஷேத்திர ரண பூமியின் இரைச்சல் கேட்க ஆரம்பித்தது. சங்குகளும் முரசுகளும் கொம்புகளும் ஒலித்தன. கொடிகள் மலரிதழ்கள்போல நெளிய, வாட்களும் தேர் முகடுகளும் நீர் நெளியும் ஒளிபோல பளீரிட, அது போரா

இல்லை திருவிழாவா என்று அவ்வுயரத்திலிருந்து கணிக்க முடியவில்லை.

காகபட்சமாக வெட்டப்பட்ட கருங்கூந்தல் அலைய வானில் சுழலும் அந்தத் தலையை, "மகனே ஜயத்ரதா" என்ற அடிவயிற்று வீறிடலுடன் ரிஷி நெருங்கினார். அந்தத் தலை நீரின் மீது மிதக்கும் நெற்று போல அலைக்கழிந்தது. சிறு சிறகுகளை அடித்தபடி, பரிதவித்துக் கூவியபடி, பிருகத்காயன் அதைச் சுற்றிப் பறந்தார். தலை திரும்பிய ஒரு கணத்தில் அவரைப் பார்த்தான். முதலில் திகைப்பும் பிறகு ஆழ்ந்த துயரமும் அவ்விழிகளில் ஏற்பட்டன.

"மகனே?" என்று வீறிட்டழுதார் ரிஷி. "உனக்கு இந்நிலையா? என் ஆத்மா நொறுங்குகிறதே..."

"எனக்கு இது உள்ளூரத் தெரிந்திருந்தது என்று இப்போது தெரிகிறது தந்தையே" என்றான் ஜயத்ரதன். "இம்முடிவை நோக்கி நான் ஏழு குதிரைகள் பூட்டப்பட்ட ரதத்தில் வந்து கொண்டிருந்தேன்."

"மகனே! இந்தக் குருக்ஷேத்ரத்தையும் பாரத வர்ஷத்தையும் இப்பாழும் பூமியையும் சுட்டெரித்துவிடும் தவ வலிமை இந்தப் பாவிக்கு இல்லையே.."

"நீங்கள் எனக்கு இப்போது செய்ய வேண்டிய உதவி ஒன்றுதான் தந்தையே" என்றான் ஜயத்ரதன். "என் வாழ்வைத் திரும்பிப் பார்க்கிறேன். திரௌபதி மீது காமம், பார்த்தன் மீது குரோதம், சுயோதனனின் மண் மீது தீராத மோகம். மூன்று தாகங்களால் முடிவில்லாமல் பாலைமீது துரத்தப்பட்ட எளிய மிருகம். தந்தையே, எனக்கு இப்பிறவியே போதும். அடுத்த பிறவியில் என்னை இக்கொடும் தாகங்கள் துரத்தக்கூடாது..."

"சொல் மகனே, உனக்கு என்ன வேண்டும்? நான் என்ன செய்ய வேண்டும்?"

"இதற்கெல்லாம் காரணமானவன் யார்? யாரிடமுள்ளது என் ஆத்மாவில் பதிந்துள்ள இந்த விஷ அம்பின் வில்? அவனும் அழியவேண்டும். அந்த மூலகாரணமும் துளிகூட மிச்சமின்றி அழியவேண்டும்."

"ஆம். உன் இச்சை இயல்பானதுதான்" என்றார் ரிஷி. "உன் ஆசையே எனது கடமை."

கீழிருந்து அம்புகள் வந்தபடியே இருந்தன. ஒவ்வொரு அம்பும் தைக்கும் போது ஜயத்ரதன் உதடுகளை அழுத்தியபடி முனகினான். அம்முனகல் ரிஷியின் உயிரின் ஆழத்தை மோதியது. "வலிக்கிறதா குழந்தை?" என்று பதறியபடி சுற்றிப் பறந்தார். ஜயத்ரதன் நீர் நிரம்பிய கண்களை விழித்துப் பார்த்தான். "போரில் காயங்கள் வலிப்பதில்லை. நிராயுதபாணிக்கு தென்றலும் அம்பு தான்" ஏளனத்துடன் அவன் உதடுகள் மடிய, இன்னொரு அம்பு அவனை அறைந்தது. "அம்மா" என்று வீறிட்டலறியபடி காற்று வெளியில் சுழன்று சென்றான்.

"மகனே" என்று கதறியபடி ரிஷி பின்தொடர்ந்தார். மனத்தில் கடும் விஷம் ஊறி நிரம்பியது. "மகனே, பதினேழு வருடக் கடும்தவத்திற்குப் பிறகு உன்னை நான் பெற்றபோது பிரம்மா அளித்த வரம் ஒன்றுள்ளது. உன் சிரம் மண்ணில் விழுந்தால் அதை நிகழ்த்தியவர்களின் சிரங்களும் வெடித்துச் சிதறும். நீ மண்ணுக்கு இறங்கி விட்டாலே போதும். உன் கடன் தீர்ந்துவிடும்..."

"ஆனால் இந்த அம்புகள்..."

"நான் உன்னை மண்ணில் இறக்குகிறேன். மகனுக்குத் தந்தை ஆற்றும் கடைசிக் கடமை இதுவாக இருக்கட்டும்."

"சீக்கிரமாக. இந்த அந்தரத்தில் ஒவ்வொரு கணமும் ஒரு யுகம்"

கிரௌஞ்சம் சரிந்து கீழிறங்கியது. வாட்களும் வேல்களும் கிளையிலை நுனிகளாக அறுக்க, அம்புப் புட்கள் பறக்கும் குரோதம் கொண்ட உலோகத்தின் காடு. பறவை வானரக் கொடி பறந்த தேர்மீது இறங்கியது. தேரிலிருந்த சிற்ப வேலைப்பாடு களில் புகுந்த மலரேந்திய கந்தர்வனாகக் கண் திறந்தது. உரத்த குரலில், "வீரம் என்றால் இதுவே வீரம்! அறியட்டும் பாரத வர்ஷம்!" என்றது.

கண்ணன் முகத்தில் புன்னகை பரவியது. "பார்த்தா, உன் வீரத்திற்குச் சான்றாக ஒரு குரல் எழுகிறதே கேட்டாயா?"

"ஆம்" என்றான் நாண் பூட்டி சரம் எய்த பார்த்தன். "யார் அது?"

"ஒரு கிரௌஞ்சம்" என்றான் கண்ணன். "அம்புகளை கிரௌஞ்சங்களல்லலா நன்கறியும்?"

தேர்ச்சிற்பங்களிலிருந்து ரிஷி முகம் ஒன்று உயிர்பெற்றது. "ஆம் அம்பும் ஒரு பறவையே. அதன் ஆத்மா வில்லின் நாணில் உள்ளது. அதன் உணர்வுகள் இறுகி நெகிழும் தோள் தசைகளில் உள்ளன. மண்ணில் ஒருபோதும் இவ்வுச்சம் நிகழ்ந்ததில்லை. சொற்கள் சரங்களும் விண் நோக்கி எழுந்ததுண்டு. ஆனால் மண்ணுக்குத் திரும்பாத ஏதும் மண்ணில் இல்லை. பார்த்தா, நீ பெரும் வீரன். இதோ ஒரு உச்ச கணத்தை நிரந்தரமாக விண்ணில் நிறுத்தியிருக்கிறாய். அது என்றென்றும் அங்கேயே நிற்பதாக! உன்னை வாழ்த்துகிறேன்."

கண்ணன் புன்னகையுடன் பார்த்தனைப் பார்க்க அவன் முகத்தில் கோபம் சிவந்தது. "உன் அம்பறாத்தூணியில் ஒருபோதும் சரங்கள் குறைவுபடாதிருக்கட்டும். உன் நாண் ஒருபோதும் தொய்வுறாதிருக்கட்டும்."

"யார் நீ? எதற்கு இங்கு வந்தாய்?" என்றான் அர்ச்சுனன், கோபம் வெடித்த குரலில்.

"தீராத அம்புகளுடன் நீ ரணபூமியில் சிரஞ்சீவியாவதைக் காண வந்தேன்" என்றார் ரிஷி.

அர்ச்சுனனின் காண்டீபம் தணிந்தது. "பார்த்தா..." என்றான் கண்ணன்.

"இல்லை கண்ணா, என் கோபத்தின் இலக்கு கூர்மையடைய மறுக்கிறது."

ஜயத்ரதன் சிரம் மண்ணை நோக்கி வர, கௌரவர் சேனையில் ஆர்ப்பரிப்பு கிளம்பியது.

"விளைவை அறிவாயா?"

"இனி என்னிடம் குரோதம் மிச்சமில்லை கண்ணா... பல்லாயிரம் அம்புகளுக்குப் பிறகு."

"அபிமன்யுவை மறந்துவிட்டாயா?"

காண்டீபம் கர்ஜனை செய்தது. ஜயத்ரதனின் சிரம் விண்ணில் தெறித்துப் பறந்தது.

ரதச் சிற்பங்களிலிருந்து ஒரு நாகம் உயிர் பெற்றது. "நீ புலன்கள் மீது இறுதி வெற்றியைப் பெற்ற வீரன். மண்ணின் குரோதத்தை எவரும் இத்தனை தூரம் விண்ணுக்குக் கொண்டு சென்றதில்லை. நீ வாழ்க!"

காண்டீபச் சுருதி பிசகியது.

"பார்த்தா, திரௌபதியின் பெயர் கூறி அந்த அம்பை விடு" என்றான் கண்ணன்.

"இல்லை கண்ணா, என்னால் முடியவில்லை" என்று பார்த்தன் தளர்ந்தான்.

"குரோதத்தால் கட்டப்பட்ட படிக்கட்டுகளினூடாகவே க்ஷத்ரியன் சொர்க்கம் போகிறான். என்றுமழியாத புகழுலகுக்கு உன்னை வரவேற்கிறேன்" என்றது இளித்தபடி புடைத்து வந்த பாதாள பூதம் ஒன்று.

ஜயத்ரதன் சிரம் மேகங்களிலிருந்து சரிந்திறங்கியது.

"பார்த்தா, தீராத பெரும் குரோதங்கள். சில இன்னமும் மீதியுள்ளன" என்றான் கண்ணன். "எடு உன் அம்பை."

பார்த்தன் நடுங்கும் கரங்களுடன் அம்பை எடுத்தான்.

"பிருஹத்தனுவின் பெயரைச் சொல்லி அதை அனுப்பு."

தேரில் ரிஷி முகம் ஒன்று பதறி விழித்தது. அம்பு ஜயத்ரதனை விண்ணில் தூக்கிச் சென்றது.

கண்ணனின் புன்னகை பெரிதாகியது. "ரிஷியே, இப்போது உமக்குப் புரிந்திருக்கும். உமது மைந்தனின் ஒவ்வொரு தீய செயலும் உமது மூதாதையரின் ஆத்மாக்களில் ஆறாத ரணமாக

உள்ளது. அந்த எரியும் சினம் இன்னும் பல தினங்கள் உமது மகனை விண்ணில் நிறுத்தும்...''

“இவர் பிருஹத்காய ரிஷியா?'' என்று அர்ச்சுனன் திடுக்கிட்டான். “என்னை ஆசீர்வதியுங்கள் ரிஷியே. நெஞ்சறிந்து எந்தத் தீமை நான் செய்யவில்லை.''

“ஆம். அதை நன்கறிவேன். உனக்கு என் பூரண ஆசி என்றுமுண்டு பார்த்தா'' என்றார் ரிஷி. “ஆனால், இது தந்தையாக என் கடமை.''

“பார்த்தா, பிரகதீஷுவின், அஜமீளனின், ஹஸ்தியின், பிருகத்ஷத்ரனின், ஸுகேதுவின், கர்த்யனின் பெயர்களைச் சொல்லி தன் அம்புகளை அனுப்பு'' என்றான் கண்ணன். “அறிவீரல்லவா ரிஷியே இப்பிறவியில் ஒருவன் செய்யும் தர்மமீறல்கள் அவனுடைய ஏழுமுன் தலைமுறைகளைப் பாபத்திலாழ்த்துகின்றன....''

“அவன் என் மகன். என்னைப் பொறுத்தவரை அதுவே அனைத்தையும்விடப் பெரிய உண்மை. பிரம்மத்தைவிடப் பெரிய உண்மை.''

“ரிஷியே, மெய்மையின் வாசல் எண்ணற்ற தாழ்களால் மூடப்பட்டுள்ளது. இறுதித் தாழ் மிகமிக வலுவானது. பிறவிகள் தோறும் தொடர்வது. உனக்கு அது உதிர பாசம்...''

“ஆம். அறிவேன். ஆனால் என் உதிரமே நானறிந்த மெய்மை'' என்றார் பிருகத்காயன். “கண்ணா, மாயக்காரா, ஒன்றை நீ மறந்து விட்டாய். ஈடு இணையற்ற தவ வல்லமையை நான் திரட்டி வைத்திருக்கிறேன். என் மகனுக்காக அதை துறக்கிறேன். ஆம், என் மூதாதையர் சாபங்களையெல்லாம் நான் ஏற்கிறேன். முடிவற்ற காலத்திற்கு என் ஞானம் இருள்வதாக! ஓம் தத் சத்.''

“மகரிஷியே, என்ன காரியம் செய்துவிட்டீர்கள்?'' என்று அர்ச்சுனன் பதறினான். “வேண்டாம். நான் பின்வாங்கி விடுகிறேன்.''

“பார்த்தா, என்ன பேசுகிறாய்? ஜயத்ரதன் யார்? கௌரவரின்

விஷக்கொடுக்கு. அபிமன்யு நிராயுதபாணியாயிருக்கையில் மண்டையிலடித்துக் கொன்றவன். திரௌபதியை...''

''இல்லை கண்ணா, இந்த மாபெரும் தியாகத்திற்கு முன் எதற்குமே பொருளில்லை'' காண்டீபம் அர்ச்சுனன் காலடியில் சரிந்தது. கௌரவப்படை ஆர்ப்பரித்தது.

''பார்த்தா, உன் கடமைகளை நினைத்துப் பார். இந்தத் தர்ம அதர்மப் போரில்...''

''இல்லை. எதற்குமே பொருளில்லை. இந்தப் பாசப் பெரு வெள்ளத்தின் முன் எதுவும் நிற்க முடியாது. கோபங்கள், வஞ்சங்கள் தர்ம நியாயங்கள் எதுவும்... இவர் மகனைக் கொன்ற பாபத்திற்காக நான் தலைவெடித்து அழிவதே முறை!''

கண்ணன் எழுந்தான். அவன் கண்களில் அபூர்வமாகவே தெரியும் முடிவின்மையின் கூரிய ஒளி எழுந்தது. ''காண்டீபத்தை எடு பார்த்தா!'' என்று குரல் முழங்கியது. ''பிருகத்காய மகரிஷி யின் அந்தரங்க நெருப்பை எண்ணி உன் அம்பை விடு.''

உடல் பதற எழுந்து திகைத்து, பின்பு கண்ணீருடன் காண்டீபத்தை எடுத்துப் பூட்டி, பிடி பதறும் கரங்களால் அம்பைத் தொடுத்தான் பார்த்தன். பேரொலியுடன் எழுந்த அம்பு மேகங்களைப் பிளந்து ஜயத்ரதன் தலையை அறைந்து அதைத் தொலைவெளியை நோக்கிச் சிதறடித்தது.

ரிஷிமுகம் திக்பிரமை பிடித்து அமர்ந்திருந்தது.

கண்ணன் புன்னகையுடன், ''இன்னும் ஓராயிரம் வருடங் களுக்கு விண்வெளியின் இருண்ட ஆழங்களுக்குள் அச்சிரத்தை நிறுத்த அந்த ஒரு அம்பு போதும் பிருகத்காயரே'' என்றான்.

ரிஷி தன்னிலை பெற்றார். ''கண்ணா, நீ யாரென அறிவேன். என் ஞானத்தை உன் கால்களில் வைத்து சரணடைகிறேன்.''

''சமந்த பஞ்சகத்திற்குச் செல்லுங்கள். அந்த சாலமரத்தடியில் உமது கரங்களை விரித்து நில்லுங்கள். ஜயத்ரதன் சிரம் அதில் வந்து விழும். அதை மண்ணில் இறக்க வேண்டியவர் நீர்தான்.''

வெகுநேரம் கழித்து ரிஷி, "ஆம், புரிகிறது. எல்லாம் தெளிவடைகிறது" என்றார். தேர்த்தட்டிலிருந்து கிரௌஞ்சம் சிறகடித்தெழுந்தது. வானில் மறைந்தது.

குருக்ஷேத்ர ரணபூமி இருண்டு அடங்கியது. தூரத்து நகரங்கள் உயிர் பெற வினை முடித்து ஆடுகளம் விட்டு திரும்பினர் வீரர்கள்.

அவர்கள் கைவிட்டவற்றாலும் இழந்தவற்றாலும் நிரம்பி யிருந்தது மண். தங்கள் பாடி வீடுகளில் அவர்கள் ஆழ்ந்துறங்கிய பிறகு பாதாள இருளிலிருந்து கண்கள் ஒளிர நாய் நரிகளும் பூதகணங்களும் எழுந்து வந்தன. விண்ணாழத்து உக்கிர வெளி யிலிருந்து இறங்கிச் சிதைகள் தோறும் கோயில் கொண்டது நெருப்பு.

***

பத்ம வியூகம்

1

தூண்டு விளக்கேந்திய தாதி கதவை ஓசையின்றித் திறந்து, உள்ளே வந்தாள். அவளிடம் தீபமிருந்ததனால் அறையின் இருட்டு மேலும் அழுத்தமானதாகப் பட்டிருக்கக்கூடும். படுக்கையைக் கூர்ந்து பார்த்தாள். சற்றுப் புரண்டு அசைவு காட்டினேன். அணைந்து விட்டிருந்த கன்யா தீபத்தை ஏற்றிவிட்டு, கை விளக்குடன் என்னை நெருங்கினாள். குனிந்து மெல்லிய குரலில், "நேரமாகி விட்டது மகாராணி" என்றாள்.

"என்ன?" என்றேன். தொண்டைக்கும் நாவுக்கும் பேச்சே பழக்கமில்லாதது போலிருந்தது.

என்மனமோ பெரும் கூக்குரல்களினாலும் அலறல்களினாலும் நிரம்பி வழிந்து கொண்டிருந்தது. அப்பிரவாகத்திலிருந்து ஒரு துளியை மொண்டு உதடுகளுக்குக் கொண்டுவரப் பெருமுயற்சி தேவைப்பட்டது.

"விடிந்து வருகிறது. பிரம்ம முகூர்த்தத்தில் கிளம்பவேண்டும் என்று உத்தரவு" என்றாள் தாதி.

"எங்கு?" என்றேன். என்னால் எதையுமே யோசிக்க முடியாதபடி மனம் ஓலமிட்டுக்கொண்டிருந்தது.

தாதி தயங்கினாள். உதடுகளை ஈரப்படுத்தியபடி, "இன்று இளவரசருக்கு நீர்க்கடன்" என்றாள்.

குளிர்ந்த உலோகப் பரப்புள்ள வாள் ஒன்று என் அடிவயிற்றில் பாய்ந்தது போலிருந்தது. மனம் ஒரு கணம் நின்றுவிட, ஏற்பட்ட அமைதி வலிபோல் என் உடம்பெங்கும் துடித்தது. பிறகு விம்மல்கள் என் வயிற்றை அதிரவைத்தபடி எழுந்தன. மார்பை மோதி, தொண்டையை இறுக வைத்தன. உதடுகளைக் கடித்துக் கொண்டேன்.

தாதி குனிந்து, "மகாராணி" என்றாள். என்ன சொல்வது என்று அவளுக்குப் புரியவில்லை. நான் என்னை இறுக்கி, அனைத்தையும் உடலுக்குள் அழுத்திக்கொண்டேன். ஒரு சில கணங்கள் அப்படியே அமர்ந்திருந்தேன். என் குரல் பிறகு நிதானமாகவே வெளிப்பட்டது. "ஏற்பாடுகள் எல்லாம் ஆயிற்றா?" என்றேன்.

"ஸ்தேதவனத்திலிருந்து பட்டத்துராணியும் பிறரும் நேராக கங்கைக் கரைக்கே வந்து விடுவார்களாம்."

எழுந்தேன். உடல் மிகவும் கனமாக இருந்தது. சம நிலையிழந்து துவண்டது. தாதி என்னைப் பிடிக்கலாமா என்று யோசித்து முன்னகர்ந்தாள். வேண்டாம் என்று கையை அசைத்தேன். மெதுவாக நடந்தேன். அரண்மனை அமைதியாக இருந்தது. தீபங்கள் நீரில் மிதப்பவைபோல அலைய, தாதிகள் நடமாடினார்கள். இரவுக்குரிய ஒலிகள் வெளியே கேட்டபடி இருந்தன. இளம் தாதி ஒருத்தி வந்து "நீராட ஏற்பாடுகள் செய்துவிட்டேன்" என்றாள்.

இளம் வெந்நீர் உடலைத் தழுவி வழிந்தது. மனம் அதில் சிறிது இளைப்பாறுவது ஆச்சரியமாக இருந்தது. கூந்தலைத் துவட்டிவிட்டு வெண்ணிற உடைகளை அணிந்துகொண்டேன். ஒரேயொரு வைர மாலையை மட்டும் அணிந்தேன். சிதையிலும் நான் நகைகளை அணிந்தாக வேண்டும். நான் சுபத்திரை. பாண்டவ குலத்தின் மகாவீரனின், உபசக்ரவர்த்தியின் பத்தினி. யாதவகுலத் தலைவனின் தங்கை. அந்த இரு வேடங்களையும் ஒருபோதும் நான் கழற்ற முடியாது. என் மகன் போர்க்களத்தில் இரும்புக்கதையால் மண்டை உடைபட்டு, உடல் முழுக்க அம்புகள் தைத்திருக்க, விழுந்து கிடப்பதைப் பார்க்க நேர்ந்தபோதுகூட அதை மறக்க நான் அனுமதிக்கப்படவில்லை. செய்தியைக் கூற

அன்று அண்ணாவே வந்தார். எப்போதுமுள்ள தன்னம்பிக்கை நிறைந்த அந்தப் புன்னகை. அமைதியான குரல். "சுபத்திரை, நீ யாதவ இளவரசி, பாண்டவ ராணி. அதை நீ ஒருபோதும் மறக்க மாட்டாய் என்று தெரியும்..." பிற தாய்மார்களையும் மனைவிகளையும் போல் மார்பிலும் வயிற்றிலும் அறைந்தபடி, தலைவிரிகோலமாக ஓட முடியவில்லை. அபிமன்யுவின் உடல்மீது விழுந்து கதற முடியவில்லை. அவன் பால் குடித்த இந்த மார்புகளை அறைந்து அறைந்து உடைத்திருந்தேனென்றால் என்னால் தூங்க முடிந்திருக்கும். எப்போதும் அண்ணாவின் பார்வை உடனிருந்தது. அவரது அழுத்தமான சொற்கள். அனைத்துமறிந்த நிதானம். "சுபத்திரை, பசுக்கள் திமிறும் திமில்களை கருத்தரிக்கின்றன. குதிரைகள் மண்ணை மிதித்துப் பாயும் நான்கு குளம்புகளை கருத்தரிக்கின்றன. ஷத்திரியப் பெண்கள் வீர மரணம் அடையும் மகாபுருஷர்களை கருத்தரிக்கி றார்கள்." அவரை எப்படி வெறுத்தேன் அன்று! வாழ்நாளில் முதல் முறையாக அவருடைய இனிய குரல் எனக்கு நெருப்பாகப் பட்டது. அவருடைய நிதானம் அருவருப்பைத் தந்தது. அவருடைய தர்மோபதேசம் மாறாத நியாயங்கள், சுற்றி வளை க்கும் தருக்கங்கள். அவர் மனிதர் அல்ல. வெறும் ராஜதந்திரி. உறவு கிடையாது, பாசம் கிடையாது. நெகிழ்ந்துருகி கன்னத்தில் வழியும் ஒரு துளி கண்ணீரை அவர் அறிய மாட்டார். அழகிய சொற்றொடர் ஒன்றை அவர் அத்தருணத்தில் கூறக்கூடும்.

"அண்ணா எங்கிருக்கிறார்?"

"கண்டவனத்தில் சக்ரவர்த்தியுடன் தங்கியிருப்பதாக சொன்னார்கள்."

நான் கேட்கவேண்டிய அடுத்த கேள்விக்காக தாதி காத்திருந்தாள்.

"அவர்?"

"இரவு இரண்டாம் நாழிகைவரைகூட இருந்தார் என்று சொன்னார்கள். பிறகு ரதத்தில் ஏறி..."

"சரி" என்றேன். தாதி பின்வாங்கினாள். ஆம், அவர் இன்றிரவு

திரௌபதியை நெருங்க முடியாது. புண்பட்ட புலிபோல் அவள் இருப்பாள். அவளை யாருமே நெருங்க முடியாது. கிருபரும் அஸ்வத்தாமாவும் வைத்த நெருப்பில் அவளுடைய ஐந்து புதல்வர்களும் உயிரோடு எரிந்தார்கள். அதை தன் கண்ணால் பார்க்கும் சாபம் பெற்ற பிறவி அவள். என்ன செய்துகொண்டிருப்பாள் இந்நேரம்? வாளெடுத்து ஆயிரம் பேரின் இதயத்தைக் கிழித்து, அந்த உதிரத்தில் நீராடினால் ஒருவேளை அவள் மனம் ஆறக்கூடும். ஆரிய வர்த்தத்தையே சாம்பலாக்கினால் அவள் மனம் ஆறக்கூடும். இந்நிலையில்கூட அவளைப் பற்றி இப்படித்தான் எண்ணத் தோன்றுகிறது. அவள் தன் புதல்வர்களை இழந்த செய்தியைக் கேட்டபோதுகூட முதன் முதலில் மனதில் எழுந்தது திருப்திதான். அழட்டும். அடிவயிறு பற்றியெரியட்டும். அவளுடைய ஆங்காரமல்லவா இந்த ஆரியவர்த்தத்தில் பேரழிவை விதைத்தது. அத்தனைக்கும் பிறகு மணிமுடி சுடர அவள் சக்கரவர்த்தினியாக சிம்மாசனமேறி அமர்ந்து சிரிக்க வேண்டுமா? தர்மம் அதற்கு அனுமதிக்குமா? வைரமுடியின் ஒளி அவள் முகத்தில் விழும்போது கண்கள் கலங்கிக் கலங்கி கண்ணீர் உகுக்க வேண்டும். பாரதவர்ஷம் அவள் பாதங்களைப் பணியும்போது அவள் உடல் எரிய வேண்டும். சப்ரமஞ்சக் கட்டிலில் மலர்ப் படுக்கைமீது ஒரு நாள்கூட அவள் நிம்மதியாக தூங்கக்கூடாது. என் குழந்தை களத்தில் சிதைந்து கிடப்பதைக் கண்டபோது; ஒரு கணம் அக்காட்சி உச்சமாக, அருவருப்பாக, அந்நியமாகத் தோன்றி என்னை உறைய வைத்த பிறகு, அந்த குளிர்ந்த வெட்டு என் வயிற்றில் பதிந்தபோது; அடிப்பாவி என் குழந்தையை பலிவாங்கி விட்டாயே என்றுதான் கூவினேன். என் குரல் என் மனதுக்குள்ளேயே ஒலித்து அடங்கியது. உறைந்த ரத்தம் கரிய தடாகமாக செம்மண்ணில் பரவியிருக்க, அதன் மீது கிடந்த உடலில் நான் என் கையால் அணிவித்த மஞ்சள் மேலாடை கிடந்தது. ஆனால் அந்த முகம்! அது என் குழந்தையல்ல. அந்தக் கணங்களில் அந்த விலகல்தான் எவ்வளவு ஆறுதலூட்டுவதாக இருந்தது. இது அபிமன்யு இல்லை. அவன் வேறு எங்கோ இருக்கிறான். எந்தக் கணத்தில் வேண்டுமானாலும் என்முன் தோன்றி ஏமாந்துவிட்டாயா என்று சிரிப்பான்.

பத்ம வியூகம் ✣ 57

எப்படி சிரிப்பான்! உதடுகள் சிறியவையாக, சிவப்பாக இருக்கும். மேலுதட்டின் இளநீல மயிர் மட்டும் இல்லை யென்றால் பச்சைக் குழந்தைதான். சிரிக்கும்போது சிறிய கண்களை பாதி மூடிவிடுவான். வலுவான அகன்ற தோள்களை குலுக்குவான். எப்போதும் சிரிப்புதான். எதற்கெடுத்தாலும் கிண்டல். என் தோள்களைப் பிடித்து உலுக்குவான். அவனுக்காக அச்சம் மிகுந்தவளாக, மடமை நிரம்பியவளாக என்னை யறியாமலேயே நான் வேடமிடுவேன். கனத்த கரங்கள். வடு நிரம்பிய முழங்கை. அண்ணாந்து பார்க்க வைக்கும் உயரம். அகன்ற மார்பு. அதைப் பார்த்ததும் மனம் மலரும். மறுகணம் கண்பட்டுவிடுமோ என்று சுருங்கும். முன்பின் தெரியாத உத்வேகம் அவனுக்கு. அன்னையின் மனம் தவிப்பது ஒரு போதும் அவனுக்குத் தெரிவதில்லை. அவன் நடக்கத் தொடங்கிய நாள்முதல் தொடங்கிய அவஸ்தை அது. சாளரத்தில் ஏறி, பரணில் தொற்றி, தொங்கியபடி வீரிட்டலறும். ஏணியில் ஏறி உச்சிப்படியில் நின்று சிரிக்கும். பலாமரத்துக் கிளைகளின் நுனியில் தொங்கி ஆடி அடுத்த கிளைக்குச் செல்வான். தென்னை மரத்திலிருந்து கங்கை நீரில் தலைகுப்புற குதிப்பான். குதிரை மீதமர்ந்து நீரோடைகளை பறந்து தாண்டுவான். வாளைச் சுழற்றி மேலே வீசி கீழே நின்று பிடிப்பான். மதம் பிடித்த யானையை அடக்கி ஏறி அமர்வான். "அபிமன்யு, அபிமன்யு கவனம் கவனம்!" இதுவே என் தாரக மந்திரமாக ஆயிற்று. வேகம்தான் எப்போதும். எந்த நிமிடமும் மூடப்பட்ட கதவுகளை உதைத்துத் திறக்கத் துடிப்பவனைப் போல. "அவசரப்படாதே அபிமன்யு" என்று எத்தனை தடவை கண்ணீருடன் மன்றாடியிருப்பேன். உதிரம் வழிய வந்து நிற்பான். எலும்பு உடைந்து படுத்துக் கிடப்பான். என் குழந்தைக்குத் தெரிந்திருந்தா இவ்வளவுதான் தன் நாட்கள் என்று? அய்யோ, என் செல்வத்தை நான் கண்ணாரப் பார்க்கவேயில்லையே. மார்போடணைத்து திருப்தி வர முத்த மிட்டதில்லையே. இந்த ஆபகரணங்கள், பட்டாடைகள், மகா ராணிப்பட்டம் எல்லாவற்றையும் வீசிவிட்டு என் குழந்தை யுடன் பத்து நாள் எங்காவது இருக்கிறேன். அடர்ந்த காட்டில் ஒரு குடிலில். அவனுக்கு பாத சேவை செய்கிறேன். அவன் தூங்க, விழித்திருந்து கண் நிறைய அவனை பார்க்கிறேன்.

அவன் என்னை அம்மா என்று அழைப்பதை மீண்டும் கேட்டால் போதும். ஆசை தீர ஆயிரம் முறை கூப்பிடச் சொல்லிக் கேட்டால் போதும். பிறகு அவனை கொண்டு செல்லட்டும். இல்லை; அவனுக்குப் பதில் நான் வருகிறேன். போதும் இனி எனக்கு இங்கு எதுவும் மிச்சமில்லை.

"தேர் வந்துவிட்டது. மகாராணி" என்று தாதி வந்து சொன்னாள். நான் எழுந்து மெல்ல வாசலை நோக்கி நடந்தேன்.

2

குளிராக இருந்தது. வானமெங்கும் நட்சத்திரங்கள் விரிந்து கிடந்தன. பூமியை மாறாத காதலுடன் பார்க்கும் ரிஷி களின் கண்கள். என்னதான் பார்க்கிறார்கள் அப்படி? மண்ணில் மனிதர்கள் கொள்ளும் துயரங்கள் அவர்களுக்கு அத்தனை மகிழ்வூட்டுகின்றனவா என்ன? அவர்கள் ரிஷிகள். பந்தபாசங் களை வென்றவர்கள். பாமர மனதின் துக்கம் அவர்களுக்கு புரியாது. ஆகவேதான் அங்கிருந்தபடி தர்ம நியாயங் களை தீர்மானிக்கிறார்கள். அண்ணாவும் ரிஷிதான். சதுரங்கம் விளையாடும் ரிஷி. வெற்றிமீது மட்டும் பற்றுக்கொண்ட ரிஷி. மனிதர்களும் பேரரசுகளும் சதுரங்கக் காய்கள்.

தேர் நிதானமாக ஓடியது. பிரதான வீதி ஓய்ந்து கிடந்தது. தூசி மணம் நிரம்பிய குளிர்ந்த காற்று உடைகளை சிறகுகளாக படபடக்கச் செய்தது. இன்னமும் இரவின் ஒலியே கேட்டது. அவ்வப்போது சில பறவைகளின் ஓய்ந்த ஒலிகள். வீடுகளில் விளக்குகள் அலைய ஆட்கள் நடமாடுவது தெரிந்தது. ஆனால் குரல்கள் இல்லை. ஒருவேளை இந்த நகரமே இன்று நீர்க் கடனுக்கு தயாராகிறது போலும். எத்தனை ஆத்மாக்களை இன்று கங்கை வாங்கிக் கொள்ளுமோ? அவற்றை கடலுக்குக் கொண்டு செல்லும் சக்தி அவளுக்கு இருக்குமா? முலையூட்டிய மார்பில் பிணங்களை சுமந்து செல்லும் விதி அவளுக்கு.

காற்று வேகமடையும்போதெல்லாம் எண்ணங்கள் பிய்ந்து ரதத்திலிருந்து பறந்து பின்னோக்கிச் செல்வதாகப் பட்டது. மெல்ல முகத்திலறையும் காற்றின் வேகத்தில் தெரியும் ரத வேகம் மட்டும் மனதில் எஞ்சியது. தரையில் கால்படாத குதிரை போல மனம் அந்த ரதத்துடன் சேர்ந்து ஓடியது. காலமும் இடமும் கரைந்து போய் எங்கு வேண்டுமானாலும் நான் செல்ல முடியும் என்று பட்டது. என் உடலின் எடை குறைந்தது. என் தசைகள் மென்மையும் இறுக்கமும் கொண்டன. என் சிரிப்பில்

அதிர்வும் குரலில் குழைவும் ஏறியது. அப்போதுதான் நான் சுபத்திரை என்று உணர்ந்தேன். ஆம், நான் அணிந்திருப்பது ஒரு வேடம். இந்த கனத்த உடல் ஓர் ஆடை, இதை கழற்றி வீசிவிட்டால் நான் சிற்றோடைகள் மீது ரதத்துடன் சேர்ந்து பறக்கும் சுபத்திரை. இரு கைகளிலும் வாளேந்தி இருவரிடம் போரிடும் யாதவ இளவரசி. ரைவத மலையின் கிரி பூஜையன்று தோழிகளுடன் மதுவருந்திவிட்டு கும்மாளமிடுபவள். வெறி கொண்டு புரவிமீதேறி உருளும் பாறைகள் நிரம்பிய மலைச் சரிவில் காற்றாக இறங்குபவள். இது எல்லாம் கனவு. விழித்துக் கொண்டால் நான் துவாரகையில் என் அறையில் இருப்பேன். சுதர்மையும் கிரிஜையும் பக்கத்து அறையிலிருந்து வருவார்கள். வாட்போர் கற்றுத் தந்த அக்ரூரர் தாத்தா, பிரியத்துடன் கதை சொல்லும் சாத்யகி மாமா, கண்டிப்பான சாம்பன் மாமா... எப்போதும்கூட இருக்கும் தோழனாக அண்ணா. குறும்பும் முரட்டுத்தனமும் பாசமும் நிரம்பியவன். எதை வேண்டு மானாலும் செய்யக்கூடிய மதிநுட்பம் வாய்த்தவன். அண்ணா, நீதான் எப்படி மாறிவிட்டாய்!, உன் கண்களில் மாறாமல் தெரிந்த அந்தக் குறும்பு எங்கே?

ரதம் குலுங்கியது. பிறகு மீண்டும் வேகம் எடுத்தது. இதே போன்ற ஒரு மத்ஸ்ய ரதத்தில்தான் துவாரகையை விட்டு வந்தேன். ரதத்திற்குள் கையில் நாணேற்றப்பட்ட வில்லுடன் அன்று சற்றும் அறிந்திராத, எனக்கு மாறாக புதிராகத் தோன்றிய, மாவீரன் இருந்தான். பின்னால் அக்ரூரரின் தலைமையில் யாதவப் படை துரத்தி வந்தது. அம்புகள் சிறு பறவைகள்போல வந்து தரையிறங்கின. ரதத்தில் நாணொலியின் டங்காரம். குறிதவறாத அம்புகள் பட்டு யாதவர்கள் குதிரை மீதிருந்து பாறைகள் நிரம்பிய மண்ணில் விழுந்து அலறினர். மனதில் களிவெறி ஏறியபடியே வந்தது. கிரிபூஜையின்போது மதுவின் போதை தலையை கிறங்க வைக்கும். அது மேலும் மேலும் என்று குதிரையை தூண்டச் செய்யும். இப்போது மது இல்லை. ஆனால் மனதில் பலமடங்கு போதை. நாணேற்றும் கரங்களில் புரளும் தசைகளை ஓரக்கண்ணால் பார்த்தேன். மயிர் அடர்ந்த கரிய மார்பு. மான் தோல் சரடால் கட்டப்பட்டு, காற்றில் பறக்கும்

சுருண்ட காகபட்சக் குழல். சல்லடத்தின் இறுக்கத்தில் இறுகி இறங்கிய வயிறு. வேகம் வேகம் என்று ஆத்மா துடிதுடித்தது. முடிவற்று திசைவெளியில் அப்படியே ஊடுருவியபடி இருக்க வேண்டும் போலிருந்தது.

யாதவ தேச எல்லையை கடந்தோம். வெகு தொலைவில் காண்டவப்பிரஸ்தத்தின் மலைகள் தெரிந்தன. மழை வரப் போகும் தருணம். மங்கிய ஒளியில் யாதவ தேசத்துப் புல்வெளி வெகுதூரம் வரை பரவியிருந்தது. வானில் பெரும் மேகக் குவியல்கள் மெல்ல நகர்ந்தன. கூட்டம் கூட்டமாக பசுக்களை ஓட்டியபடி இடையர்கள் சென்றனர். தூரத்தில் மேகமொன்றின் இடுக்கு வழியாக செம்பொன்னிற வெயில் ஒரு தூண்போல புல்வெளியில் விழுந்து கிடந்தது. அப்பகுதி மரகதப் பரப்பாக ஜொலித்தது. குதிரைகள் களைத்துவிட்டன. நுரை தள்ளிய வாயுடன் அவை தலைகுனிந்தன. அவற்றின் உடல்களிலிருந்து வியர்வை முத்துக்களாக உதிர்ந்துகொண்டிருந்தது. குதிரை வியர்வையின் மனதை கிளரச் செய்யும் மணம் எழுந்தது. என் கண்முன் அறியாத தேசமொன்றின் வாசல் திறப்பதை கண்டேன். தூரத்தில் காட்டின் விளிம்பு தெரிந்தது. தியானத்திலமர்ந்த பெரும்பாறைகள். பசும்காடுகள் மண்டிய மலைச்சரிவுகள். மலைச்சிகரங்களும் வானும் மௌனமாகக் கரைந்து ஒன்றாகும் இளநீலம். யாதவநிலத்தின் நாற்புறமும் திறந்த மண்ணில் வாழ்ந்து பழகிய நான் மலைகளால் சூழப்பட்ட ஒரு சிறை யாகவே அந்தப் புதிய தேசத்தை உணர்ந்தேன். அங்கு குதிரைமீது ஏறி முடிவற்று பாய்ந்து செல்ல முடியாது. முதல் முறையாக அச்சம் உள் மனதில் தலைகாட்டியது.

தேரின் உள்ளிருந்து உடலில் சிறு உதிரக்கறைகளுடன் வெளி வந்தார் அவர். தேரை ஓரமாக நிறுத்தி, குதிரைகளை அவிழ்த்து ஓரமாக நீரோடையில் நீரருந்த விட்டேன். புல்பரப்பில் அமர்ந்து கால்களை நீரில் விட்டு அளைந்தபடி அமர்ந்திருந்தேன். வானம் கறுத்திருந்ததனால் நீர் குளிராக இருந்தது. என்னருகே வந்து அமர்ந்தார். குதிரையின் வியர்வை மணம் என் நாசிகளை நிரப்பியது. என் தோளை தொட்டார். சுட்டு விரலின் நாண்வடு மரக்கட்டை போல உறுத்தியது. கிளர்ச்சி உடம்பெங்கும்

கதகதப்பாக பரவியது. "சுபத்திரை, நமது எல்லைக்கு வந்து விட்டோம். இனி இதுதான் உன் தேசம்."

நான் தலை குனிந்தேன். என் புஜங்களை பற்றினார். "அச்சமாக இருக்கிறதா?" மீசை மிக அருகே தெரிந்தது. கண்களின் ஒளி குறுவாள் நுனிகள் போல குத்திவிடும் என்று அச்சமூட்டுவதாகத் தெரிந்தது. "இல்லை" என்றேன். அக்கணங்களில் உள்ளூர வியந்துகொண்டிருந்தேன். எப்படி இந்த முடிவை எடுத்தேன்? "நான் அர்ச்சுனன்" என்று இவர் கூறியதும் எப்படி என் மனத்தின் தளைகளெல்லாம் அறுந்தன. அண்ணாவின் உயிர் நண்பர், பெரும் வீரர். என்னை நாடி வந்தவர். இல்லையில்லை. அவற்றையெல்லாம் விட என்னைக் கவர்ந்தது இன்னொன்று. அவரது சாகசம் பற்றிய கதைகள். புரட்டுகள், ஜாலங்கள். போகு மிடமெல்லாம் அவர் வென்றடைந்த பெண்கள். வென்றடக்க ஒரு முரட்டுக் கரும் புரவி கிடைத்த சந்தோஷம் என்னுடையது. அபாயம் தரும் ஈர்ப்பு அது. அறிய முடியாத ஆபத்துகளும் இன்பங்களும் நிரம்பிய ஒரு வாசலைத் திறக்கும் துடிப்பு.

"எவ்வளவு அழகாக இருக்கிறாய் தெரியுமா?" என்று கேட்ட படியே என் இடையில் கையை வளைத்து, தோள் வளைவில் முகம் புதைத்தார். மெல்ல நகர்ந்த கைகள் பின்புறம் என் கச்சை அவிழ்த்தன. உதடுகள் வெப்பமாக அழுந்தின. என் உடம்பு வெம்மையும் இறுக்கமுமாக எழுந்தது. மறுகணம் அந்த அலட்சியமான சுதந்திரம் என்னை சுட்டது. கைகளால் அவர் மார்பைப் பிடித்துத் தள்ளினேன். திமிறினேன். என் வளையல்கள் குலுங்கின. மாலைகள் நெறிபட்டன. அவை என்னை கேலிப் பொருளாக மாற்றுவதை உணர்ந்தேன். அவருக்கு என் திமிறல் உற்சாகத்தைத் தந்தது. சிரித்தபடி, "குதிரைக்குட்டி போலி ருக்கிறாய்" என்றார்.

என் வேகம் தளர்ந்தது. கூசிச் சுருங்கிப்போனேன். நான் ஒரு முரட்டுக் குதிரையை வெல்லவில்லை. ஒரு சிறுத்தையால் வேட்டையாடப்பட்டிருக்கிறேன். அவரைத் தள்ளுவது பயனற்றது என்று பட்டது. அவர் என் உடலைக் கையாண்ட விதத்தில் இருந்த அனுபவத் தேர்ச்சி என் அங்கங்களை உறைய வைத்தது. என் மனம் கூர்மையடைந்தது. அந்த எண்ணம் வந்த

உடனே அந்த ஆயுதத்தின் கூர்மையை எண்ணி என் மனம் உவகை கொண்டது. "சரி, உங்கள் ராஜபத்தினி என்ன சொல்லப் போகிறாள் இதற்கு?" என்றேன்.

அவர் பிடி தளர்ந்தது. முகம் வெளிறியது. எழுந்து அமர்ந்தார். தலை குனிந்தபடி, "எனக்கும் அவளை நினைத்தால் அச்ச மாகத்தான் இருக்கிறது" என்றார். "ஒரு கணம் கங்கைபோல அரவணைப்பாள். மறுகணம் பாம்பு போலிருப்பாள்."

என் மனம் இறுகியது. பிறகு நெகிழ்ந்தது. இந்த ஜகப் புரட்டனுக்குள் இருக்கும் அஞ்சிய குழந்தையை இதோ நான் கண்டுகொண்டிருக்கிறேன். அவர் தலையை என் மார்போ டணைத்தபடி, "கவலைப்படாதீர்கள்" என்றேன். மனதை கருணை நீராட்டிய போதிலும் உள்ளூர ஒரு வெற்றிக்களிப்புதான் இருந்தது.

"நீ ஒரு இடைச்சியாக வேடமிட்டு திரௌபதியிடம் போ. அவளிடம் எனக்கு வேறு யாருமில்லை; நீயே அடைக்கலம் என்று கூறு. அடைக்கலம் தந்துவிட்டாளென்றால் பிறகு விஷயத்தை சொல்வோம். அவள் வாக்கு மாறக் கூடியவளல்ல" என்றார்.

"ஏற்றுக்கொள்ளவில்லையென்றால்?"

"நிச்சயமாக ஏற்றுக்கொள்வாள். அவளுடைய கர்வம் ஒரு கோட்டைபோல. அதை உடைத்து உள்ளே போனால் அவள் ஒரு குளிர்ந்த தடாகம்."

மீண்டும் என் ஆங்காரம் படமெடுத்தது. கசப்பு மனமெங்கும் பரவியது. அதன்பிறகு அவர் என்னைத் தொட முயலவில்லை. எரியும் மனத்துடன் நான் ரதத்தில் ஏறிக் கொண்டேன். மழைத்துளிகள் உதிரத் தொடங்கின. வானம் உடைந்து கொட்ட ஆரம்பித்தது. புல்வெளியில் மழையின் வெண்பட்டுத் திரை நெளிந்தது. அதைக் கிழித்தபடி ரதம் ஓடியது. காண்டவப்பிரஸ்தத்தின் அடர்ந்த காடு மீது மழை கொட்டும் ஓலம் பெரியதோர் சைன்யத்தின் போர்க்குரல் போல ஒலித்தது. அச்சம் புறக்குளிரைவிட அழுத்தமான குளிராக

என் மீது பரவியது. எனக்காக வியூகமிட்டிருக்கும் படை எது? ஒரே கணத்தில் நான் உள்ளே நுழைந்துவிட முடியும். ஆனால் அதன் நிச்சயமின்மையே என்னை ஈர்க்கும் சக்தியாக இருந்தது. காட்டில் ரதம் நுழைந்தபோது உடம்பு ஏனோ சிலிர்த்தது.

3

கங்கை நீர் கலங்கலாக சுழித்துச் சென்றது. அதன் கரை களில் உயரமற்ற புதர் மரங்கள் அடர்ந்திருந்தன. கரையோரமாக செந்நிற உத்தரீயம் போல பாதை கிடந்தது. புரவிகளின் பாதங்கள் புழுதிமீது ஓசையின்றிப் படிய, நீரில் மிதப்பதுபோல ரதம் நகர்ந்தது. திரையை விலக்கிப் பார்த்தபடியே வந்தேன். இருள் இன்னும் பிரியவில்லை. ஆயினும் கூட்டம் நிறையவே இருந்தது. மரத்தடிகளில் மூட்டை முடிச்சுகளுடன் வயோதிகர்கள் அமர்ந் திருந்தனர். சற்று தள்ளி முகத்திரை போட்டபடி, கூட்டம் கூட்டமாக பெண்கள். ஊடே குழந்தைகள் விளையாடின. மாட்டு வண்டிகள் அவிழ்த்துப் போடப்பட்டிருந்தன. மாடுகள் மணி குலுங்கத் தலையாட்டியபடி, அசை போட்டுக்கொண்டு படுத்துக்கிடந்தன. கங்கை நீரின்மீது மட்டும் ஒளி சற்று அதிகமாக இருந்தது. அதன் செந்நிற ஆழத்திற்குள் எங்கோ இருந்து ஏதோ ஒளிவிடுவது போலிருந்தது. படித்துறைகளில் புரோகிதர்கள் நிரம்பியிருந்தனர். கட்டுக்கட்டாக தர்ப்பை கிடந்தது. வெண்கலப் பாத்திரங்கள் கங்கையின் அலைபாயும் ஒளியை மௌனமாகப் பிரதிபலித்தபடி காத்து நின்றன. கங்கையின் கரையோரமாக நீலமும் சிவப்பும் வெள்ளையுமாக நீர்ப்பூக்கள் இலைப் பரப்புடன் சேர்ந்து நெளிந்தன.

அரசகுல ரதம் வருகிறது என்று தெரிந்தும் எவரும் கிளர்ச்சி அடையவில்லை. எழுந்து பார்க்கவுமில்லை. வெகுசிலர் ஆர்வ மின்றி திரும்பிப் பார்த்தனர். வெறித்த கண்கள் என்னைத் தொட்டு மீண்டன. மரங்களின் மேல் நுனிகளில் இளம்பசுமை துலங்க ஆரம்பித்துவிட்டது. இன்னும் அரை நாழிகையில் நன்கு புலர்ந்துவிடும். என்ன இது? இவ்வளவு கூட்டமிருந்தும் ஏன் ஒலியே இல்லை? மனித உடல்கள் நீர்மீன்கள் போல ஒலியின்றி வாயசைத்தபடி மெல்ல நடமாடுகின்றன. விசித்திரமானதொரு பொம்மலாட்டம் போலிருந்தது. திடீரென்று அக்கூட்டத்தில் முதியவர்களும், பெண்களும் குழந்தைகளும் மட்டும் இருப்பதை

பார்த்தேன். இளைஞர்களேயில்லை. மீண்டும் அடிவயிற்றில் அந்த வாள் பாய்ந்தது. அத்தனை பேருமா? அத்தனை பேருமா? உடம்பு நடுங்க, கண்களை மூடி, நெற்றியை விரல்களால் அழுத்தியபடி, இறுகி அமர்ந்தேன். மனம் ரத வேகத்தின்போது கொண்ட விடுதலையுணர்வு முழுக்க பின்னகர்ந்து துவாரகை போல, முற்பிறப்பு ஞாபகம்போல, எங்கோ மறைந்தது. எல்லாம் வெறும் கனவு. நான் இதுதான். இந்த கனக்கும் உடம்பு. கனக்கும் மனம். இந்தப் பாரம்தான் நான். இந்த வெறுமைதான் நான்.

ரதம் தயங்கியது. வீரர்கள் குதிரைகளில் வந்து எதிர் கொண்டனர். என் ரத முகப்பிலிருந்து தண்டேந்தி என் குலத் தையும் சிறப்பையும் கூறி என்னை அறிவித்தான். அப்பெயர் வரிசை மிக அருவருப்பூட்டுவதாக எனக்குக் கேட்டது. அவற்றில் எதுவுமே நானல்ல என்று கூவ வேண்டும் போலிருந்தது. வம்சங்கள், பட்டங்கள், பதவிகள். கங்கைக் கரையெங்கும் மூடுபடமிட்டுக் கூனியமர்ந்திருந்த விதவைகளின் உருவங்கள் ஞாபகத்திற்கு வந்தன. ரதம் உள்ளே போயிற்று. புல்வெளியில் பர்ணசாலைகள் வரிசையாக இருந்தன. செம்பட்டு முகப்பு போடப்பட்டது. திரௌபதியின் பர்ண சாலை போலும். சற்றுத் தள்ளி பெரிய வட்ட வடிவ பர்ணசாலையைச் சுற்றி காவல் வீரர்கள் உருவிய வாளுடன் நின்றனர். மன்னருக்கு ஒருபோதும் இத்தகைய பாதுகாப்பு இருந்ததில்லை. ஆனால் இனி வேறு வழியில்லை. காட்டிற்குள் சிரஞ்சீவியான அஸ்வத்தாமா தணியாத கோபத்துடன் அலைந்துகொண்டிருக்கிறான். இனி குருவம்சத்தில் எவரும் நிம்மதியாகத் தூங்க முடியாது. ஒருபோதும் போர் அவர்களை விட்டு விலகாது. வெற்றிமாலையின் ஏதோ ஒரு மலருக்குள் பூநாகம் காத்திருக்கிறது. தோற்றவர்கள் நிம்மதியாகத் தூங்கலாம். அவர்களுக்கு இழக்க ஏதுமில்லை. காண்பதற்கு கனவுகளும் மிச்சமிருக்கும்.

என் பர்ணசாலை முன் ரதம் நின்றது. இறங்கிக்கொண்டேன். என்னைப் பார்த்ததும் பெரும் அழுகையோசைகள் கேட்டன. என் தலையை அலை வந்து முட்டியது. என் வயிறு அதிர்ந்து கொண்டிருந்தது. ஆனால் திடமான காலடிகளுடன் நடந்தேன். பர்ணசாலைக்குள் அரசகுலப் பெண்கள், யார் யார் என்று

பார்க்கவில்லை. விதவைகளுக்கு பெயர் எதற்கு? அடையாளம் எதற்கு? அவர்கள் சிதை காத்திருக்கும் "வெறும் சடலங்கள்." ஒருவேளை இதுவே அவர்கள் இறுதியாகப் பார்க்கும் வெளி யுலகாக இருக்கக்கூடும். குழந்தைகளே, வானையும் மரக்கூட்டங் களையும் மலர்களையும் நன்றாக பார்த்துக் கொள்ளுங்கள். திருப்தியாக கங்கையில் நீராடுங்கள்.

"மகாராணி" என்று ஒரு தாதி மரவுரியைக் கொண்டுவந்து நீட்டினாள். அதை அணிந்துகொண்டேன். கனமாக உடலை அறுத்தியது. விரத உணவு வந்தது. கசப்பும் துவர்ப்பும். ஒரு மண்டலமாக சக்ரவர்த்தியும் பரிவாரமும் இந்த உணவை உண்டு இந்த உடையை அணிந்து விரதம் அனுஷ்டிக்கிறார்கள். யாருக்காக? எந்த அக்னியை அணைக்க? தாதியை கையசைத்து அழைத்தேன். "அண்ணா எங்கிருக்கிறார்?" என்று கேட்டேன்.

"ராஜ சபையில் மகாராணி."

"வியாச மகரிஷி வந்திருக்கிறார்" என்றார் ஒரு முதிய தாதி. "அவருடன் உரையாடியபடி சோலைக்குள் செல்வதை பார்த்தேன்."

"நான் உடனடியாக வியாச ரிஷியை பார்த்தாக வேண்டும்" என்றேன். "உபசக்ரவர்த்தி எங்கே?"

தாதி இன்னொருத்தியை பார்த்தாள். தயங்கியபடி, "இரவு ரதமேறி நகருக்குள் சென்றார். இன்னும் வரவில்லை" என்றாள்.

புதல்வனையோ கணவனையோ இழக்காத பெண் யாராவது கிடைத்திருக்கக்கூடும் என்று கசப்புடன் எண்ணிக் கொண்டேன். இந்தக் கசப்பு எப்போது என் மனதில் நிரம்பியது? எந்தக் கணத்தில்? பாயும் ரதத்தில் கடிவாளத்தைப் பற்றியபடி நின்று நான் ஓரக்கண்ணால் பார்த்து ரசித்த ஆண்மகன் தன் இறுகும் தசைகளுடன் இப்போதும் என் மன ஆழத்தில் இருக்கிறான். இந்த மனிதர்– இவருடைய முகமும், குரலும், அசைவுகளும் இவரைப் பற்றி பிறர் கூறிக்கேட்கும் ஒவ்வொரு சொல்லும் – என்னை கசப்பால் நிறைக்கிறார். அதை அவர் அறிந்திருக்கக்கூடும். என் கண்களை ஏறிட்டுப் பார்த்துப் பேச அவரால் முடியாது. என் முன்

நிற்கும்போது அவர் உடலெங்கும் ஒரு சிறு தவிப்பு அலையும். அந்தத் தாழ்வுணர்வு கோபமாக, மூர்க்கமாக வெளிப்படவும் கூடும். ஆனால் என்னால் ஏன் இன்னமும் அவரை அலட்சியம் செய்ய முடியவில்லை? எத்தனை முயன்றும் அவரைப் பற்றி எண்ணாமல் ஒரு பொழுதுகூடத் தாண்டுவதில்லையே! அவர் மீது என்னுள் இன்னும் காதல் மிஞ்சியுள்ளதா என்ன? காதலா? அது வெறும் அறைகூவல். அவர் உள் மனதின் அச்சம் தெரியவந்த கணமே அது அணைந்து போயிற்று. அவர் பெண்களை உடலாக மட்டும் கையாளும்போதுதான் தன்னம்பிக்கையோடு இருக்க முடியும். அவர் கையில் துவண்டு நிமிர்ந்து, சரம்சரமாக எய்யும் காண்டீபமே அவர் வரித்துக் கொண்ட பாவனைத்தோழி போலும். அவர் திறமையெல்லாம் உள்ளூர ஓடும் வெறுமையின் வேகம் போலும். பெண்களின் உடல் வழியாக அவர் தேடுவது யாரை? காண்டீவமாக மாறித் தன் உடலின் ஒரு உறுப்பாக இணைந்து கொள்ளும் ஒருத்தியையா?

யாரிடமாவது பேச வேண்டும் போலிருந்தது. பேசாத சொற்க ளெல்லாம் மனதில் தேங்கி அவற்றின் வேகம் என்னை பைத்திய மாக அடித்துவிடும் என்று பட்டது. மகாராணி பட்டத்தைத் துறந்து ஒரு பெண்ணாக, பேதையாக, குழந்தையாக, புழுவாக அழுது துடிக்க வேண்டும். வியாச ரிஷியின் வெண்தாடி பரவிய குழந்தை முகம் மனதில் சிறு ஆறுதலாக எழுந்தது.

தாதி என்னை சோலைக்குள் கூட்டிச் சென்றாள். பசுமையான மரங்கள் அடர்ந்து நிற்க ஊடே பாதை நெளிந்து சென்றது. பாறையொன்றில் அண்ணாவும் வியாச மகரிஷியும் அமர்ந்திருந்தனர்.

என்னைப் பார்த்ததும் வியாச மகரிஷி புன்னகையுடன், ''வா குழந்தை'' என்றார். அமரும்படி சைகை காட்டினார். அவர் பாதங்களைப் பணித்துவிட்டு தரையில் அமர்ந்தேன். அண்ணா சிந்தனை நிரம்பிய முகத்துடன் என்னை பார்த்தார். ''வருவீர்கள் என்று எவரும் கூறவேயில்லை தாத்தா'' என்றேன்.

''இன்று நீர்க்கடன். நான் வந்தாக வேண்டுமல்லவா?'' என்றார் வியாசர்.

என் கண்களும் மனமும் திறந்துகொண்டன. என் உடல் வழியாக அழுகை சுழற்காற்று மரத்தைக் கடந்து செல்வதுபோல கடந்து சென்றது.

வியாசர் என் நெற்றிமயிரை வருடினார். "நான் என்ன சொல்ல இருக்கிறது குழந்தை? அழுது அழுதுதான் உன் மனம் ஆற வேண்டும்" என்றார்.

"இதெல்லாம் எதற்காக தாத்தா? யாருடைய லாபத்திற்காக? இந்த கங்கைக்கரை முழுக்க..."

"பார்த்தேன்" என்றார் வியாசர். "எதற்காக என்று மட்டும் கேட்காதே. அப்படி கேட்க ஆரம்பித்தால் தெய்வங்களே திகைத்து நின்றுவிடுவார்கள்..."

"என் அபிமன்யு... என் தங்கம்... அவன் தலை பிளந்து... என்னால் மறக்கவே முடியவில்லை தாத்தா..."

என் அழுகையைப் பார்த்தபடி வியாசர் தலை குனிந்து அமர்ந்திருந்தார். பிறகு கம்மிய குரலில் "நான் என்ன சொல்லுவது அம்மா? உனக்கு ஒரு குழந்தைதான். எனக்கு...? குருவம்சமே என் குழந்தைகளல்லவா? வென்றதும் வீழ்ந்ததும் என் உதிர மல்லவா? இதோ இன்று கங்கை அள்ளிச் செல்லும் அத்தனை ஆத்மாக்களுக்கும் பிதாமகனல்லவா நான்?"

சட்டென்று என் மனம் சீறியெழுந்தது. "இதோ இருக்கிறாரே, கேளுங்கள் தாத்தா. எல்லாவற்றிற்கும் காரணம் இவர்தான். இவருடைய குயுக்தியும் தந்திரமும் தருக்கமும். ஆட்சிக்காக சகோதரன் கழுத்தை சகோதரன் அறுக்கலாம் என்று இவர் ஒரு உபதேச மஞ்சரி எழுதி அதை களத்தில் தினம் தினம் பௌராணீகர்கள் பாடினார்கள். கொல்லு கொல்லு என்று இரவு முழுக்க கோஷம் எழுந்தது..."

"போர் எப்போதும் வெற்றி ஒன்றால் மட்டுமே அளக்கப் படுகிறது அம்மா."

"இப்போது இதோ வெற்றி கிடைத்துவிட்டதே. இவருக்கு திருப்திதானா? என் குழந்தை... என் செல்வம்... அவன் மரணத்திற்கு யார் காரணம்? இதோ இவர்தான். என் குழந்தையைக் கொன்றவர்

இவர்தான். சதுரங்கத்தில் ஒரு காயாக அவனை வைத்து விளையாடினார். அடுத்த நகர்வுக்குத் தேவையெழுந்தபோது தன் சுண்டுவிரலால் அவனை சுண்டி எறிந்தார். அரவான், கடோத்கஜன்... கடைசியில் அபிமன்யு. சொந்த ரத்தத்தில் பிறந்த வர்களைக் கொல்லும்படி தான் சொன்ன உபதேசத்தை தனக்கும் பொருத்திக்கொண்ட மகான் இவர்..."

"சுபத்திரை, நீ உன் வேதனையில் பேசுகிறாய்" என்றார் வியாசர்.

"என் குழந்தை எப்படி இறந்தான்? அவன் என் கருவில் இருந்தபோது பத்மவியூகத்தில் நுழையும் வழியை இவர் கற்றுத் தந்தார். வெளியேறும் வழியை கூறாமலேயே விட்டுவிட்டார். எங்கும் எதிலும் முட்டி மோதி நுழைபவனாக, வெளியேறும் வழி தெரியாதவனாக, அவன் வளர்ந்தான். ஏன் என் குழந்தைக்கு அவன் பிறந்து வளர்ந்து களம் காணும் தினம் வரை இவர் வெளியேறும் வழியை சொல்லித் தரவில்லை? சதி. வேறு என்ன? இவருக்கு பந்தமில்லை. பாசமில்லை. தர்மம் என அவர் நம்பும் ஒன்றை நிறைவேற்றுவது தவிர வேறு எந்த நோக்கமும் இல்லை."

"யார்தான் அப்படி இல்லை?" என்றார் வியாசர். "உன் தருமம் தாய்மை என நீ எண்ணுகிறாய். அதைத் தவிர வேறு எதுவும் உன் கண்ணில் படவில்லையே..."

"எதற்கு என் குழந்தைக்கு பத்ம வியூகத்திலிருந்து வெளி யேறும் வழியை இவர் கற்றுத்தரவில்லை? அதை சொல்லச் சொல்லுங்கள் முதலில்."

அண்ணா தணிந்த குரலில், "பலமுறை சொல்லிவிட்டேன் சுபத்திரை. உன் காது மூடியிருக்கிறது. பத்ம வியூகம் சிறிய படைகளை நடத்தும்போது செய்ய வேண்டியது. நகரங்களை காப்பாற்றுவதற்காக அதைச் சுற்றியும் அமைப்பதுண்டு. துரோணர் அதைப்போல குருக்ஷேத்ரத்தில் வகுப்பார் என்று நான் எப்படி எதிர்பார்த்திருக்க முடியும்? அந்தத் தருணத்தில் அர்ச்சுனன் சம்சப்தர்களுடன் போரிடப்போவான் என்று எப்படி நான் ஊகித்திருக்க முடியும்? தருமர் அத்தனை வீரர்கள்

இருக்க அபிமன்யுவைப் போய் அதை உடைக்கச் சொல்வார் என்றோ, அவனை பின் தொடரந்த தருமரையும் பீமனையும் பிற படைகளையும் ஜயத்ரதன் ஒருவனே தடுத்துவிடுவான் என்றோ நான் எப்படி எண்ண முடியும்?'' அண்ணா நிறுத்தினார். உடைந்த குரலில், "அதைவிட ஞானமும் விவேகமும் நிரம்பிய குருநாதர் துரோணரும், பாண்டவ ரத்தமான கர்ணனும், மகா தார்மிகரான சல்யரும், சுத்த வீரனான துரியோதனனும் சேர்ந்து ஒரு சிறுவனை சூழ்ந்து எதிர்த்துக் கொன்றார்கள் என்பது இப்போதுகூட என்னால் நம்ப முடியாததாகவே உள்ளது.''

"போரில் வெற்றியே அளவுகோல்'' என்றார் வியாசர் மீண்டும். "மனிதர்களால் போரை தொடங்க மட்டுமே முடியும். பிறகு எல்லாம் விதியின் தாண்டவம்.'' அவர் தலை மேலும் குனிந்தது. பெருமூச்சுடன், "மனிதர்கள் போரிடாத சத்திய யுகம் ஒன்று வரக்கூடும்'' என்றார்.

"ஆம், எல்லாம் என் தத்துவம்தான்'' என்றார் அண்ணா என்னிடம். "ஆனால் என் மனதை ஆற்றும் வலிமை அவற்றுக்கு இல்லை. அபிமன்யு என் குழந்தை. பாதி நாள் துவாரகையில் ருக்மிணியும் சத்யபாமையும் அவனை வளர்த்தார்கள். என் பிள்ளைக்கலியைத் தீர்க்க வந்த தெய்வ அருளாக அவனை எண்ணினேன். இந்த மார்பிலும் தோளிலும் போட்டு அவனை வளர்த்தேன். காடுகள் தோறும் அழைத்துச் சென்று அவனுக்கு வித்தைகள் கற்றுத்தந்தேன்...''

"ஆம். அவன் களத்தில் காட்டிய வீரபராக்ரமங்களை இன்று பாரதவர்ஷமே பாடுகிறது'' என்றார் வியாசர். அவர் அண்ணாவை சமாதானப்படுத்த முயல்கிறார் என்பது தெரிந்தது. "கோசல மன்னன் பிருஹத்பாலனை அவன் கொன்றது பற்றி சற்று முன்பு கூட ஒரு சூதன் அற்புதமான பாடல் ஒன்றைப் பாடினான்.''

"ஆனால் நான் கற்றுத்தராத ஒன்று அவனை பலி கொண்டு விட்டதே கிருஷ்ணதுவைபாயனரே?''

"அவன் விதி அது'' என்றார் வியாசர். "ஜென்மங்கள்தோறும் அது அவனைத் தொடர்கிறது. இப்பிறவியில் உன் கருவில் அவனிருந்தபோதே அது அவனை அடைந்துவிட்டது.''

என் மனம் பகீரிட்டது. "தாத்தா, அப்படியானால் என் குழந்தைக்கு அடுத்த பிறவியிலும் இதே விதியின் மிச்சம்தானா உள்ளது?" என்றேன்.

"இருக்கக்கூடும்; யாரறிவார்...?"

பதறிய குரலில், "தாத்தா, தன் விதியை அவன் அறிந்து கொள்ள வில்லையே. என் குழந்தைக்கு இப்போதும் வெளியேறும் வழி தெரியவில்லையே" என்றேன்.

"இது என்ன பேச்சு குழந்தை? நமது மகனாக அவன் விதி முடிந்தது. இனி நம் கடன் அவன் நினைவை நம் மனதிலும் வம்சத்திலும் நட்டு வைப்பது மட்டுமே..."

"அது உங்கள் வேலை. என் குழந்தைக்கு இப்போதும் வெளியேறும் வழி தெரியவில்லை. அதை எண்ணினால் இனி நான் ஒருநாள்கூட நிம்மதியாக உயிர்வாழ முடியாது. தாத்தா நீங்கள் முக்காலமும் உணர்ந்தவர். எனக்கு கருணை காட்டுங்கள். உங்கள் பாதங்களை பற்றிக்கொண்டு கேட்கிறேன். எனக்கு உதவுங்கள்..."

"குழந்தை, நீ உணர்ந்துதான் பேசுகிறாயா?"

"நன்றாக உணர்ந்துதான். என் குழந்தைக்கு அவன் விதியை அவன் வெல்லும் முறையை நான் கற்பித்தாக வேண்டும். அடுத்த பிறவியிலாவது அவனுக்கு மீட்பு வேண்டும்."

"மனிதர்களுக்கு விதிக்கப்பட்டுள்ள எல்லையை நீ தாண்ட முயல்கிறாய் குழந்தை. அது சாத்தியமேயில்லை."

நான் பாய்ந்து எழுந்தேன். "இனி உங்களிடம் கேட்க எனக்கு எதுவும் இல்லை, இப்போதே நீங்கள் உதவ வேண்டும். இல்லையேல் இப்போதே இங்கேயே கங்கையில் குதித்து உயிர் விடுவேன். இனி எனக்கு எதுவும் மிச்சமில்லை..."

"குழந்தை..." என்று கூறியபடி வியாசர் ஓடிவந்து என்னை பிடித்தார். "நில்லு. சொல்கிறேன்..." என் தோளை அவர் கரம் இறுகப் பற்றியது. "என்ன காரியமம்மா செய்கிறாய்? முதிய

வயதில் இதுவரை நான் கண்டதெல்லாம் போதாதா? இரு, ஒரு வழி சொல்கிறேன்."

அப்போதும் சிந்தனை தேங்கிய முகத்துடன் அண்ணா அங்கேயே அமர்ந்திருந்தார்.

"தண்டகாரண்யத்தில் ஒரு ரிஷியை நான் பார்த்தேன். அவர் இப்போது இங்கு கங்கைக் கரையில் எங்கோ இருக்கிறார். அவரால் பிறவிகளின் சுவரைத் தாண்டி பார்க்க முடியும் என்கிறார்கள். அவரை அழைத்து வருகிறேன். உனக்காக... ஒரு போதும் ஒரு ரிஷி செய்யக் கூடாத காரியம் இது. என் மூதாதையரின் சாபம் என் மீது விழும்... பரவாயில்லை."

"எனக்கு வேறு வழியில்லை தாத்தா. என்னை மன்னித்து விடுங்கள். என் குழந்தையிடம் நான் பேசியாக வேண்டும். என்ன நேர்ந்தாலும் சரி. என் குழந்தை வெளியேறும் வழி தெரியாது பிறவிகள் தோறும்... தாத்தா தயவு செய்யுங்கள், தயவு செய்யுங்கள்..." அவர் காலில் விழுந்தேன். என்னை தன் மார்போடு அணைத்துக் கொண்டார். என் கண்ணீர் அவர் தாடியை நனைத்தது.

4

பர்ணசாலைக்குள் எட்டிப் பார்த்த தாதி என்னிடம் "உபசக்ரவர்த்தி தங்களை அழைக்கிறார்" என்றாள். எழுந்து வெளியே வந்தேன். பின் மதியம் ஆகிவிட்டிருந்தது. ஆனால் வெயில் வராமல் காலை போலவே இருந்தது. வானம் முழுக்க மேகங்கள். மஞ்சன மரத்தடியில் அவர் நின்றிருந்தார். அவரை அணுக அணுக என் மனம் எரிச்சலடைந்தது. ஆனால் உடலில் ஒரு கிளர்ச்சி இருந்தது. அது இம்சைக்கான ஆர்வம். அவரைக் குத்திப் புண்படுத்தி, அவர் சுருண்டு திரும்புவதைக் கண்டு குற்றவுணர்வு கொள்ளும்போதுதான் அது தணியும். அவர் கண்களை உற்றுப் பார்த்தபடி "என்ன?" என்றேன்.

"பொழுது சாய்ந்துவிட்டது. அபிமன்யுவிற்கு இன்னும் நீர்க்கடன் செலுத்தவில்லையே என்று அண்ணா கேட்டார்" என்றார்.

"அரவானுக்கு நீர்க்கடன் முடிந்துவிட்டதா?" என்றேன். அவருடைய சுருண்ட மயிர்கள் ஈரமாகத் தொங்கி ஆடின. காதோரம் சில நரை மயிர்கள். மீசை கன்னத்தில் ஒட்டியிருந்தது. கண்களுக்குக் கீழே கருவளையங்கள். பார்வையில் எப்போதுமிருக்கும் சிறுபிள்ளைத்தனமான உற்சாகத்தின் ஒளி அறவே இல்லை. இனி அது ஒருபோதும் திரும்பாது போலும்.

"ஆம்" என்றார்.

அவருடைய பலவீனமான இடத்தில் நான் போட்ட அடி அது. அவர் நெற்றியில் நரம்பு அசைந்தது. கண்கள் சுருங்கி இம்சை தெரிந்தது. என் மனம் உள்ளூர கும்மாளமிட்டது. மேலும் மேலும் என்று தாவியது.

"சுருதர்மாவிற்கும் முடிந்துவிட்டதா?" என்று சாதாரணமாகக் கேட்டேன்.

அவர் கண்கள் சீற்றம் கொண்டன.

“அபிமன்யு மட்டும்தான் மீதி” என்றார்.

நான் தலையசைத்தேன்.

“ஏன் தாமதம்?” என்றார்.

“சற்று பிந்தட்டும்.”

“எங்கோ ரதமனுப்பியிருப்பதாகக் கூறினார்கள்.”

“ஆம்.”

“எதற்கு?”

“ஒன்றுமில்லை” என்றேன். இவரிடம் நான் கூற முடியாது. அபிமன்யு என் அந்தரங்கத்தின் ஆழம். அதை ஒருபோதும் இவருடன் பகிர முடியாது. அதை எவரிடமும் பகிர முடியாது. அவனிடம்கூடப் பகிர்ந்ததில்லை. அவன் பிறந்து விழுந்தபோது அவனைப் பார்த்தவர்கள் தந்தையைப்போல என்று கூறிய போது என் மனம் எரிந்தது. அவன் வளர வளர அவனில் கூடி வந்த குறும்பும், வில் திறனும், துணிச்சலும் அவரையே ஞாபகப்படுத்தின. அவை என்னை கோபம் கொள்ளச் செய்தன. பாதி நாள் அவனை துவாரகைக்கு அனுப்பியதே அதனால்தான். மீதிநாள் அவர் ஊரில் இருந்ததுமில்லை. ஆனால் அவனில் நான் ரசித்ததெல்லாம் அவற்றைத்தானோ?

“ஏன் என்று கூறு” என்றார் கோபத்துடன். “இன்று நீர்க்கடன் வேண்டாம் என்று எண்ணுகிறாயா? யாரை கூட்டிவரச் சொல்லி யிருக்கிறாய்?”

நான் அவர் கண்களைப் பார்த்தேன். “அபிமன்யு என் மகன். அவனுக்கு எப்படிச் செய்ய வேண்டும் என நான் அறிவேன்.”

அவர் கோபம் முகத்தில் நெளிந்தது. உரத்த குரலில், “அவன் என் மகன் இல்லையா? எனக்கு மட்டும் துயரமில்லையா?” என்றார்.

“துயரமா... எதற்கு?” என்றேன் வியப்புடன். உள்ளூர என் இம்சிக்கும் இச்சை கூர்மையடைந்தது. மனம் மிகுந்த நிதானத்துடன் சொற்களை தேர்வு செய்தது. “நீங்கள்தான்

பழிவாங்கிவிட்டீர்களே? பொழுது சாய்வதற்குள் ஜயத்ரதன் தலையைக் கொய்து, அதை காற்றில் பறக்கவைத்து, அவன் தந்தை கரங்களில் விழ வைத்து, அவர் உயிரையும் பறித்து... சூதர்கள் பரவசமாகப் பாடும் கதை அல்லவா அது? வம்சகாதையில் ஒரு பொன்னேடல்லவா? அப்புறம் எதற்கு துக்கம்?"

"நீ என்னை ஏளனம் செய்கிறாய். உனக்கு மட்டும் பேரிழப்பு ஏற்பட்டுவிட்டது என்று கற்பனை செய்து கொள்கிறாய். உன்னை முக்கியமானவளாக பிறரிடம் காட்டிக்கொள்ள இந்த துக்க வேடத்தை மிகைப்படுத்திக்கொள்கிறாய்..."

நான் அவர் கண்களை மீண்டும் உற்றுப் பார்த்தேன். "நேற்றிரவு எங்கிருந்தீர்கள்?"

அவர் தடுமாறி, முகம் வெளிறி, "ஏன்?" என்றார்.

"இல்லை, தாத்தா தேடினார்" என்றேன்.

"அவரை பார்த்தேனே."

"ஓகோ" என்றேன். பிறகு பார்வையை விலக்காமலே நின்றேன்.

"நான் வருகிறேன்" என்று அவர் நடந்தார். என் உடல் தளர்ந்தது. சன்னதம் விலகிய குறிசொல்லி போல சக்தியனைத்தும் ஒழுகி மறைய, தள்ளாடினேன். தண்ணீர் குடிக்க வேண்டும் போலிருந்தது. ஆனால் மீண்டும் என் பர்ணசாலைக்குப் போகத் தோன்றவில்லை. இடுங்கின அறைகளில் துயரம் தேங்கிக் கிடக்கிறது. திறந்த வெளிகளில் மனம் சற்று சுதந்திரம் கொள்வது போலப் பட்டது. சோலை வழியாக நடந்தேன். மீண்டும் அதே பாறையை அடைந்தேன். அங்கு அண்ணா அமர்ந்திருப்பதைப் பார்த்தேன். அவரை அங்கு உள்ளூர எதிர்பார்த்ததனால்தான் வந்திருக்கிறேன் என்று அறிந்தேன். என்னால் அவரை தவிர்க்க இயலவில்லை. அவர் இல்லாமல் என் மனமே இல்லை போலும். அவரது தலையணியின் மீதிருந்த மயிற்பீலிக் கண் என்னைப் பார்த்தது. மனம் சற்று அமைதியடைந்தது. மயிற்பீலியை எங்கு கண்டாலும் மனம் சற்று அமைதிகொள்கிறது. துணையை உணர்கிறது. அபிமன்யு குழந்தையாக இருந்தபோது ஒரு முறை அவன் கொண்டையில் மயிற்பீலியை அணிவித்தேன். அதைப்

பார்த்ததும் அவர் முகம்தான் எப்படி சிவந்து பழுத்தது. தொண்டை புடைக்க உறுமியபடி அதை பிய்த்து வீசினார். "கொஞ்சிக் குலாவி குழந்தையை அலியாகவா ஆக்குகிறாய்? பீலியும் மலரும்..." என்று கத்தினார். ஆங்காரமும் ஏமாற்றமுமாக, "பீலி சூடியவர்களெல்லாம் அலிகள் என்கிறீர்களா?" என்றேன். கையை ஓங்கியபடி வந்தார். "நல்லது. கை எதற்கு, காண்டீவத்தையே எடுங்கள். அதுதான் புருஷ லட்சணம்" என்றேன். கதவை ஓங்கி உதைத்தபடி அந்தப்புரத்தை விட்டு வெளியேறினார். வெளியே புரவிமீது சம்மட்டி விழும் ஒலி கேட்டது. அது கனைத்துக் கூவியபடி கல்தளத்தில் தடதடத்து ஓடியது.

அண்ணா, "ரிஷி வந்துவிட்டாரா?" என்றார்.

"இன்னும் வரவில்லை. காத்திருந்து காத்திருந்து பொறுமை போகிறது."

"வருவார்."

"பின்மதியம் ஆகிவிட்டது. நீர்க்கடன் எப்போது முடிவது?" என்றேன். களைப்புடன் கண்களை விரல்களால் அழுத்திக் கொண்டேன்.

"பார்த்தன் என்ன சொன்னான்?"

திடுக்கிட்டேன். எப்படி அறிந்தார்? அவர் முகம் பதுமை போலிருந்தது. பிறகு அமைதி ஏற்பட்டது. "நேரமாகிறது என்கிறார்" என்றேன்.

"பாவம்" என்றார்.

"ஏன்? அவர்தான் போரில் வென்று சவ்யசாஜி ஆகிவிட்டாரே. இனி அஸ்வமேதம், திக்விஜயம். வரலாற்றில் உங்களுக்கும் அவருக்கும் சிம்மாசனமல்லவா போட்டு வைக்கப்பட்டுள்ளது!"

"உன் துயரம் கசப்பாக மாறிவிட்டிருக்கிறது சுபத்திரை. உலகமே உனக்கு எதிரியாகப் படுகிறது. நீ என்னதான் எண்ணுகிறாய்? இன்று இங்கு ஒவ்வொருவரும் என்ன எண்ணுகிறார்கள் என்று நீ அறிவாயா? இந்தக் கணம் காலதேவன் வந்து போர் துவங்குவதற்கு முன்பிருந்த தருணத்தை திரும்ப அளிப்பதாகச்

சொன்னானென்றால் அத்தனை பேரும் தங்கள் எதிரிகளை ஆரத் தழுவி கண்ணீர் உகுப்பார்கள். இந்தப் போர் ஒரு மாயச் சுழி. ஒவ்வொரு கணமும் இதன் மாயசக்தி எல்லோரையும் கவர்ந்திழுத்துக் கொண்டிருந்தது. விதி அத்தனை பேர் மனங் களிலும் ஆவேசங்களையும் ஆங்காரங்களையும் நிரப்பியது. இன்று... வெளியேறும் வழி எவருக்கும் தெரியவில்லை சுபத்திரை. எனக்கும் தெரியவில்லை...''

நான் பெருமூச்சுவிட்டேன். அண்ணா மனம் கலங்கிய போதுதான் அவரை அப்படிப் பார்க்க நான் விரும்பவில்லை என்று அறிந்தேன். அவர் வெல்ல முடியாத வீரயோகியாகவே என் மனதில் இருந்தார். அண்ணாவின் முகம் மீண்டும் நிதானம் கொண்டது. ''நீ உணவருந்தினாயா?'' என்றார்.

''இல்லை''

''ஏன் இப்படி உன்னை வதைத்துக் கொள்கிறாய்?''

''என்னால் எதிர்பார்ப்பின் பதற்றத்தை தாங்க முடியவில்லை அண்ணா.''

''சுபத்திரை, நீ செய்யப் போவது என்ன என்று அறிவாயா?''

''எனக்கு வேறு வழியில்லை'' என்றேன் உறுதியாக.

''நியதியின் பேரியக்கம் மனிதர்களையும் அண்ட வெளியையும் இயற்கையிலுள்ள அனைத்தையும் ஒன்றாகப் பிணைத்திருக்கிறது சுபத்திரை. அதில் ஒரு சிறு துளியைக்கூட மனித மனம் அறிய முடியாது. அதை மாற்றிவிடலாம் என்று நம் அகங்காரம் சில சமயம் கூறும். அதன்படி நாம் இயங்குவோம். பிறகு தெரியும் நமது அந்த இயக்கம்கூட நியதியின் விளையாட்டு தான் என்று.''

''வேதாந்த விசாரம் கேட்க எனக்கு இப்போது மனம் கூட வில்லை அண்ணா...''

அண்ணா சிரித்தபடி, ''ஆம். பாரதவர்ஷத்தில் இப்போது மலிவாகப் போய்விட்டிருப்பது அதுதான்'' என்றார்.

அவரை புண்படுத்திவிட்டோமோ என்ற ஐயம் எனக்கு

ஏற்பட்டது. "அண்ணா, என் மனதை தயவு செய்து புரிந்து கொள்ளுங்களேன். நான் என் குழந்தைக்கு... அவன் தன் விதியை அறியாமல் போகக்கூடாது அண்ணா... அதற்காக எனக்கு எந்த சாபம் வந்தாலும் சரி..."

"சரி வா. கங்கையோரமாகப் போவோம். யாராவது நம்மை தேடக்கூடும்."

காட்டுக்குள் குளிர் இருந்தது. மரங்கள் மழைக்காலத்திற்குரிய புத்துணர்ச்சியுடன் காற்றில் குலுங்கின. தளதளக்கும் ஒளியும் சிறு மணியோசைகளும் கங்கை வந்துவிட்டதைக் கூறின. படித்துறை களில் புரோகிதர்கள் அமர்ந்திருந்தனர். தர்ப்பைப் புல்லும் பிண்டங்களும் சிதறிக் கிடந்தன. அமாத்யர் ஸௌனகர் எழுந்து வந்து அண்ணாவை வணங்கினார். "இப்போதுதான் முடிந்தது" என்றார்.

"சரி" என்று அண்ணா தலையசைத்தார். மெதுவாக நடந்தோம். எங்கும் அமங்கலமான மௌனமும் நிதானமும். கங்கை மீதிருந்து குளிர் பரவிக்கொண்டிருந்தது.

பர்ணசாலைகளுக்குச் செல்லும் வழியில் திடீரென்று அடி பட்ட விலங்கின் ஊளைபோல ஓர் அழுகைக் குரல் எழுந்தது. தாதிகள் தொடர, தலைவிரிகோலமாக திரௌபதி ஓடிவந்தாள். அவளை தாதிகள் பிடித்தனர். கங்கையை நோக்கி கைநீட்டியபடி அலறினாள். மரவுரி விலகிக் கிடந்தது. சர்ப்பம் போன்ற உடல் தழல் போன்ற "உடல் விஷம்" துப்பும். சுடும். இப்படித்தான் கௌரவ சபையில் சென்று நின்றாள். தலைமயிரை அவிழ்த்துப் போட்டு சபதம் எடுத்தாள். இப்போது தலையை முடிந்துகொள்ள வேண்டியதுதானே? இப்போதுகூட ஏன் இப்படி எண்ணுகிறேன்? அவள் என்ன செய்வாள்! அண்ணா சொன்னதுபோல அவளும் இப்போது மனமுடைந்து ஏங்கக்கூடும். எல்லாம் எவ்வளவு எளிமையாக தொடங்கிவிடுகிறது! ஐந்து குழந்தைகள். பிரதிவிந்தியன், சுருதசேனன், சுருதகர்மா, சதானீகன், சுதேசனன். ஐந்து தளிர் முகங்கள். ஐந்து பொன்னிறத் தோள்கள். அவள் வயிற்றில் ஊழித்தீயல்லவா எரியும். அதை எண்ணியபோதே என் மனம் பதைத்தது. சுருதகர்மாவின் முகம் மட்டும் அவ்வளவு

தெளிவாக மனதில் எழுந்தது. அவன் அவருடைய குழந்தை என்று சொல்வார்கள். அவனை மார்போடணைத்து அவன் முகத்தை உற்று உற்றுப் பார்ப்பேன். அபிமன்யுவின் அருகே நிறுத்தி ஒப்பிட்டுப் பார்ப்பேன். பயிற்சிப் போர்களில் அபிமன்யு அவனை அனாயாசமாகத் தோற்கடிக்கும்போது மனதில் களிப்பு நிறையும். அபிமன்யுவிற்கு அவன்மீது எப்போதும் குறிதான். "சித்தி, அபிமன்யு என்னை அடிக்கிறான். சித்தி, அபிமன்யுவைப் பாருங்கள்..." என்று சதா ஓடிவருவான். மழலைக் குரல்கள்... எங்கிருக்கிறீர்கள் என் குழந்தைகளே? வானில் எங்காவது விளையாடுகிறீர்களா? சண்டை போடுகிறீர்களா? மண்ணில் நீங்கள் வாழ்ந்த நாட்களில்தான் உங்கள்மீது என்னென்ன கோபதாபங்கள், போட்டி பொறாமைகள் எங்களுக்கு! நான் ஒருபோதும் பார்த்திராத அரவான். அவன் மீது எத்தனை கோபம் எனக்கு? என் கண்களிலிருந்து கண்ணீர் கொட்டியது. அப்படியே படித்துறையில் அமர்ந்துவிட்டேன். அண்ணா பெருமூச்சுடன் சற்று தள்ளி அமர்ந்து கொண்டார். கங்கை மீது இரு சிறு ஓடங்கள் மிகுந்த துயரத்துடன் நகர்ந்து சென்றன.

5

ரிஷி வந்துவிட்டார் என்று செய்தி வந்தது. எழுந்து விரைந்தோடினேன். கால் புழுதியில் பதிந்து வேகம் கூட வில்லை. என் உடல் கனத்தது. அஷ்டகலசப் படிக்கட்டில் ரிஷி அமர்ந்திருந்தார். அவர் எதிரே நின்றிருந்த ஸ்தானிகர் என்னைப் பார்த்ததும் வணங்கி விலகினார். என் மனம் சுருங்கியது. இனம் புரியாத ஓர் அச்சம் மனதை கவ்வியது. கரிய குள்ளமான உருவம். தாடியும் தலைமயிறும் சடைகளாகத் தொங்கின. சிவந்த கண்கள், உடம்பெங்கும் நீறு. ஒரு கண் கலங்கி சதைப் புரளலாக அசைந்தது. வெளியே தெரிந்த பற்கள் கறுப்பாக இருந்தன. அவருக்கு சாஷ்டாங்க வணக்கம் செய்தேன். அவர் என் தலையைத் தொட்டு ஆசியளித்தார். அவர் கரங்களை என் கண்கள் அணுகுவதை தடுக்க முடியவில்லை. பழுதடைந்த நகங்கள் விகாரமாக இருந்தன.

“உன் கோரிக்கையை கிருஷ்ணதுவைபாயனர் சொன்னார். அவர் மகாவியாசர். அவருக்காகவே இதற்கு ஒப்புக்கொண்டேன். இது சாதாரண விஷயமல்ல. தெய்வங்களின் அதிகாரத்திற்கு அறைகூவலிடும் செயல் இது” என்றார் ரிஷி.

“குருநாதரே, என் மீது கருணை காட்டுங்கள். என் குழந்தை...” என்று கைகூப்பினேன். கண்ணீர் வழிந்தது.

“அழுவதெல்லாம் எனக்குப் பிடிக்காது. விஷயத்தை தெளிவாகச் சொல்லிவிடுகிறேன். ஒரே ஒரு முறைதான். அதற்குள் கூறவேண்டியதை கூறிவிட வேண்டும். பிறகு என்னிடம் எதையும் கோரக்கூடாது.”

“போதும், போதும்”

அண்ணா வந்து சற்று தள்ளி அமர்ந்தார். ரிஷி கண்மூடி தியானத்திலாழ்ந்தார். பரிதவிப்புடன் அமர்ந்திருந்தேன். நீண்ட பெருமூச்சுடன் அவர் கண்களை திறந்தார். “உன் குழந்தைக்கு

நீர்க்கடன் அளித்தாகிவிட்டதே அம்மா. அவன் இப்போது ஃபுவர்லோகத்தில் இல்லையே...''

"குருநாதரே...'' என்று வீறிட்டேன். "இல்லை. நீர்க்கடன் இதுவரை அளிக்கப்படவில்லை...'' மறுகணம் எனக்கு என்ன நடந்தது என்று புரிந்தது. என்னை தோற்கடிக்க அவர் அதை செய்திருக்கக்கூடும். என் உடம்பு பதறியது.

"இரு'' என்றபடி ரிஷி மீண்டும் கண்களை மூடினார். நான் தவிப்புடன் அண்ணாவை பார்த்தேன். அவர் கங்கைக் கரையோரம் மலர்ந்து கிடந்த தாமரைகளையும் குவளை களையும் பார்த்தபடி சிலைபோல அமர்ந்திருந்தார்.

ரிஷி கண்களைத் திறந்தார். "உன் குழந்தை கருபீடம் ஏறி விட்டான்'' என்றார்.

"எங்கே? எந்த வயிற்றில்?'' என்று கை கூப்பியபடி பதறினேன்.

"அது தெரியாது. மனிதனா மிருகமா பறவையா புழுவா என்று கூடக் கூற முடியாது.''

"குருநாதரே, இப்போது என்ன செய்வது?''

"இன்னும் நேரமிருக்கிறது. ஆத்மா முதல் உயிரணுவாகிய பார்த்திவப் பரமாணுவை ஏற்று அதனுடன் இணைவதுவரை வாய்ப்பிருக்கிறது. இணைந்துவிட்டால் இப்பிறவியுடனான அதன் தொடர்பு முற்றிலும் அறுந்துவிடும். பார்ப்போம்.'' ரிஷி நீரில் இறங்கி ஒரு தாமரை மலரை பறித்தார். அதை எடுத்து வந்து தியானித்து என்னிடம் காட்டினார்.

"இதோ பார்.''

தாமரைப்பூவின் மகரந்தப் பீடத்தில் இரு சிறு வெண் புழுக்கள் நெளிந்தன. மெல்லிய நுனி துடிக்க அவை நீந்தி நகர்ந்தன.

"இது என் மாயக்காட்சி. உன் மகன் இருக்கும் கரு இந்த மலர். இதிலொன்று உன் மகன். நீ அவனிடம் பேசு. ஆனால் இந்தத் தாமரை கூம்பிவிட்டால் பிறகு எதுவும் செய்ய முடியாது.''

"இதில் என் குழந்தை யார் குருநாதரே?"

"இதோ இந்தச் சிறு வெண்புழு. அவர்கள் இரட்டையர்கள்."

என் மனம் மலர்ந்தது. பரவசத்தால் பதற்றம் பரவியது. மனதில் எண்ணங்களே எழவில்லை. கைகள் பதைக்க அந்தப் புழுவை பார்த்தேன். அதன் துடிப்பு. அது அபிமன்யு சிறு குழந்தையாக பட்டுத் தொட்டிலில் கைகால் உதைத்து நெளிவது போலிருந்தது. பேச்சே எழவில்லை. மனம் மட்டும் கூவியது. அபிமன்யு! இதோ உன் அம்மா. என்னை மறந்துவிட்டாயா என் செல்வமே? என்னை ஞாபகமிருக்கிறதா உனக்கு?

"பேசு பேசு" என்றார் ரிஷி.

"அபிமன்யு" என்றேன் தொண்டை அடைக்க.

அந்தச் சிறு புழு அசைவற்று நின்றது. பிறகு அதன் தலை என்னை நோக்கி உயர்ந்தது. சிவந்த புள்ளிகள்போல அதன் கண்களைக் கண்டேன். என்னை பார்க்கிறானா? என்னை அவன் ஞாபகம் வைத்திருக்கிறானா? என் மனம் களிப்பில் விம்மியது.

"பேசு பேசு" என்று ரிஷி அதட்டினார்.

திடீரென்று அந்த மற்ற புழுவை பார்த்தேன். "குருநாதரே இது யார்? அவனுடைய இரட்டைச் சகோதரன் யார்?"

"அது எதற்கு உனக்கு? நீ உன் குழந்தையிடம் கூற வேண்டியதைக் கூறு."

"இல்லை. நான் அதை அறிந்தாக வேண்டும். அவன் யார்?"

ரிஷி அலுப்புடன், "அவன் பெயர் பிருகத்பாலன். கோசல மன்னனாக இருந்தவன்" என்றார்.

என் மனம் திகிலில் உறைந்தது. "கோசல மன்னனா? என் மகனால் போர்க்களத்தில் கொல்லப்பட்டவனா?"

"ஆம். அவர்கள் இருவருக்கும் இடையே மாற்ற முடியாத ஓர் உறவு பிறவிகள்தோறும் தொடர்கிறது. அதன் காரணத்தை யாரும் அறிய முடியாது. நீ உன் குழந்தையிடம் சொல்ல வேண்டியதை சொல்லிவிடு."

என் தொண்டை கரகரத்தது. அடுத்தபிறவியில் என்ன நிகழப் போகிறது? "அபிமன்யு! அது கோசல மன்னன் பிருகத்பாலன். உன்னால் கொல்லப்பட்டவன். உன் இரட்டைச் சகோதரன் உன் எதிரி. மகனே, கவனமாக இரு..."

ரிஷி கோபமாக "என்ன பேசுகிறாய் நீ?" என்று கத்தினார்.

நான் களைப்புடன் மூச்சிரைத்தேன். திடீரென்று பத்ம வியூகம் பற்றி இன்னமும் கூறவில்லை என்று உணர்ந்தேன். "அபிமன்யு, இதோ பார். பத்ம வியூகம்தான் உன் விதியின் புதிர். அதிலிருந்து வெளியேறும் வழியை கூறுகிறேன்....." என்மீது யாரோ குனிந்து பார்ப்பது போல நிழல் விழுந்தது. திருக்கிட்டு அண்ணாந்தேன். யாருமில்லை. வானம் கன்னங்கரேலென்று இருந்தது. பதற்றத் துடன் மலரை பார்த்தேன். அது கூம்பி விட்டிருந்தது. "குருநாதரே" என்று கூவியபடி அதை பிரிக்க முயன்றேன்.

"பிரயோசனமில்லை பெண்ணே. அவன் போய்விட்டான்" என்றார் ரிஷி.

"குருநாதரே" என்று கதறியழுதபடி அவர் காலில் விழுந்தேன். "எனக்கு கருணை காட்டுங்கள். என் குழந்தையிடம் ஒரு வார்த்தை பேசிக்கொள்கிறேன்..."

ரிஷி எழுந்து விட்டார். அவர் பாதங்களை பற்றிக்கொண்டேன். அவர் உதறிவிட்டு நடந்தார். அப்படியே படிகளில் அமர்ந்து முழங்காலில் முகம் புதைத்து கதறிக் கதறி அழுதேன்.

தோள்களில் கரம் பட்டது. அண்ணாவின் கரம் அது என்று தெரிந்தது. அதை நான் விரும்பினேன் என்று அறிந்தேன். "அண்ணா! அபிமன்யு, என் குழந்தை..."

"வா போகலாம். மழை வரப்போகிறது."

"என் குழந்தைக்கு இப்போதும் வெளியேறும் வழி தெரிய வில்லையே. தன் விதியின் புதிரை சுமந்தபடி அவன் போகிறானே. நான் பாவி பாவி..."

அண்ணா என்னைத் தூக்கி எழுப்பினார். "வா. அழுது என்ன பயன்?"

பத்ம வியூகம்

"என் குழந்தைக்கு அவன் விதியிலிருந்து மீளும் வழி தெரியவில்லையே..."

"யாருக்குத் தெரியும் அது? உனக்குத் தெரியுமா? வழி தெரிந்தா நீ உள்ளே நுழைந்தாய்?"

நான் அப்படியே உறைந்து நின்றுவிட்டேன். பிறகு "அண்ணா" என்றேன்.

"வா. மழை வருகிறது."

இலைகள் மீது ஓலமிட்டபடி மழை நெருங்கி வந்தது. ஆவேசமான விரல்கள் பூமியை தட்டின. பிறகு நீர்த்தாரைகள் பொழிய ஆரம்பித்தன.

"அண்ணா, என் குழந்தையின் விதி என்ன? அடுத்த பிறவியில் அவனுக்கு என்ன நேரிடும்?" மழையில் அண்ணாவின் குரல் மங்கலாகக் கேட்டது. "தெரியவில்லை. ஆனால் அதன் தொடக்கம் மட்டும் இன்று தெரிந்தது."

"எப்படி?" என்றேன் அவரைத் தொடர்ந்து ஓடியபடி. அண்ணா பதில் பேசாமல் நடந்தார். ஒரு மின்னல் வானையும் மண்ணையும் ஒளியால் நிரப்பியது. பின் அனைத்தும் சேர்ந்து நடுங்க இடி யோசைகள் வெடித்து அதிர்ந்தன. அதன் எதிரொலியை வெகு நேரம் என்னுள் கேட்டேன். என் உடலைக் கரைத்துவிடுவது போல மழை கொட்டிக்கொண்டிருந்தது. மழையின் அடர்ந்த திரைக்குள் அண்ணா சென்று மறைந்தார்.

***

நதிக்கரையில்

எரியும் வெளியில் புகைந்தபடி வெளிறிக் கிடந்தது கங்கை. கரையோரத்துச் சதுப்புகளில் மண்டியிருந்த கோரைகள் காற்றுப்படாமல் அசைவற்று நிற்க, நீரின் சிற்றலைகள் கரை மண்ணை வருடும் ஒலிகளில் நதி தனக்குத்தானே மெல்லப் பேசிக்கொண்டிருந்தது. கரையோர மரநிழல்களில் பெரிய அண்டாக்களில் சூதர்கள் சமையல் செய்து கொண்டிருப்பதைச் சற்றுத் தள்ளிப் பாறை மீது அமர்ந்தவனாக பீமன் மேற்பார்வை யிட்டுக் கொண்டிருந்தான்.

"மகாபலரே, உப்புப் பாருங்கள்" என்று ஒருவன் வந்து மர அகப்பையில் சித்ரான்னத்தை நீட்டினான்.

பீமன் நாசியை விடைத்து அந்த ஆவியை முகர்ந்தான்."சரிதான். நீர்வள்ளிக்கிழங்கு சற்றுத் துவர்ப்பு கண்டிருக்கிறது."

"என்ன செய்வது?"

"ஓரிரு துண்டுப் பழங்கள் போடு. அடேய் மச்சா, விறகை இழுத்துப் போடு அன்னம் புகைந்து விடப்போகிறது."

சூதன் ஒருவன் தாழைப்பாயை விரித்துப் பழங்களைக் கழுவ ஆரம்பித்தான்.

பீமன் பெருமூச்சுடன் மீண்டும் நதியைப் பார்த்தான். இனம் புரியாத தவிப்புடன் மனம் தாவித் தாவிச் சென்றது. கோபத்துடன் கைகளை உரசிக் கொண்டு எழுந்தான். அடுப்புப் புகைக்கு அப்பால் பர்ணசாலைகள் நடுங்கின. அங்கிருந்து தருமனின்

நெளியும் பிம்பம் வந்தது. பீமன் கோபத்தை திசை மாற்றுபவன் போல மண்ணை உதைத்தான்.

"மந்தா, எதுவரை ஆயிற்று சமையல்?"

"எட்டுவகை சித்ரான்னம். முடிந்து விட்டது. ருசி பார்க்கிறீர்களா?"

"எனக்குப் பசியில்லை" என்றபடி தருமன் பாறை மீது அமர்ந்தான். மருத மரத்தில் சாய்ந்து கைகட்டியபடி பீமன் தழலை உற்றுப்பார்த்தான்.

"மந்தா! பெரிய தந்தையார் உடல்நிலை கவலையூட்டுவதாக இருக்கிறது" என்றான் தருமன்."எனக்கு ஒரு கணம் கூட நிம்மதி யில்லை."

"சூதன் என்ன சொன்னான்?"

"என்ன சொல்வான் தூக்கமில்லாததுதான் காரணம் என்கிறான். எப்படித் தூங்க முடியும்? புத்திர சோகத்தின் தழல்மீது அல்லவா அவர் படுத்திருக்கிறார்."

"எல்லோருக்கும்தான் துக்கம்" என்றான் பீமன். "அவர் சற்று மிகைப்படுத்துகிறார். நமது குற்ற உணர்வைத் தொடர்ந்து தூண்டி விடுவதில்தான் அவருடைய அதிகாரம் இருக்கிறது இப்போது."

"அநீதியாகப் பேசாதே மந்தா. பர்ணசாலைகளில் இரவும் பகலும் துக்கம் மூடிக்கிடப்பதை நீ பார்க்கவில்லையா? குந்தியோ, திரௌபதியோ, காந்தாரியோ அனைத்து மாதர் முகங்களும் ஒன்று போல இருக்கின்றன."

பீமன் கோபம் எழுவதை உணர்ந்தான். அடக்க முயன்று முடியாமல் பெருமூச்சுடன் "நாம் ஏன் இங்கு இருக்க வேண்டும்?" என்றான்."நமது நாடும் மக்களும் அங்கே காத்திருக்கிறார்கள். வனப்பிரஸ்தம் வந்தவர்கள் அதை அனுபவிக்கட்டுமே. அடேய் மூடா! பழங்களை வெந்நீரில் போட்டு தோல் களைந்தாயா? தோலை உன் தந்தையா தின்பான்? அண்ணா! இவையெல்லாமே மூடத்தனம் என்று படுகிறது எனக்கு.

“நம்மை விட யுயுத்சுவும், தௌமியரும் நன்கு ஆட்சி செய்திருக்கிறார்கள்.”

“அப்படியென்றால் நாட்டை அவர்களுக்குத் தந்துவிடலாமே.”

தருமன் பெருமூச்சு விட்டான். “மந்தா நீ உணவிலும், பார்த்தன் பெண்களிலும், தம்பியர் சோதிடத்திலும், அஸ்வ சாஸ்திரத்திலும், நான் தர்ம நூல்களிலும் தேடுவது என்ன?”

“நான் எதையும் தேடவில்லை.”

“நாம் நம்மைத் தேடுகிறோம். களங்கமில்லாத மனமும் சுதந்திரமான எண்ணங்களும் கொண்ட பழைய பாண்டவர்களை.”

“எனக்கு அலங்காரச் சொற்கள் புரிவதில்லை. அதனால் என்னை எவரும் மன்னனாக எண்ணவில்லை.”

“மந்தா! உண்மையைச் சொல். காட்டில் பதினான்கு வருடம் கையில் கிடைத்ததைத் தின்று நீ வாழ்ந்தபோது இருந்த பசியும், ருசியும் இப்போது உள்ளதா?”

பீமன் முகம் சிவந்தது. சட்டென்று எழுந்து “மூடா! தீயை இழு என்றேனே, கேட்டாயா? கருகல் வாடை வருகிறது பார்” என்று சீறியபடி கை ஓங்கி ஒரு அடி எடுத்து வைத்தான்.

சூதன் நடுங்கி அமர்ந்து விட்டான்.”அப்போதே இழுத்து விட்டேன் பிரபு! அப்போதே இழுத்துவிட்டேன் பிரபு...”

பீமன் கைகளை உரசிக் கொண்டான். மத யானையின் தசைகள் போல அவன் தோள்கள் இறுகி விரிந்தன. கூண்டு மிருகம் போலச் சுற்றி வந்தான்.

“மந்தா, உன்னைச் சீண்டும் நோக்கம் எனக்கில்லை. சதயூபரின் சீடர் வந்து தகவல் சொன்னார். பிதாமகர் கிருஷ்ண துவைபாயன மகாவியாசர் வருகிறாராம்.”

“எதற்கு?”

“நம்மைப் பார்க்க. வேறு எதற்கு?”

“எஞ்சியவர்களை கணக்கிடவா? வேறு வேலை இல்லை கிழவருக்கு.”

"பித்ரு நிந்தை பாபம் மந்தா"

பீமன் "இது சுயநிந்தை" என்று உருமினான்.

தருமன் எழுந்தான்."நான் நீராடச் செல்கிறேன். உடல் எரிகிறது. வருகிறாயா?"

"வருகிறேன்." தண்ணீர் குளிர்விக்கும் என்று பட்டது பீமனுக்கு. இருவரும் நடந்தனர். பீமன் போகும் வழியில் இருந்த மருத மரத்தை ஓங்கி அடித்தான். அது அதிர்ந்து மலர்களும், சருகுகளும் கொட்டின.

"நாம் இங்கு வந்தது ஒரு வகையில் நல்லது. அங்கு அஸ்தினாபுரியில் அதிகாரமும் போகமும் நம்மைச் சூழ்ந்துள்ளன. நம் ஆன்மாவை அவை மூடிவிடக்கூடும். இங்குத் துயரம் அணிகளின்றி, உடைகளின்றி நம்முள் நிற்கிறது. நமது வெற்றியின் விலை என்னவென்று ஒவ்வொரு கணமும் கூறுகிறது."

"அண்ணா! நாம் வேறு எதையாவது பேசுவோமே?"

"எதைப்பற்றிப் பேசினாலும் இந்த இடத்தில் மனம் வேறு எதைப்பற்றியும் எண்ணுவதில்லை மந்தா!. பேசாதபோது துக்கம் உள்ளிருந்து மார்பை அடைக்கிறது."

கங்கை சிதையென எரிந்து கொண்டிருந்தது. நீர் மீது சரிந்து வளர்ந்த பெரிய சாலமரத்தின் வேர்களில் தருமன் அமர்ந்தான். பீமன் நீரில் இறங்கியதும், மக்கிய மரக்கட்டை போல, நீரில் அசைவன்றி மிதந்து கிடந்த முதலையொன்று உயிர் பெற்று முன்னகர்ந்தது. அதன் வாலையும், வாயையும் பற்றி பீமன் சுழற்றி எடுத்தான். இம்சையின் எழுச்சியில் உடல் அதிர்ந்தது. அதைச் சுழட்டி வேர் மீது ஓங்கி அறைந்து, வளைத்து ஒடித்தான். அவனது பருத்த கரங்களில் முதலை துடித்து, நெளிந்து அடங்கியது. அதன் அசைவுகளில், லயத்தில் அவன் மனமும் அடங்கியது. அதை நீரில் வீசினான். நீர் ஒளியுடன் விரிந்து, வாய்பெற்று முதலையை விழுங்கியது. அந்திரீயத்தைக் கழட்டி கரைமீது போட்டுவிட்டு, நீரில் தாவியிறங்கி மூழ்கினான்.

"இன்னும் ஒரேயொரு நீர்ப்பலி மந்தா!. இன்று மாலை அதுவும் முடிந்து விடும். நாளை மதியம் கிளம்பி விடலாம்."

"நான் அப்படியே தெற்குத் திசை நோக்கிப் பயணம் செய்து விட்டு வரலாம் என்றிருக்கிறேன்."

"அர்ச்சுனன் நாகலோகம் போகப்போவதாகச் சொன்னான். நகுலன் காந்தாரத்துப் புரவி விழா ஒன்றுக்குப் போகிறான்." தருமன் கசப்புடன் சிரித்தான். "நான் தான் எங்கும் போக முடியாது. பாரத வர்ஷத்தின் சக்கரவர்த்தியாயிற்றே."

பீமன் நீரில் மூழ்கினான். மீன்களின் பளபளப்பில் நீருக்குள் ஆயிரம் விழிகள் உருக்கொண்டன. பார்வைகள் அவனை மொய்க்க ஒரு கணத்தில் மூச்சு மார்பை இறுக்கியது. உதைத்து மேலே வந்தான். கரை நோக்கி வந்தான். நதி அச்சமூட்டியது.

"எதற்கு வருகிறார் வியாசர்?" என்றான் தருமன் உடைகளை மெல்லக் களைந்து விட்டு நீரில் இறங்கியபடி.

"ஏதாவது தர்மவிசாரம் இருக்கும், உங்களுக்கும் பொழுது போகும். முதியவருக்கு சித்ரான்னம் பிடிக்குமா இல்லை குரங்கு உணவு தானா?"

"மந்தா, உன் கசப்பு அதர்மத்தை நோக்கிப் போகிறது."

"எனக்கும் சேர்த்து நீங்கள்தான் தர்மவிசாரம் செய்கிறீர்களே"

தருமன் பிறகு பேசவில்லை. நீராடி முடித்ததும் "வருகிறாயா?" என்றான்.

"எதற்கு?" என்றான் பீமன். "பெண்களின் கண்ணீர் முகங் களைப் பார்க்கவா? அதைவிட இங்கேயே ஏதாவது முதலை முகங்களைப் பார்க்கலாம். நான் உணவை அனுப்புகிறேன்."

தருமன் குனிந்த தலையுடன் ஒற்றையடிப் பாதையில் செல்வதைப் பார்க்க ஒரு கணம் பரிதாபமும் மறுகணம் துவேஷமும் எழுந்தது.

சித்ரான்னங்கள் உலையிலிருந்து இறங்கிவிட்டிருந்தன. பீமன் தன் வயிற்றுக்குள் இச்சை ஓலமிட்டு எழுவதை உணர்ந்தான். சற்று நேரத்தில் அவன் உடலே அவ்விச்சையாக மாறியது. அவன் உடலின் மறுபகுதியே அந்த அன்னம் என்பது போல. அந்த அன்னத்துடன் தன் அன்னமய உடல் இணையும்போதே

பத்ம வியூகம் ✤ 91

அது பூரணமடைய முடியும் என்பது போல். நியதியின் பெரும் தருணம் ஒன்றிற்கு முந்தைய தவிப்பு போல.

பர்ணசாலைகளின் நடுவே செம்மண்ணாலான பெரிய முற்றம் இருந்தது. அதில் பழுத்த இலைகள் பரப்பப்பட்டி ருந்தன. நடுவில் வியாசர் அமர்ந்திருந்தார். நீண்ட வெண்ணிறத் தாடி காற்றில் அசைந்தாடிக்கொண்டிருந்தது. கண்கள் அரைவாசி மூடியிருந்தன. எதிரே பாஞ்சாலி அமர்ந்து மெல்லிய குரலில் ஏதோ சொல்லிக் கொண்டிருந்தாள். சதயூபர் மடிமீது பெரியதொரு சுவடிக்கட்டை விரித்து வைத்து கண்களை இடுக்கியபடிக் கூர்ந்து படித்துக்கொண்டிருந்தார். முற்றத்தில் பரவலாக அனைவரும் அமர்ந்திருப்பது போலிருந்தது. தருமன் கவனமின்றி இலையொன்றை கிழித்தபடி அமர்ந்திருந்தான். திருதராஷ்டிர மன்னர் பார்வையிழந்தவர்களுக்கேயுரிய முறையில் மோவாயை விசித்திரமாகத் திருப்பி ஒலிகளைக் கூர்ந்து கேட்டபடி அமர்ந்திருந்தார். சற்றுத்தள்ளி மடியில் காண்டீபத்துடன் அர்ச்சுனன். பெண்கள் கூட்டத்தின் நடுவே இறுக்கமான முகத்துடன் குந்தி. பதுமைபோல காந்தாரி. வெளிறி மெலிந்த உத்தரை. முற்றத்திற்கு வெளியே கூட்டம் கூட்டமாக அந்தப்புரத்தின் பிற பெண்கள்.

பீமனின் வருகை அனைவரையும் திரும்பிப் பார்க்க வைத்தது. அது அவன் உடலசைவுகளில் சங்கடத்தைக் கலந்தது. அவன் வியாசரை "வணங்குகிறேன் பிதாமகரே" என்று தெண்ட னிட்டான். "முழு ஆயுளுடன் இரு! புகழுடன் இரு! நிறை வாழ்வு உனக்கு அமையட்டும்" என்று வாழ்த்தினார். சதயூபரை வணங்கிவிட்டுப் பின்வரிசையில் போய் அமர்ந்து கொண்டான்.

பாஞ்சாலி கண்ணீரைத் துடைத்துவிட்டு சிவந்த விழிகளுடன் விலகித் தலைகுனிந்து அமர்ந்தாள். அவள் தோள்கள் விம்மல் கொண்டு அசைந்தன.

தருமன் திரும்பிப்பார்த்து "தம்பி, தாத்தா பெருங்காவியம் ஒன்று எழுதியிருக்கிறார்."

"ஓகோ!" என்றான் பீமன்.

"குருஷேத்ர மகாயுத்தத்தை மையமாகக் கொண்டு குரு வம்சத்தின் வரலாற்றையும் விருஷ்ணிகுலத்தின் வரலாற்றையும் விரிவாகச் சொல்கிற காவியம் இது" என்றான் தருமன்.

சங்கடமான அமைதி நிலவியது. காட்டுக்குள் காற்று ஒன்று ஊடுருவும் ஒலி கேட்டது.

"தந்தையே!" என்று கரடு தட்டிய குரலில் அழைத்தபடி முன்னால் சரிந்தான் திருதராஷ்டிரன். "எனக்குப் புரியவில்லை தந்தையே. என் மூடத்தனத்தை தாங்கள் மன்னிக்க வேண்டும். நான் கல்லாதவன். அகமும் இருண்டவன். இந்தப் பேரழிவின் கதையைத் தாங்கள் ஏன் எழுதவேண்டும்? உங்கள் உதிரத்தில் பிறந்த குழந்தைகள் காமக்குரோத மோகங்களினால் சண்டை யிட்டு அழிந்ததை எழுதுவதில் உங்களுக்கு என்ன பெருமை?"

அத்தனைபேர் மனதிலும் எழுந்த வினா அது என்பதை, முகங்களில் தெரிந்த தீவிரம் மூலம், பீமன் அறிந்தான்.

வியாசர் பெருமூச்சு விட்டார். "இந்தக் கேள்வியைத்தான் நான் என்னிடம் கடந்த பத்துவருஷங்களாக மீண்டும் மீண்டும் கேட்டுக்கொண்டிருந்தேன். என் மனம் கொந்தளித்துக் கொண்டிருந்த காலம் அது. எங்கும் நிலைத்திருக்க முடிய வில்லை. பாரத வர்ஷமெங்கும் அலைந்தேன். எங்கும் மக்கள் இந்தப் போரைப் பற்றியே பேசுவதைக் கண்டேன். சூதர்கள் பாடல் முழுக்க இப்போர் பரவி வளர்வதை அறிந்தேன். நாம் விரும்பினாலும் விரும்பாவிட்டாலும் இந்தப் போர் மானுட குலத்தின் ஞாபகத்தில் என்றென்றும் இருக்கத்தான் போகிறது. ஏன்? இந்தப் போர் ஒவ்வொரு மானுடர் மனத்திலும் நிகழும் போர் அல்லவா?" வியாசர் பெருமூச்சுடன் சிறிது நேரம் அமைதியாக இருந்தார்.

பிறகு தொடர்ந்தார். "வட தண்டகாருண்யத்தில் நான் ஆதிகவி வான்மீகியைச் சந்தித்து பாதம் பணிந்தேன். ஒரு மண்டலம் அவருடன் இருந்தேன். முதிர்ந்து பழுத்து உதிரும் தருவாயில் இருந்தார் அவர். என் இம்சைகளைக் கூறாமலேயே அறிந்துகொண்டார் போலும். ஒரு சைத்ர பௌர்ணமி நாளில் முன்னிரவில் என்னைப் பின் தொடரும்படி ஆணையிட்டு

நடந்தார். நிலவின் ஒளியில் தியானத்தில் விரிந்த ரிஷிமனம் போல வழிந்த கங்கையின் கரையை அடைந்தோம். பாறை யொன்றில் அமர்ந்து என்னை அமரச்சொன்னார். ஒரு பெரும் தராசு பற்றிக் கூறினார். நீதியும், அநீதியும், கருணையும், கொடூரமும், அழகும், கோரமும், ஆக்கமும், அழிவும் என அதற்கு இரு தட்டுகள். தராசுமுள் எப்போதும் சஞ்சலம் கொண்டது. கங்கையை சுட்டிக்காட்டியபடி ஆதிகவி கூறினார். "மகாகாவியம் என்பது கங்கை போல!. கங்கோத்ரியில் சிறு குடம் போன்ற ஊற்றிலிருந்து அது உற்பத்தியாகிறது. பல நூறு நதிகளும் ஓடைகளும் கலந்து பெரும் பிரவாகமாக மாறிக் கடலில் கலக்கிறது. முள் சமநிலை குலையும் ஒரு சலனத்தில் பிறக்கும் நதி அது. கடலைச் சேர்கையில் மீண்டும் முள் சமநிலை கொள்கிறது." என் மனம் ஒளிமயமாயிற்று. எழுந்து அவர் பாதங்களை வருடினேன். "உன் சொற்கள் ஒரு நாளும் அழியாமலிருக்கட்டும்" என்று என்னை வாழ்த்தினார். தன் எழுத்தாணியை எனக்குத் தந்தார். கண்ணீருடன் அதைப் பெற்றுக்கொண்டேன். மறுநாள் அங்கிருந்து கிளம்பி உத்தரவனத்தை அடைந்து பர்ணசாலையொன்று எழுப்பினேன். இந்த பெருங்காவியத்தை இயற்ற ஆரம்பித்தேன். ஆறு வருடங் களில் இதை எழுதி முடித்தேன். என் வாழ்வின் நோக்கமே இது என்று தெளிவு அடைந்தேன். இது தர்ம அதர்மப் போரின் முடிவில்லாத கதை."

வியாசர் சதயூபரைப் பார்த்தார். அவர் சுவடிகளைத் திரும்பக் கட்டுவதில் ஈடுபட்டிருந்தார். பறவைக்குரல்கள் உரக்க ஒலித்தன என்று தோன்றியது.

வியாசர் தனக்குள் உலவத்தொடங்கி விட்டிருந்தார் போலும். குரல் மங்கியது. "நான் கங்கோத்ரியின் முதல் ஊற்று. பெயரில்லாத பல்லாயிரம் சூதர்கள் மழையின் துளிகள். இந்தக்காவியம் தன் பாதையை தானே கண்டடைந்தபடி முன்னகர்கிறது. அதை ஒரு சமயம் வியப்புடனும், மறுசமயம் எக்களிப்புடனும், மறுசமயம் செயலற்ற வெறுமையுடனும் நான் பார்த்து நின்றேன். கங்கை மீது காற்று பரவும் போது தோன்றும் ஒரு மகத்தான கரம் சுவடிமீது எழுதிச்செல்வதாக. புரியாத மொழியாலான எழுத்துக்களின் அலைவரிசைகள்.

மறுகணம் தோன்றும் காவியம் கங்கைபோல என்றும் மாறாத அர்த்தத்துடன் ஆழத்துடன் அப்படியே ஓடிக்கொண்டிருக்கிறது. அதன் மீது காலத்தின் விரல்கள் புதுப்புதுக் கற்பனைகளைக் கணம்தோறும் எழுதிக் கொண்டிருக்கின்றன. ஆம் நீர்மேல் எழுத்து" வியாசர் சகஜமடைந்தார். "ஆனால் நீர் அறியும் தன் மீது எழுதப்பட்ட அனைத்தையும் நீரின் பெருவெளி அறியும் சொற்களின் பெருவெளியை. கடல்... ஆம், என்ன விபரீதமான மனப்பயணம். பலசமயம் சொற்கள் தொலைந்து போகின்றன. சொற்களில்லாத கணத்தை நான் அஞ்சுகிறேன். நான் கவிஞன்..."

வியாசர் மீண்டும் தன் மௌனத்திற்குத் திரும்பினார். எங்கும் அவனது மன உத்வேகம் பரவியதுபோல அம்மௌனமும் பரவியது.

தருமன் அந்த மௌனத்தால் பாதிக்கப்படாதவன் போலத் தோன்றினான். "பிதாமகரே தங்கள் காவியத்தில் தர்ம அதர்மப் பாகுபாட்டுக்கு என்ன ஆதாரத்தைக் கொண்டுள்ளீர்கள்?" என்றான்.

வியாசர் சற்று எரிச்சல் அடைந்தவர்போல "மானுட அனுபவத்தைத்தான்" என்றார்.

"என்ன தர்மமும் அதர்மமும்" என்று திடீரென்று திருதராஷ்டிரர் சீறினார். "வெல்பவன் தர்மவான்! தோற்பவன் அதர்மி! இதுதான் உலகநீதி இதுமட்டும்தான் வேண்டாம். பசப்பாதீர்கள் தந்தையே தாங்கள் இந்தக்காவியத்தை ஏன் எழுதி னீர்கள் என்று அறியாத மூடனல்ல நான்."

"ஏன்?" என்றார் சதயூபர் கோபத்துடன்.

"வேறு எதற்கு? உங்கள் பேரர்கள் மீது வந்த பெரும்பழியைத் துடைக்க. நெஞ்சைத் தொட்டுச் சொல்லுங்கள் தந்தையே இது பாண்டவர் புகழ்பாடும் பரணி அல்லவா? அவர்கள் செயல் களையெல்லாம் தர்மத்தை நிலைநாட்டும் முயற்சிகளாகத் தானே நீங்கள் சித்தரித்துள்ளீர்கள்? வெற்றியின் பொருட்டு அவர்கள் செய்த அதர்மங்களைப் போர்தந்திரங்களாக சித்தரித்தி ருக்கிறீர்கள்தானே?"

"குழந்தை."

"போதும். தருக்கங்களைக் கேட்டு என் காது புளித்துவிட்டது. தர்மங்களும் நியாயங்களும். என் குழந்தை தொடை உடைபட்டு ரத்தம் வடிய தரைமீது கிடந்தான். அவன் தலைமீது எட்டி உதைத்து... மணிமுடி சூடிய அவன் தலைமீது..."

பீமன் ஒரு கணம் குளிர்ந்துவிட்டான். தருமனின் கண்கள் அவனை சந்தித்து மீண்டன. அவற்றில் குற்றம் சாட்டும் பாவனை. பீமன் மனம் பொங்கியது.

"ஆம் தந்தையே. நான் தான் உமது மகனைக் கொன்றவன். அவன் தலையை உதைத்தவன். உம்மால் முடியுமெனில் என் காலை ஒடியும்."

திருதராஷ்டிரன் தன் இரு கரங்களாலும் ஓங்கி அடித்தான். பேரொலி அனைவரையும் அதிர வைத்தது. கரிய பேருடலில் மாமிசப்பந்துகள் நெளிந்தன. வன்மம் கொண்ட வனமிருகம் ஒன்று உடலின் இருளுக்கு அப்பாலிருந்து உறுமியது.

பீமனை அந்தச் சவால் எழுச்சி கொள்ள வைத்தது. அவன் குகைச் சிம்மம் எழுந்து பிடரி சிலுப்பியது. "என் குலமகள் ஒற்றையாடையுடன் சபை நடுவே நின்றாள். அந்தப் பாவத்திற்கு பலியாக இன்னும் ஏழு ஜென்மங்களுக்கு அந்த அதமன் தலையைத் தரையில் உதைத்து உருட்டுவேன். என் தலையைக் கிரீடம் அணி செய்ய வேண்டியதில்லை. காலமுள்ளளவும் அந்தப் பழியே என் அணியாகுக" பீமன் கைகளை ஓங்கி அறைந்தான். "ஆம், குருவம்சத்தை அழித்தவன் நான் குலாந்தகனாகிய பீமன் நான்" அவனுள் எக்களிப்பு பொங்கியது. துச்சாதனனின் பச்சைக் குருதி மணம் நாசியில், நாவில், ஆத்மாவின் மென்சரடில் பரவியது. தீமையில் பேரின்பத்தை வைத்த தேவன் எவன்? அவன் மைந்தன் நான்.

"உட்கார் குழந்தை" என்றார் வியாசர். "உன் மனம் எனக்குப் புரிகிறது."

"உங்களுக்கு எவர் மனமும் புரிவது இல்லை. ரணகளத்துப் பிணங்களில் உங்கள் காவியத்துக்கு கதாபாத்திரங்கள்

தேடுகிறீர்கள்" என்றான் அர்ச்சுனன். "தருமமாவது ஒன்றாவது. இங்கு நடந்தது ஒரு தற்கொலை அகந்தையாலும் பொறாமை யாலும் ஒரு வம்சம் தன்னைத்தானே கொன்று கொண்டது. பிணத்துக்கு அணி செய்ய முயலவேண்டாம் பிதாமகரே."

"குழந்தை, நீ சூதர்களின் பாடல்களைக் கேட்பதுண்டா?"

"அவர்களுக்கென்ன? ஒரு நாணயம் கிடைத்தால் சிகண்டியையே ஆண்மையின் சிகரமாக ஆக்கிவிடுவார்கள்."

"வெற்றியை வழிபடுபவர்கள் சாமானியர்கள். வென்றவர்கள் செய்ததெல்லாம் தர்மம் என்பார்கள். தோற்றவர்கள் செய்த தெல்லாம் அதர்மம் என்பார்கள். வெற்றியை வழிபடுவது அகந்தையை வழிபடுவதுதான். அனைத்துப் பாவங்களுக்கும் முதற்காரணம் அகந்தை."

திருதராஷ்டிரர் அலுப்புடன் "உபதேசங்களுக்கு எப்போதும் பஞ்சமில்லை" என்றான்.

*

வியாசர் அதைக் கேளாதவர்போல "எனது காவியம் வெற்றியைப் பாடுகிறது. அதற்குப்பின்னால் உள்ள தோல்விகளையும், சரிவுகளையும் சொல்கிறது. தோல்விக்குப் பின்னால் உள்ள மகத்துவங்களைப் பாடுகிறது. அன்புக்குள் வாழும் வெறுப்பை யும் குரோதத்தின் ஊற்றுமுனையாகிய அன்பை, ஆக்கமும் அழிவும் கூடிமுயங்கும் வாழ்வை, என் காவியம் பாடுகிறது. மானுட வாழ்வு எனும், ஒரு போதும் புரிந்து கொள்ள முடியாத பிரவாகத்தைப் பற்றியே, நான் எழுதியுள்ளேன். அந்தப் பிரவாகத்தை மகாதர்மமே வழிநடத்துகிறது. அம்மகாதர்மத்தின் பிரதிபலிப்பு ஒவ்வொரு துளியிலும் தெரியக்கூடும். என் காவியம் காட்டுவது அதையே.!"

"இனி என்ன பயன் அதனால்?" என்றான் அர்ச்சுனன். "விதவைகளுக்கும், அனாதைப் பெற்றோர்களுக்கும் உங்கள் தர்மம் என்ன வழிகாட்டப்போகிறது?"

"முடிந்தது குருஷேத்ரப் போர். தர்மாதர்மப் போர் ஒருபோதும்

முடிவுறுவதில்லை. நாம் கற்றதை நம் சந்ததியினருக்குப் பயன்படும்படி நாம் அளிக்க வேண்டாமா?"

அர்ச்சுனன் சிரித்தான். "பிதாமகரே! இந்த வயதிலும் தாங்கள் நம்பிக்கையுடன் இருப்பது வியப்புத் தருகிறது. நான் அறிந்த பாடம் ஒன்றேயொன்றுதான். மனிதவாழ்வு என்பது ஒரு பெரும் சரிவு. இழந்துகொண்டே இருப்பதுதான் வாழ்க்கை. அடையும் ஒவ்வொன்றிற்கும் நாம் ஆயிரம் மடங்கு விலை தருகிறோம். நாம் தரும் ஒவ்வொன்றுக்கும் இளமையில் ஆயிரம் பங்கு எடை. நாமோ இளமையைத் தந்து அனுபவங்களைப் பெற்றுக்கொள்கிறோம். இளமை வயது அணையத் தொடங்கு கையில் தொலைதூரத்தில் கனவுவெளியென அது ஒளிபெற்று விரிந்து கிடக்கிறது. ஏக்கம் மிகுந்த கண்ணீருடன் இந்தக் கரையில் நின்றபடி நாம் புண்களையும், உதவாத நாணயங்களையும் எண்ணிக்கொண்டிருக்கிறோம்..." காண்டிவத்தை எடுத்துத் தோளில் மாட்டியபடி அவன் எழுந்தான். "ஆனால் இதை ஒரு வாலிபனுக்கு, எந்த முதியவரும் எக்காலத்திலும் சொல்லிப் புரிய வைத்துவிட முடியாது. இந்த கங்கையைவிடப் பெரிய காவியம் எழுதினாலும்!." வணங்கியபடி அவன் கிளம்பினான்."நான் வருகிறேன் பிதாமகரே!."

"தாத்தா காவியத்தை படித்துக்காட்டப் போகிறார் பார்த்தா!" என்றான் தருமன்.

"கண்ணனின் சிறு காவியமே என் தலைமீது இரும்புக்கிரீடம் போன்று கனக்கிறது" என்றான் அர்ச்சுனன். "சொற்களுள் விஷம் உள்ளது என்று என்னைவிடத் தெளிவாக அறிந்தவர் யார்?" அர்ச்சுனன் நடந்து மறைந்தான்.

மெல்லப் பீமனும் எழுந்தான்.

"மந்தா, நீ எங்கே போகிறாய்?"

"எனக்குப் பொதுவாகவே மானுட மொழி தெளிவாகப் புரிவதில்லை, அண்ணா. இங்கு நானிருந்து என்ன பயன்? நதிக்கரைக்குப்போனால் சமையலாவது நடக்கும்."

"தந்தையே" என்று குந்தி தணிந்த, உறுதியான குரலில்

கூறினாள். "தாங்கள் காவியத்தைப் படியுங்கள். என் குழந்தைகள் வழியாக தர்மம் ஆடிய விளையாட்டு என்னவென்று கூறுங்கள்..."

பீமன் கனமாக நடந்தான். திரும்பிப் பார்க்கும்போது குனிந்து அமர்ந்திருக்கும் பாஞ்சாலியின் கண்ணீர் மூக்கில் உருண்டுச் சொட்டுவதைக் கண்டான். அவளுடைய கன்றிப் போன முகம் அவன் வயிற்றைப் பிசைந்தது. மறுகணம் திசையற்ற சினம் எங்கும் பரவியது. முகங்கள், முகங்களாக பிரக்ஞை பரவி விரிந்தது. துரியோதனன், கர்ணன், கடோத்கஜன் முகங்கள். முகங்களில் ததும்பும் அலைவெளி. அவற்றிலிருந்து விடுதலை இல்லை. எந்தக் காவிய வரியும் அவ்விடுதலையைத் தரப்போவதில்லை.

கங்கையின் கரையில் கூட்டம் கூட்டமாக நீர்ப்பலி நடந்து கொண்டிருந்தது. பீமன் கனத்த உடல் தரையில் அதிர்ந்து, பதிய நடந்தான். பறவைகள் கூடணையும் ஒலி, எல்லாத் திசைகளிலும் உரக்கக்கேட்டது. கங்கைக்கு அப்பால் பச்சை நிற வரம்பாகத் தெரிந்த மறுகரையின் மீது சூரியன் செந்நிற வட்டம் இறங்கிக் கொண்டிருந்தது. மேகங்களின் கங்கு அணையத் தொடங்கிவிட்டிருந்தது. நீரில் மந்திரங்கள் மிதந்தன. அலை யலையாகச் சாந்தியடையாத ஆத்மாக்கள் தவித்தன. மலர்கள் அலைபாய்ந்து... அலைபாய்ந்து... அலைபாய்ந்து... இத்தனை அனாதைக் குழந்தைகளா? கைவிடப்பட்ட பெற்றோரின் இந்த வெற்றுப் பார்வை இவ்வருடங்களில் காணும் திசையெங்கும் நிரம்பியிருக்கிறது. பதினாறு வருடங்கள் கழிந்துவிட்டன. இன்று எவரும் கதறி அழுவதில்லை. கண்ணீர்கூடக் குறைவுதான். பிரமையில் உறைந்த, மரத்த துக்கம். நீரற்ற குளங்களின் வெறுமை மண்டிய விழிகள். நினைவுகளின் அறுபட்ட சரடுகள் துடிக்கும் சொற்கள். அத்தனைபேர் கூடியிருந்தும், நதிக்கரை மௌனமாக இருந்தது. மெல்லிய ரீங்காரமாக எழுந்த மந்திர உச்சரிப்பு கங்கையின் அந்தரங்கப் பேச்சொலியுடன் கலந்தது.

"மந்தா! என்ன தாண்டிச் செல்கிறாய்?"

பீமன் பெருமூச்சுடன் நின்றான். படித்துறையில் திருத ராஷ்டிரன், தருமன், வியாசர், சௌனகர் என்று கூட்டம். தருமன் உற்சாகமாக இருப்பதாகப் பட்டது. வைதீகச் சடங்குகளின்போது

அவனுக்கு வரும் இயல்பான உற்சாகம். நான் மிருகமில்லை. கோழையான எளிய மானுடன். இல்லை யேல் இக்கணம் உதிர வெறியுடன் உன்னைக் கிழித்து...

"மந்தா! சீக்கிரம் நீராடு" என்றான் தருமன்."உனக்காகவே காத்திருக்கிறோம். இன்று இறுதிநாள். நீர்ப்பலி. இதுகூட நினைவில்லையா என்ன?"

பீமன் நதியிலிறங்கி நீராடினான். வெற்று உடல்மீது நீர்த்துளிகள் வழிய உடையை இறுக்கியபடி எழுந்துவந்தான். சௌனகர், "பாண்டவர் அனைவரும் வந்தாயிற்றா?" என்றார்.

"ஆம் ஆச்சாரியரே, மந்தனுக்கு ஒருமுறை விளக்கிவிடுங்கள்."

ஸௌனகர் "சரி" என்றார். பிறகு பீமனிடம் "இன்றோடு போர் முடிந்து பதினாறு வருடங்கள் முடிகின்றன. இறந்துபோனவர்களுக்காக மூவகை சிரார்த்தங்களைச் செய்யவேண்டுமென்பது விதி. ஏகோத்திஷ்டம், பார்வணம், சபிண்டனம். வருடம் தோறும் செய்யவேண்டிய பித்ருகடன் ஏகோத்திஷ்டம். ஃபுவர் லோகத்தில் ஆத்மா பிரவேசிக்கும் பொருட்டு வாரிசுகள் செய்ய வேண்டியது பார்வணம். அம்மூதாதையரின் ஆத்மாக்களை காலப்பெருவெளியுடன் மீதியின்றி கலக்கும் பொருட்டு ஆற்ற வேண்டியது சபிண்டனம். இங்கு சபிண்டன சிரார்த்தம் இன்றோடு முடியப்போகிறது. எள்ளும் நீரும் மலரும் இறைத்து, பூரண மந்திர உச்சாடனத்துடன் இதை முடித்தபிறகு பாண்டவர்கள் எவரும் எந்த வடிவத்திலும் எஞ்சுவதில்லை. பிரம்மத்துடன் ஐக்கியமாகிவிடுவார்கள். நதி கடலுடன் கலப்பது போல. பிறகு பித்ருக்களினாலான மகாகாலத்திற்குச் செய்யும் பொதுவான சிரார்த்தமே போதுமானது. விதிப்படி அவர்களைப் பிரித்து எண்ணுவதும்கூடப் பெரும் பாபமாகும்."

ஸௌனகர் தர்ப்பையை எடுத்தார். மந்திர உச்சாடனத்துடன் மலரை அள்ளினார். சற்றுத்தள்ளி பிண்டம் வைக்கக் குவிக்கப் பட்ட ஆறிய சாதம் இருந்தது. சடங்குகள் தொடங்கின.

பிதாமகரே என்று பாஞ்சாலியின் குரல் வீறிட்டது. அனைவரும் திடுக்கிட்டனர். அவிழ்ந்த முடியும் கலைந்த

உடையுமாக அவள் ஓடிவந்து நதிமேட்டில் நின்றாள்.''பிதாமகரே வேண்டாம். பூர்ணப்பிண்டம் வேண்டாம்.''

''ஏனம்மா'' என்றார் வியாசர்.

''என் குழந்தைகள், அவர்களை நான் பார்க்கவேண்டும். நான் இறந்தபிறகாவது அவர்களைப் பார்க்கவேண்டும்.'' கதறியபடி. அவள் தரையில் சரிந்தாள். மார்பில், வெறியுடன் ஓங்கி, அறைந்துகொண்டு கதறியழுதாள். ''என் குழந்தைகளை இந்தப் பாழும் மார்பில் மீண்டும் ஒரு முறையாவது அணைத்துக் கொள்ள வேண்டும். என் செல்வங்களின் பொன்னுடல் தீயில் எரிந்தது. என் தேவர்களே, உங்களுக்கு வலித்ததா என்று கேட்க வேண்டும். அவர்கள் எனக்காகக் காத்திருக்கட்டும் பிதாமகரே.''

''என்ன மூடத்தனம் இது, திரௌபதி?''

''ஆம் நான் மூடப்பெண்தான். வெறும் மூடம். வெறும் ஜடம்.'' திரௌபதி வெறியுடன் தலையை அறைந்தபடி ஊளையிட்டு அழ ஆரம்பித்தாள். என்ன மூர்க்கத்தனம்! பீமனின் வயிறு நடுங்கியது. அச்சத்தில் உடல் செயலற்றுவிட்டது.

விரிந்த தலையுடன் பெண்கள் நாலாபக்கமிருந்தும் ஓடி வந்தனர். அவர்கள் அலறினார்கள். ''வேண்டாம் பிதாமகரே. பூர்ணப்பிண்டம் வேண்டாம்.''

வியாசர் படியேறி நெடிய உடலை நிமிர்த்து நின்றார். ''என்ன சொல்கிறீர்கள் என்று தெரிந்துதான் சொல்கிறீர்களா?''

''ஒரு முதிய பெண் ஓடிவந்து வியாசரின் காலில் விழுந்தாள். காதுகளும் மார்புகளும் நீண்டு தொங்கின. வெண்ணிறத் தலை மயிர் விரிந்து, சுருக்கம் பரவிய வெற்று முதுகில் ஈரமாக ஒட்டியிருந்தது.

''மகாஞானியே ஒன்பது பிள்ளைகளையும் பதினேழு பேரர்களையும் பறிகொடுத்த பெரும்பாவி நான். பதினாறு வருடமாகிறது நான் தூங்கி. என் குழந்தைகள் வந்துவிடுவார்கள் என்று நம்பினேன். ஏதோ ஒரு அற்புதம் நடக்கும் என்று எண்ணி யிருந்தேன். உத்தமரே என் வாழ்க்கையை வீணடித்துவிடாதீர்கள். என்னை கைவிட்டுவிடாதீர்கள்.''

"எங்கள் குழந்தைகளை நாங்கள் பார்க்கவேண்டும் உத்தமரே" என்று குரல்கள் வீரிட்டன. அழுகைகளும் புலம்பல்களும் நான்கு திசைகளிலிருந்தும் வந்து பெருகின. துக்கம் அலையலையாகக் காற்றை நிரப்புவதுபோல. வானம் இருண்டுவிட்டிருந்தது. கங்கையின் மறுவிளிம்பில் மெல்லிய வெளிச்சம் மீதமிருந்தது. அது நீர்ப்பரப்பில் நெளிந்து தளதளத்தது.

"நான் என்ன செய்யமுடியும்? நான் வெறும் கவிஞன் தாயே" என்றார் வியாசர் தளர்ந்த குரலில்.

"பிதாமகரே நீர் அறிவீர். எங்கள் குழந்தைகள் எங்கே?" ஒரு பெண் கூவினாள்.

"அவர்கள் வீர சுவர்க்கத்தில் இருக்கிறார்கள். வீரர்களுக்குரிய போகங்களுடன், வீரர்களுக்குரிய மகத்துவங்களுடன்."

"நீங்கள் எப்படிக் கண்டீர்கள்?"

"நான் கவிஞன். சொற்களைப் பரு வடிவு விட்டு தியான வடிவம் கொள்ளவைக்கும் வரம் பெற்றவன். தியான வடிவாக அனைத்துலகங்களையும் தொட்டு விரியும் என் பிரக்ஞை. என்னை நம்புங்கள்."

"பிதாமகரே" என்று ஒரு கிழவி ஆங்காரமாக வீறிட்டாள். "எங்கள் குழந்தைகளை எங்களுக்குக் காட்டுங்கள். நீங்கள் கூறுவது உண்மையென்றால் காட்டுங்கள் தர்மத்தின் மீது ஆணை."

"காட்டுங்கள்! காட்டுங்கள்!" என்று ஓலமிட்டது அந்த நதிக்கரை.

"ஒரு கணம் பிதாமகரே கனிவு காட்டுங்கள் ஒரு கணம்." ஒரு பெண் கதறியழுதாள்.

நிலா மேற்கே நெளிந்து வந்தது. கங்கையின் நீர்ப்பரப்பு மீது அது பிரதிபலித்தது. கரையிலிருந்து ஒளியாலான நடைபாதை ஒன்று நிலவை நோக்கி நீண்டது. வியாசர் நிலவை நோக்கியபடி ஒளிவிடும் கண்களுடன் நின்றார். குரல்கள் மன்றாடின. கூவி

அழுதன. ஒளி பெற்ற வான் கீழ் துயரத்தின் அதிதேவன் என காவிய கர்த்தன் நின்றான்.

கங்கையில் ஒரு மீன் துள்ளி விழுந்தது. அலைகள் ஒளி வளையங்களாகப் பரவின. வியாசர் கரங்களைத் தூக்கினார். "சரி காட்டுகிறேன். அவர்களைப் பார்ப்பது உங்களுக்கு மன அமைதி தருமா? தங்கள் புகழுலகில் அவர்கள் ஒளியுடன் இருப்பதைக் கண்டால் உங்கள் தீ அணையுமா?"

"ஒரு கணம் என் குழந்தையைப் பார்த்தால் போதும் பிதா மகரே வேறு எதுவும் வேண்டாம்." மார்பில் ஓங்கி அறைந்தபடி ஒரு பெண் கதறினாள்.

வியாசர் கங்கையை நோக்கி திரும்பினார். அழுத்தமான குரலில் அவர் கூறிய மந்திரம் பீமனுக்குக் கேட்டது. "கங்கையே நீ என் மூதாதை. என் சித்தம் உன் பிரவாகம். என் தவம் மெய்யானது எனில் நீ என் காவியமாகி விரிக ஓம் அவ்வாறே ஆகுக."

பீமனின் மனம் படபடத்தது. கங்கையைப் பார்த்தான். கங்கைமீது நிலவின் ஒளி விரிவடையத் தொடங்கியது. மெல்ல ஒளி அதிகரித்தபடியே வந்தது. ஒளிபெற்ற படிக வெளியாக அது ஆயிற்று. நீரின் பொன்னிற ஆழம் தெரிந்தது. அங்கு வெகு தூரத்தில் நிலா ஒன்று சுடர்ந்தது. பளிங்கு மாளிகைகள் நிரம்பிய பெரும் நகரம் ஒன்று கனவு போலத் தெரிந்தது. அது அஸ்தினாபுரம் என்பதை பீமன் வியப்புடன் அறிந்தான். தெருக்களில் பொற் பல்லக்குகள் நகர்ந்தன. புரவிகள் வெண்ணிற மேகங்கள் போல ஓடின. அங்கிருந்து பொன்னொளி சுடரும் பாதை ஒன்று கிளம்பி மேலே வந்தது. அதன் வழியாக மெதுவாக நடந்து ஒருவன் வந்தான். ஒளி சிதறும் வைரமுடியும், மணிக்குண்டலங்களும் பொற்கலசமும் அணிந்திருந்தான். கையில் பொற்கதாயுதம். அது துரியோதனன் என்பதை பீமன் மார்பை அடைத்த வியப்புடன் அறிந்தான். துரியோதனனின் முகம் பொலிவு நிரம்பியதாக இருந்தது. கண்களில் இன்பம் சுடர அவன் நீர் மீது எழுந்து நின்றான். திருதராஷ்டிரர் உரத்தகுரலில் "மகனே துரியோதனா" என்று வீரிட்டார். மதயானையின் பிளிறல் போலிருந்தது அது.

பத்ம வியூகம் ✖ 103

அவருக்கு எப்படித் தெரிகிறது அந்தக் காட்சி? இதெல்லாம் மனப் பிரமைதானா? கவசகுண்டலங்கள், செஞ்சூரியக்கதிர்கள் என ஒளிவிட கர்ணன் வந்து நின்றான். துச்சாதனன் புன்னகை தவழும் இனிய முகத்துடன் எழுந்தான். சகுனியும், பீஷ்மரும் வந்தனர். சாரி,சாரியாக வந்தபடியே இருந்தனர். தன் கண்கள் அந்தக் கூட்டத்தில் ஓர் உருவத்தை பதைபதைப்புடன் தேடுவதை பீமன் உணர்ந்தான். சட்டென்று புலன்கள் குளிர்ந்தன. கையில் பாசாயுதத்துடன் உயர்ந்த கரிய உடலை மெல்ல ஆட்டியவனாக யானைக்குட்டி போல கடோத்கஜன் நடந்து வந்தான். அப்படியே பாய்ந்து அவனைக் கட்டிக்கொள்ளவேண்டும் போலிருந்தது. அவனுடைய கரும்பாறை போன்ற தோள்களை இறுகத் தழுவி அவன் மயிரடர்ந்த சிரத்தை மார்போடு இறுக்கி... அப்போதுதான் தன் மார்பில் தெறிக்கும் இந்த வெற்றிடம் உடையும். என் வனமூர்க்கம் முளைத்தெழுந்தவன் இவன். பீமனைவிட பீமனான என் மகன். கடோத்கஜன். கடோத்கஜன். இமைத்தால்கூட அந்தக் காட்சி நழுவிவிடும் என்று பயந்தவன் போல அவனையே பார்த்தான். அவனுடையில் ஓர் உறுப்பைப் பார்க்கும்போது பிற உறுப்புகளைப் பார்ப்பதை இழந்து விடுவோம் என்று பட்டதால் பதற்றமடைந்து பரபரத்தது மனம். பார்வை மீள மீளத் தவித்து அவன் உடலை வருட வருட குடிக்கத் தொலையாத பெரும்தாகம் என எரியும் தவிப்பு. அத்தவிப்பு அவன் பெயர் மந்திரமாக உள்ளூர இடைவிடாது ஓடியது. அவன் உடலின் தொடுகைக்கு தன் உடல் பரபரத்தது. தொடுகையில் அல்லவா என் மகனை என் ஆத்மா அறிய முடியும். இதோ எல்லாம் முடிந்துவிடும். இந்தப் பிரமை கடோத்கஜன் என் மகன்... திடீரென்று பாஞ்சாலி "மகனே" என்று கூவியபடி நீரை நோக்கி ஓடினாள். பீமன் அனிச்சையாக அவள் புஜங்களைத் தாவிப் பற்றிக் கொண்டான். எங்கும் வீரிட்ட அலறல்கள் வெடித்துப் பரவின. பெண்களும் முதியவர்களும் கூட்டம் கூட்டமாக நீரை நோக்கி ஓடினர்.

"நில்லுங்கள் நில்லுங்கள்" என்று வியாசர் கூவினார்.

கூட்டம் கூட்டமாக பெண்கள் நீரில் விழுந்தனர். கங்கை நீர், ஆயிரம் வாய் பிளந்து, அவர்களை விழுங்கியது.

"அர்ச்சுனா நிறுத்து அவர்களை. அர்ச்சுனா" என்றார் வியாசர். உடல் பரிதவிக்க முன்னும் பின்னும் ஓடியபடிக் கதறினார். கையில் காண்டிவத்துடன் கண்ணீர் வழிய அர்ச்சுனன் நின்றான்.

"அர்ச்சுனா..."

"அவர்கள் போகட்டும் பிதாமகரே அவர்களுக்கு இனிமேலாவது நிம்மதி கிடைக்கட்டும்."

"இது என்ன அபத்தம் நில்லுங்கள் நில்லுங்கள் போகாதீர்கள்." வியாசர் பித்தர் போலக் கூவினார். பாஞ்சாலி திமிறினாள். வெறி கொண்ட குதிரை போல பாய முயன்றாள். பீமன் கை ஒரு நொடி தளர்ந்தது. பிடியை உதறிவிட்டுக் கங்கையை நோக்கி ஓடி கடோத்கஜனை அடைய மனம் தாவியது. மறுகணம் காட்சி அணைந்தது.

"என் குழந்தைகளே என் செல்வங்களே" என்று கதறியபடி திரௌபதி தளர்ந்து விழுந்தாள்.

"அர்ச்சுனா என்ன காரியம் செய்தாய்? அவர்கள் உன் குடிமக்கள். அவர்களைக் காப்பது உன் கடமை."

"இல்லை பிதாமகரே! அவர்கள் எமனின் குடிமக்கள். தங்கள் மைந்தர்களுடனும் கணவர்களுடனும் அவர்கள் சென்று சேரட்டும். பிதாமகரே! அபிமன்யுவையும் அரவானையும் பார்த்தபோது ஒரு கணம் என் கால்கள் தவித்தன. ஏன் நான் ஓட வில்லை? உயிராசையா? ஆம். எளிய பாமரமக்களுக்கு இருக்கும் உணர்ச்சிகள் கூட இல்லாதவன் நான். அற்பன். உயிரை நேசிக்கும் கோழை."

"பார்த்தா! உனக்குத் தெரியாது" என்றபடி வியாசர் படிக்கட்டில் தளர்ந்து அமர்ந்தார். தலையைக் கைகளால் அறைந்தார். "நான் மூடன்! நான் மூடன்!. பெரும் பிழை செய்துவிட்டேன்." வியாசர் மெல்லிய விசும்பல்களுடன் அழ ஆரம்பித்தார். இரையுண்ட பாம்பு போல கங்கை அமைதியாக விரிந்து கிடந்தது.

"தந்தையே!" என்றார் திருதராஷ்டிரர். "அவர்கள் அங்கு தங்கள் குழந்தைகளுடன் வாழ்வதை விட மேலானதா இங்கு

நடமாடும் பிணங்களாக வாழ்வது? என்னை யாராவது பிடித்து அங்கு இட்டுச் சென்றிருக்கலாகாதா?"

குந்தி மண்ணில் அமர்ந்து அழுது கொண்டிருந்தாள். அவள் எண்ணுவது கர்ணனை என்ற எண்ணம் கசப்பாக பீமன் மனதில் எழுந்து நிரம்பியது.

"எப்படிச் சொல்வேன் குழந்தைகளே? நீங்கள் பார்த்தது என் காவியத்தின் ஓர் உருவெளித்தோற்றம். கங்கை என் காவியமாக ஆயிற்று. காவியம் ஒரு பிரதிபலிப்பு மட்டுமே."

அர்ச்சுனன் அச்சத்துடன் "அப்படியானால் இவர்கள்?" என்றான்.

வியாசர் மெல்ல அடங்கினார். கண்களில் கண்ணீர் முத்துக்கள் ஒளிவிட்டன. பெருமூச்சுடன் கங்கையையே பார்த்தார். "காவியத்தில் நாம் பார்ப்பது வானைப் பிரதிபலிக்கும் மேற்பரப்புகளை மட்டுமே. ஆழத்தில் இருண்ட பிரம்மாண்டங்கள் விரிந்து கிடக்கின்றன. அங்கு சதகோடி மானுடர் உறைகின்றனர். அவர்களுடைய கூறப்படாத துக்கங்கள் பகிரப்படாத கனவுகள். அங்கு எந்த ஒளியும் சென்று சேர்வதில்லை. காலத்தின் விரல்நுனி அங்கு துயில்பவர்களை ஒரு போதும் தீண்டப் போவதில்லை. காவிய ஆழம் ஓர் உவமையின் மின்மினிகூட வழிதவறிச் செல்லமுடியாத பேரிருள்..."

பீமன் மனம் நடுங்கி உறைந்தது. கங்கையைப் பார்க்க முடியவில்லை. கரியவாள் போல அது கிடந்தது. அதன் ஆழ்த்தில் நிழல் நிழலாக கரைந்திறங்குவது என்ன? பீமன் தன்னுள் தேங்கிய வெறுமையை எல்லாம் பெருமூச்சாக மாற்றி வெளித்தள்ள முயன்றான். மார்பு காலியாகவேயில்லை. திரும்பிக் காட்டை நோக்கி நடந்தான். இருளில் திமிறிப் புணர்ந்த மரங்கள் காற்றில் உருமும் காடு. அங்கு நிழல்கள் ததும்பின. பெயரற்ற அடையாளமற்ற தவிப்பு மட்டுமேயான நிழல்கள்.

***

திசைகளின் நடுவே

நிழல் என் மீது கவிந்து சுவடியை மறைத்தது. அம்மா! ஓரக்கண்ணால் பார்த்தேன். கதவோரம் கலங்கிய விழிகள் தெரிந்தன. என் மன அடுக்கு குலைந்துவிட்டது. சுவடிக் கட்டை இறுக்கிவிட்டு அப்படியே பேசாமல் அமர்ந்திருந்தேன். கணங்கள் நீண்டன. அவள் பார்வையின் கூரிய நுனி என் புறங்கழுத்தை வருடுவதை உணர்ந்தேன். இக்கட்டான நிலை சட்டென்று ஆங்காரத்தையும், அவள்மீது கடுங்கோபத்தையும் கிளப்பியது. வேகத்துடன் தலைதூக்கி அவளைப் பார்த்தவன், அவள் கண்ணீரைக் கண்டேன். என் உணர்வுகள்மீது குளிர்ந்த நீர் கொட்டப்பட்டது போலிருந்தது. இனியும் அப்படி அமர்ந் திருக்க முடியாது என்று பட்டது. வெளியே எங்காவது ஓடிவிட வேண்டும். வெளியே...

எவ்வளவு அற்புதம் அந்த வார்த்தை! நினைவு தெரிந்த நாள் முதலே நான் மனசுக்குள் வைத்து மூடி விளையாடும் வார்த்தை. வெளி! பாதைகள் இல்லாத விரிவு. பாதைகள் இல்லையென்றால் எல்லாத் திசையும் பாதையே. காற்றில் கைகளை வீசி, கால் களைத் தூக்கித் தாவி நடப்பேன். ஆத்மாவின் உள்ளே சிறகு படபடக்கக் கூண்டில் மோதித் தவிக்கும் திசைகாட்டிப்புறா விடுதலை பெறும். அது எங்கு இட்டுச் செல்கிறதோ அங்கு செல்வேன். அது தொலை வானச்சரிவில் மௌனத்தில் ஆழ்ந்த நீலமலைகளாக இருப்பினும் சரி. கரைமோதிப் புரளும் கடல் வெளியாக இருப்பினும் சரி. கட்டுகளல்ல, சுதந்திரமே தீர்மானிக்கவேண்டும் என்னை. இந்தச் சிறு மர வீட்டின் சுவர்கள்

என் தலையைத் தட்டித் தாழ்த்துகிறது. கைகளை முட்டுகின்றன. இந்த அரையிருட்டு என் கண்களைப் பஞ்சடைய வைக்கிறது.

“தீஷணா...”

நான் திரும்பவில்லை. மரச்சுவரை வெறித்தேன். கறைகளும் விரிசல்களும் நிரம்பியிருந்தன. சட்டென்று தாடி, சடைமுடிகளுடன் ரிஷிமுகங்களாக மாறிவிடுபவை அவை. உபதேசிப்பவை, மௌனத்தில் ஆழ்ந்தவை. சிலசமயம் எள்ளி நகையாடுபவை.

“தீஷணா... மகனே!” போகவில்லையா இவள்?

“தீஷணா, நான் சொல்வதைக் கேள் மகனே. இவ்வளவு படிக்கிறாயே இந்த அன்னையின் மனம் மட்டும் உனக்குப் புரியாமல் போனதென்ன? “

சுவர் விரிசலில் அஜித கேசம்பளனின் வெண்தாடி முகம் சிரிக்கின்றது. என் உள்ளூறைத்த ஆக்ரோஷத்தைக் கிளப்பும் கிண்டல்.

“தீஷணா, தயவு செய் மகனே. என் அடிவயிற்றில் நெருப்பை அள்ளிக்கொட்டாதே.”

சட்டென்று என் கோபம் பற்றிக் கொண்டது.

“நான் என்ன செய்யவேண்டும் என்கிறாய்?” என்று சீறினேன். “உன் இடுப்பில் ஏறி அமர்ந்து கொஞ்ச வேண்டுமா?”

“தீஷணா...” என்று கையை நீட்டியபடி முன்நகர்ந்தாள். “அந்தச் சுவடிகளை நீ படிக்க வேண்டாம் மகனே. இதேபோல இதோ மணையில்தான் உன் தந்தை அமர்ந்திருப்பார். உன்னை மாதிரியே தான் அவரும் இரவு பகலாய்ப் படித்தார்...”

“அழுது அழுது என்னையும் வீட்டைவிட்டுத் துரத்திவிடுவாய் நீ” என்றேன், குரூரமாய்.

“தீஷணா!” என்று அலறிவிட்டாள். “உன்னையும் இழந்து விடக் கூடாது என்றுதான் மகனே நான் தவிக்கிறேன். நீ கைக்குழந்தையாக இருக்கும்போது நான் அனாதையானேன்.

உன்னை வளர்க்க நான் பட்ட கஷ்டங்களை நீ அறியமாட்டாய். நீதான் என் உயிர். என் லட்சியம், என் புருஷார்த்தம்."

என் மனம் இளகிவிட்டது. அவளுடைய கோணத்தில் ஏன் பார்க்க மறுக்கிறேன்? அவள் மனசின் வெம்மை ஏன் தெரிய வில்லை? தெரியாமல் இல்லை. மிக நன்றாகவே தெரிகிறது. இந்த வலையின் ஒரு கண்ணியைக்கூட என்னால் உடைக்க முடியவில்லை. எவ்வளவு தியானம்! எவ்வளவு மனனம்! உடைக்க முடியாமலேயே போய்விட லாம். என் கோபத்தின் காரணமே அதுதான் போலும்.

அவளையே உற்றுப் பார்த்தேன். பதைப்பே உருவான முகம். அடிபட்டு உடைபட்டுக் குறுகி வற்றிய உடம்பு. என் மனம் அடங்கிக் கொண்டிருந்தது. மெதுவாக உள்ளே சென்று விசிப்பலகையில் மல்லாந்தேன். எப்படி விளக்குவேன் இவளுக்கு என் அவஸ்தைகளை சுவர் சுவராகத் தோன்றி மறையும் ரிஷிமுகங்களின் அழைப்பை விரிந்த வானில் கண்ணிமைக்கும் அனந்த கோடி விண்மீன்கள் எழுப்பும் ஆழ்ந்த அமைதியின்மையை? யாருக்குப் புரியும்? ஐயோ எனக்கே புரியவில்லையே. கடையாணி கிறீச்சிட கிறீச்சிட ஆடும் இந்த ஊஞ்சல். என் நரம்புகள் இறுகித் தெறிக்கின்றன. என் கண்களில் ஊஞ்சலின் நிழலசைவு. என் பேச்சுகளினூடே அதன் உரசலின் நாராசம். நான் படித்திருக்கக் கூடாது. என் தந்தையின் சுவடி அறையைத் துழாவிய கணம் என்மீது சாபம் விழுந்துவிட்டது. லோகாயத ஞானம் என்ற முள் எனக்குள் குடியேறிவிட்டது. குடைகிறது குத்துகிறது, வலிக்க வலிக்கத் துழாவுகிறது. வேண்டாம்! அது மட்டும் இல்லாமலிருந்தால் நான் பூணூல் தரித்து, வேதாத்யயனமும், மீமாம்ச தருக்கமுமாய் வாழ்ந்திருப்பேன். கற்பாறையின் குளுமையுடன். மிருகத்தின் எளிமையுடன். இப்போது இரவில் லோகாயதக் கல்வி. பகலில் வேதகோஷம். என் வேஷத்தை உன் காணச் செய்யும் இந்த நெற்றிக் கண்ணைக் குத்தி உடைத்து விட்டால் என்ன? இருட்டு எனும் சுகம். நிம்மதி.

அம்மா பார்க்கிறாள். அவள் கண்களில் கவலை தெரிகிறது எனக்கு. மற்றவர்களைப் போலவே, நான் சித்த சுவாதீனமிழந்து

பத்ம வியூகம் ❦ 109

வருகிறேன் என இவளும் நம்புகிறாளா என்ன? நம்பட்டும். நான் ஏதும் செய்வதற்கில்லை. நான் அன்னியன். இந்திரப்பிரஸ்த நகரம் இன்று சதா புகையெழும் பெரியதோர் அடுப்பு. புரோகிதர்கள் தர்ப்பையுடன் அலைகிறார்கள். கரையேற்றப்படாத பித்ருக்கள் குருக்ஷேத்திரத்தில் இன்னும் எத்தனை ஆயிரம்! வேத கோஷம் சதா ஒலிக்கிறது. சோமபானம் அருந்திய துவிஜர்கள் தெருவெங்கும் தள்ளாடுகிறார்கள். "ஓம் பூர்ணமதம் பூர்ணமிதம் பூர்ணாத் பூர்ண முதச்யதே." அதுவும் பூரணம் இதுவும் பூரணம். கவலையே வேண்டாம். குடியுங்கள். பூரணம் குறைவுபடுவதில்லை. உண்ணுங்கள். பூரணம் மாறுபடுவதில்லை. தானம் பிடுங்குங்கள். பூரணத்திலிருந்து பூரணம் பிறக்கிறது. அவிஸை அர்ப்பியுங்கள். வயிற்றிலெரியும் அக்னிக்கு முதலில். சதுஸ்ர குண்டத்தில் மிளிரும் தேஜஸுக்குப் பிறகு. ஆத்மனுக்கு முதலில்; தேவர்களுக்குப் பிற்பாடு. என்னால் இயலவில்லை. நான் தனித்துவிடப்பட்டிருக்கிறேன். தட்சிணை வாங்குவதன் கலைகள் எனக்குக் கைவரவில்லை. பூர்வ மீமாம்சமும் உபநிஷத தரிசனங்களும் என் தழலை அணைக்கவில்லை. அவை என்னுள் நெய்யாகின்றன. பிருஹஸ்பதியைக் கொட்டுகிறேன். கபிலனைச் சொரிகிறேன். கணாதனை, பரமேஷ்டியை, தீஷணனை, சமர்ப்பிக்கிறேன். உண்டு மேலெழுகிறது பஞ்சமுக அக்னி. மூச்சை ஊதியபடி படுக்கையில் புரண்டு புரண்டு படுக்கிறேன். "இந்திரன் யார்? அவனைக் கண்டது யார்?" ஒருவன் இன்னொருவனிடம் சொல்கிறான், இந்திரன் இல்லை, அப்படியானால் எந்தத் தேவனுக்கு நாம் அவிஸிடுகிறோம்?" அந்த முகம் தெரியாத ரிக்வேதகால ரிஷி எந்த இரவில் புரண்டு புரண்டு தவித்தார்? இரவின் ஆழ்ந்த அமைதியில், காதுகளுக்கும் அப்பால் ஒலிக்கிறது ஒரு குரல். மிக அந்தரங்க மானது. அது என் நரம்புகள் வழியாக சங்கீதம்போல வழிந்தோடுகிறது. ஏதுமில்லை. ஏதும் இல்லை. எதுவுமே இல்லை உனக்கு நீ மட்டுமே நிஜம். முதலும் நீ, முடிவும் நீ, சகலமும் நீ மட்டுமே. உனக்கு அப்பால் ஏதுமில்லை. ஏதுமில்லை. மறுகணம் அடங்காத குழந்தை போல் காலுதைத்து வீறிடுகிறது பிரக்ஞை.

யார் நான்? இந்த இருட்டில் இப்படி மல்லாந்து, இதைப்பற்றி

யோசிக்கும்படி என்னைப் பணித்தது யார்? விலகு. நீ உன் குளிர்ந்த கரங்களினால் என்னைத் தழுவுகிறாய். இமைகள் மீது முத்தமிட்டுத் தூங்கச் செய்கிறாய். மாட்டேன். அடங்கமாட்டேன். பசப்பெல்லாம் வேண்டாம். சொல். என்ன இதெல்லாம்? நான் புலன்களின் தொகுதி என்கிறாய். புலன்களின் திருஷ்ணைகளைக் திருப்திப்படுத்த விதிக்கப்பட்டவன் என்கிறாய். மண்ணிலிருந்து முளைத்த மரம் போல ஜடத்திலிருந்து எழுந்த ஜடம் என்கிறாய். எனில் ஜடத்தில் எப்படி, இந்தத் தவிப்பு குடியேறியது? காற்றில் கிளையசைத்துக் குதூகலிக்கிறது என் முற்றத்து மாமரம். அதை அணுகி தீராத வியப்புடன் பார்க்கிறேன். எத்தனை ஆனந்தம்! புலன்களும் இருப்பும் ஒன்றேயான பரவசமா அது? நிழல்போல,

இருளின் அபார விரிவில் கரைந்தும் கரையாமலும் நிற்கிறது அது. ஒளிக்காக அது ஏங்கவில்லையா? இருப்பிற்கு அப்பால் என்று தாவியெழும் ஒரு பிரக்ஞை இந்த ஜடத்திற்குள் உண்டா? அது ஆயிரமாயிரம் இலைகளினால் வான் விரிவைத் தினம் தரிசித்து நிற்பது, மேகம் ஜ்வலித்துச் சரியும் தொடுவானம் எனக்குள் எழுப்பும் பித்து அதற்குள் எழவில்லையா என்ன?

தலை தெறித்தது. நரம்புகள் படீர் படீரென்று முறுகி வலி எழுகிறது. எத்தனை தூக்கமற்ற இரவுகள். இந்த விசிப்பலகை என் தந்தை படுத்தது. அவர் தூக்கமின்றித் தவித்துத் தவித்து உழன்றது இதன் மீதுதான். ஒருநாள் காலை இது காலியாக இருந்தது. நான் வளர்ந்தேன். தொட்டிலை மீறி, அன்னையின் அணைப்புக்கு வெளியே, என் கை கால்கள் நீண்டன. எனக்கு இந்தப் பலகை கிடைத்தது. தூக்கமற்ற இரவுகளும், என் தந்தையின் உறங்காத கண்களும். முகம் பார்க்கும் கல்லில் என் கண்களைப் பார்க்கிறேன் பயந்த விழிகள். சஞ்சலமான விழிகள். இந்த விழிகள் எனக்குரியவை அல்ல. என் தந்தைக்குரியவை. என் வழியாகக் கடந்து செல்பவை. எங்கு? நீண்ட குழாயின் மறு நுனியில், ஆழத்து இருளில், ஜலம் அசைவதுபோல இவற்றின் உள்ளே ஒரு தவிப்பு சதா அலையடிக்கிறது. முகங்கள் வழியாகப் பயணம் செய்யும் தவிப்பு. அதற்கு என்ன அர்த்தம்? எங்கு செல்கிறது அது? காலி விசிப்பலகையைத் திரும்பிப் பார்த்த ஒரு கணம் என் மனம் ஜிவ்வென்று எழுந்தது. ஒரு நொடியில்

எல்லையற்ற சுதந்திரத்தில் திளைத்தேன். மறுகணம் என்ன இது என்று திகைத்தேன். மனம் படபடத்தது.

தூங்கிவிட்டால் போதும். பதிலற்ற கேள்விகள். அப்படியே தமஸில் ஆழ்ந்து போகும். நான் இல்லாத சூனியம். காலையில் சூரியனுடன் சேர்ந்து இன்மையெனும் கடலில் இருந்து மிதந்தெழுவேன். முழு வலிமையுடன் என் இம்சை என்மீது மோதும். போதும். தொலைத்துவிட்டால் போதும். இந்தக் கண்களை, இந்த முகத்தை, பெயரை, வீட்டை, உறவை. அய்யோ அதற்கப்பாலும் இருப்பேனே! பெயரற்ற முகமற்ற நான்! எரியவேண்டும். கரைய வேண்டும். ஜடத்தில் மறைய வேண்டும். என் இம்சை காற்றில் உடம்பு தேடித் தவிக்க வேண்டும். இம்சையற்றிருப்பேனா அப்போது? எங்கிருப்பேன்? இருப்பேனா? இருப்பேன் எனில் ஜடத்தை மீறி எழும் இந்த உத்வேகம் பிரபஞ்ச விரிவில் என் ஜடத்திற்குள் மட்டும் எப்படி வந்தது?

கணாத மகரிஷியின் கரம் என் தலைமயிரை வருடுகிறது. “அடே பேதை. மனம் இழுக்கும் இழுப்பை உதறு. மனமே மாயை. காண்பதெல்லாம் சத்தியம். உணர்வதெல்லாம் சத்தியம். கேட்பதெல்லாம் சத்தியம். மனம் ஏற்றாலும் ஏற்காவிட்டாலும், சத்தியம். மனத்தை உதறு. நிஜத்தில் இரு.”

என் கண்களுக்கு இருட்டு நிறைந்து விரிகிறது. நட்சத்திரங்கள் தெரிகின்றன. அண்ணாந்து பார்க்கிறேன். எல்லையற்ற வானமே, உன்னிலிருந்து தனித்து நிற்கிறேன். இந்தப் பிரக்ஞையை எப்படி அடைந்தேன்? பழத்துள் வண்டென என்னைக் கொல்கிறதே இது! இந்த இந்திரப்பிரஸ்த நகரத்துச் சிறு வீட்டின் திண்ணையில் அமர்ந்தபடி உன்னைப் பார்க்கும் எனது தனித்த இருப்பு உனக்கு எவ்வகையில் ஒரு பொருட்டு? பார்க்கப் பார்க்க விரிகிறது என் மனம். எல்லையற்றுப் பரவுகிறது. கையைத் தூக்கிப் பார்க்கிறேன். இது யாருடைய கரம்? இது யாருடைய கால்? வெதுவெதுப்பான மாமிசத்தினால் பொதியப்பட்ட இந்தக் கூடு ஏது? இது என் கட்டுப்பாட்டில் எப்படி வந்தது? இதன் பிடியில் நான் இருக்கிறேனா? சிறைப்பட்டிருக்கிறேனா? இடத்துடன், நேரத்துடன், வடிவத்துடன் இது என்னைப் பிணைக்கிறது.

அதோ நட்சத்திரம் ஊடுருவும் ஒளிர் மேகவிளிம்பை அடைய முடியுமா நான்? இளமேகங்களின் சிதறல்கள்மீது நீந்த முடியுமா? எவ்வளவு பாரம்? எவ்வளவு அழுக்கும் கசடும் நிறைந்த பாரம்! துவாரங்களில் முழுக்கத் தினவுடன் சதா நச்சரிக்கும் பாரம்! இதை உதறி எழவேண்டும். மேலே, அகண்டத்தில் ஒரு நுனியில் கரைந்து, மறு நுனி நோக்கி ஏங்குபவனாக அல்ல. அத்தனை விரிவையும் ஆக்ரமிப்பவனாக, வாயு நிரம்பிய குடுக்கை போல பூமியில் தொட்டும், காற்று வெளியில் எம்பியும் தவிக்கிறேன். ஏதோ காற்று ஒன்று என்னைத் தூக்கி வீசுகிறது. வானில் பறக்கிறேன். எடையின்றி ஆகிறேன். குடுக்கைக்குள் என் காற்று விம்முகிறது. எடை இல்லைதான். ஆயினும் இந்தக் குடுக்கையே என்னையும் வெளியையும் பிரிப்பது. உடைத்து விசிறுகிறேன். விழுகிறது. ஒலி என்னை அடையவில்லை. ஏன்? ஐயோ நான் இல்லை. அகண்ட வாயுப் பிரவாகம். பெருவெளி மட்டுமே. நான் இல்லை.

உதறியபடி உடம்பு எகிறும். விழிப்பேன். வானத்தின் கரிய தகடு ஒரு கணத்தில் உக்கிரமானதோர் பயங்கரமாக மாறி விடும். இருட்டு அதிலிருந்து வழிந்து பூமியெங்கும் நிறையும். கரங்களை விரித்தபடி என்னை அது கவ்வ வரும். எழுந்தோடி அறைக்குள் நுழைவேன். சாளரங்களை அறைந்து மூடி விளக்கேற்றுவேன். நிம்மதியில் மனக் குவட்டில் அழுத்தம் குறையும். வியர்வை குளிரும் பெருமூச்சுடன் என்னைப் பொதிந்திருக்கும் சுவர்களைப் பார்ப்பேன். என்னுடைய கை, என்னுடைய கால்கள், என் உடம்பு. நான் இருக்கிறேன். இந்தச் சுவர்கள்போல. விளக்குபோல. பிரபஞ்சம் எத்தனை ஸ்தூலமோ, அத்தனை ஸ்தூலம் நானும். நெஞ்சு நிறைந்து விம்மும். கண்கள் நிறைந்து வழியும்.

சுவரில் அஜித கேச கம்பளனின் புன்னகை. மாயை என்பது யாது மகனே? நீ பார்த்து மலைத்த பிரபஞ்சமா, உன் மனமா?

என் மனம்தான். என் மனமே மாயை. இனி எனக்கு இந்த அவஸ்தை இல்லை. இனிப் பொய்யான மன எழுச்சிகள் இல்லை. இந்த உடல் எனது. இந்த உடலே நான். இதன் முன் சரணடைகிறேன். இதன் சகல அக்னிகளுக்கும் அவிஸிடுவேன்.

இது இருக்கும்வரை நான் உண்டு. இது இல்லாதபோது நான் இல்லை. இதுவே என வடிவம். இதுவே என் சூக்குமம். இது இல்லாமலாதலே என் முடிவு. ஆனால் அது இப்போது இல்லை. இந்தக் கணம் நான் இருக்கிறேன். இருக்கிறேன், இருக்கிறேன் என்று மனசுக்குள் ஜபிப்பேன். இருக்கற என மனத் தாளமும் மந்திரிக்க ஆரம்பிக்கும்போது என் இரு மறையும். பேரமைதி. தூக்கத்தின் ஆழம். ஆனால் கண்விழித்த மது கணமே உணர்வு களைக் கூசச் செய்யும் அளவு என் இருமையுணர்வு என்னைத் தழுவும். மல மூத்திரம் தேங்கிய என் உடலை நான் பார்த்துக் கொண்டிருப்பதை உணர்வேன். ஊஞ்சலின் கீரிச் கீரிச் தொடங்கி விடும்.

"தீக்ஷணா" என்றது அம்மாவின் குரல். "ஏன் மகனே படுத்தி ருக்கிறாய்? உன் உடம்புக்கு என்ன? ஏனிப்படி பிரமை பிடித்தது போலிருக்கிறாய்?"

"அம்மா என்னைச் சற்று நேரம் விட்டுவிடேன். தயவு செய்து..."

"தீக்ஷணா" என்றாள். மீண்டும் கண்ணீர்.

நான் மீண்டும் தணிந்தேன். "நான் என்ன செய்யவேண்டும் என்கிறாய்?"

"தீக்ஷணா, உனக்குத் தெரியுமா? இன்று இந்த நகரம் எவ்வளவு மகிழ்ச்சியாக இருக்கிறதென்று! இன்று மகாதான விழா. ஊரே விழாக் கோலத்தில் இருக்கிறது. எங்கும் சந்தோஷம். திருப்தி. மகனே, நீ மட்டும் இப்படி இருப்பதை நான் எப்படித் தாங்குவேன், சொல்லு..."

விடமாட்டாள். என்னிலிருந்து கணநேரம்கூட தன் கவனத்தை விலக்க இவளால் இயலாது. நான் எழுந்து உத்தரீயத்தை எடுத்துப் போட்டுக்கொண்டேன்.

"தீக்ஷணா, எங்கே போகிறாய்? நான் சொன்னதில் உனக்குக் கோபமா?"

"பயப்படாதே. நான் வீட்டை விட்டு ஓடவில்லை. உன் சக்கரவர்த்தியின் மணிமுடி சூரிய கோலத்தையும் அவனுடைய

மகாதான விழாச் சிறப்பையும் தரிசித்துவிட்டு வருகிறேன்.”
கிண்டல் கசிந்து விட்டது போலும். பதைப்புடன் அம்மா வாசல் வரை தொடர்ந்தாள்.

இந்திரப் பிரஸ்தம் மின்னிக்கொண்டிருந்தது. காலை வெயிலில் வெண்சுதைக் கோபுரங்கள் மேகங்கள் போலக் கண்கூச ஒளிர்ந்தன. கொடிகளின் நிழல்கள் தரைமீது அசைந்தன. செம்புக்கதவுகளில் மங்கலச் சின்னங்கள். புத்தாடையணிந்த குழந்தைகளின் உற்சாகம். பட்டாடை சரசரக்கப் பெண்கள் திரிந்தனர். மயிற் கழுத்துகளின் நளினச் சொடுக்கல்கள். கடைக்கண் மின்னல்கள். முறுவலில் நெளியும் உதடுகள். தெருவில் வாடிய முல்லைகளும், சிந்திய குங்குமமும், நறுமணச் சுண்ணமும் மணக்கிறது. சகல உல்லாசங்களும் ஆழத்தில் காமத்தைக்கொண்டிருப்பது எவ்வளவு விந்தை!

வெகுதூரத்தில் அலையோசைபோலக் கேட்பது கடலல்ல. குருஷேத்திர ரணபூமியின் ஓலம். ஒரு ஆறாத ரணம்போல சீழ்பிடித்து நாறுகிறது அது. ஈக்கள் போல நாய்கள், நரிகள், கழுகுகள். இரவின் ஆழ்ந்த மௌனத்தில் பிரளய ஒலிபோல நெருங்கி வரும் அதன் ஓசை. நெஞ்சைச் சுட்டுத் துளைத்து உட்புகும் எரியம்புபோல வார்த்தைகளாக மாற முடியாத மாபெரும் சோகம் மனசின் மீது பொழியும். முகம் நனைய உடல் நடுங்கக் கண்ணீர் வழியும். ரத்தமும் நிணமும் வழிந்த அதைக் கண்ட என் கண்களில் இன்னமும் மாசு தங்கியிருப்பது போல கசக்கிவிட்டுக்கொள்வேன். சிலசமயம் புது மழையில் செம்மலர்கள் விரிந்து பரந்த சதுப்பு வெளிபோல அதன் காட்சி கண்களை நிறைக்கும். இமைகளை மூடினாலும் திறந்தாலும் மாறாத சிவப்பு. பிரமையல்ல, நிஜம். என் ஆத்மா திடுக்கிடும் காட்சி...

மறந்துவிட்டது இந்திரப்பிரஸ்தம் அனைத்தையும், துயர மணிர் திலகமழிந்த பெண்களை அது நிலவறையில் போட்டுப் பூட்டிவிட்டது. ஆயுதங்களைக் கழுவி, குங்குமமும் தைலமும் பூசி, பாசறைகளில் அடுக்கிவிட்டது. ரத்தம் தோய்ந்த உடைகளை எரித்துவிட்டது. பித்ருக்களும் களப்பலிகளும் கங்கை வழியாகக் கடலுக்கு அனுப்பப்பட்டுவிட்டனர். அங்கஹீனர்களும்

நோயாளிகளும் பின்கட்டுகளுக்குச் சென்றுவிட்டனர். முகப்புகளில் மாக்கோலங்களும் பூமாலைகளும் நிரம்பிவிட்டன. தம்பூராக்களும் யாழ்களும் முகப்பறைகளுக்கு வந்துவிட்டன. எனினும் சில சமயம் சதங்கையொலி அம்பறாத்தூணியின் அசைவை நினைவுறுத்தலாம். மிருதங்கம் அசப்பில் நாணொலியாகக் கேட்கலாம். இல்லை. ஏதுமில்லை. இந்திரப் பிரஸ்தம் எதையும் கேட்கவில்லை. புலன்கள் கூர்மங்கிக் காமம் கண் விழித்த குதூகலம்.

பெரும் வியப்புடன் ஒவ்வொரு முகமாய்ப் பார்த்தபடி நடக்கிறேன். எவ்வளவு சந்தோஷம்! எவ்வளவு பரபரப்பு! எந்த முகத்திலும் இழப்பின் சுவடுகள் இல்லை. எப்படிச் சாத்தியமாயிற்று இது? புற உலகில் கால் வைத்த மறுகணமே பெரும் வியப்பு என்னைப் பற்றிக் கொள்கிறது. எப்படி? எப்படி இதெல்லாம் சாத்தியம் என்று ஒவ்வொன்றும் என்னைத் திடுக்கிட வைக்கின்றன. எனக்குப் புரியவில்லை. எதுவுமே புரியவில்லை தெருக்களில் நின்று விடுகிறேன். எனக்குச் சித்தப் பிரமை என்கிறார்கள். அஹ்ஹா. சித்தப்பிரமையாம் எனக்கு! ஒருவேளை... திடுக் என்றது இதயம். ஒருவேளை, அதில் உண்மை இருக்குமோ, இப்படிப்பட்ட எண்ணங்கள்தான் பைத்தியத்தின் முதல் மீட்டல்களோ? இல்லை. சே, என்ன முட்டாள்தனம். நான் எவ்வளவு தெளிவாக இருக்கிறேன. எவ்வளவு யோசிக்கிறேன்! தெளிவாக யோசிப்பதுதான் பைத்தியமோ என்னவோ.

உளறாதே... ஆனால் ஏன் என் மண்டை இப்படித் தெறிக்க வேண்டும்? விடு. வேறெதையாவது யோசி. பார். எவ்வளவு அழகான தெரு. எவ்வளவு ஜனங்கள். யோசிக்காதே. வேடிக்கை பார். குழந்தை போல இயல்பான எதிர்வினைகளுடன் பார்.

ஆறு சூதர்கள் வாத்தியங்களுடன் எதிரே வந்தனர். ஒருவன் தன் கையில் ஒரு வெள்ளிக்கோல் வைத்திருந்தான். தலை பாடகன். எல்லாரும் மஞ்சள் தலைப்பாகை அணிந்து, உத்தரீயங்களும் புதுவேட்டிகளும் அணிந்திருந்தனர். இது இவர்களின் காலம். பெரியதோர் மாளிகை முற்றத்தில் அவர்கள் நின்றனர். உடனே உற்சாகமான கும்பல் சூழ்ந்துகொண்டது. ஜன்னல்கள் தோறும்

பெண் முகங்கள் மலர்ந்தன. குழந்தைகளைப் பெரியவர்கள் அடக்கினர். மௌனம் உத்வேகம்.

பாடுவோம்! குருவம்ச மகிமைகளைப் பாடுவோம்!
குருகுல கிருஷ்ண துவைபாயனனைப் பாடுவோம்!
பாண்டுவின் புத்திரர்களைப் பாடுவோம்!
மணிமகுடம் சூடிய தருமனின் புகழ் பாடுவோம்!
வெற்றி தேடித் தந்தவன் விஜயன்,
என்றும் குறையாதது பீமன் புயவலிமை.
யாதவக் கிருஷ்ணனோ மாபெரும் ராஜதந்திரி.
வெற்றியும் புகழும் என்றும் இவர்களுக்கே!
பாரத வர்ஷம் குளிர்ந்தது இன்று.
வானம் அருளாய் சுரக்கிறது எங்கும். இனி தருமம் செழிக்கும்.
இனி கிருதயுகம் மேம்படும்!
இதோ வந்துவிட்டது வேளை,
பரிதியெழும் காலை!

தாளமும் சுருதியும் இயைய, விரிந்தது குரு வம்சத்தின் கதை. அஸ்தினாபுரியின் ஆதிக்கத்திற்காக நிகழ்ந்த சகோதரச் சண்டை. குருக்ஷேத்திரத்தில் நடந்த சாகஸங்கள். மரணமூர்த்தி நடமாடிய நாட்கள். வெறிகள், சபதங்கள், வெற்றிகள், இழப்புகள். பிரமை பிடித்த கூட்டம் உறைந்து நிற்கிறது. நிஜம் அதற்குமுன் கனவாக ஆகிவிட்டிருக்கிறது. நாளை கிருஷ்ண துவைபாயனனின் மகா கவித்துவத்தில் இது விண்ணெட்ட உயரும். தலைமுறை ஞாபகங்களில் தொடரும். தழைக்கும். காலத்தின் வேரில் இருந்து, கிளை நுனிகள் தோறும் கொடி வீசிப் படரும்.

எத்தனை உற்சாகம் இந்த சூத்திரர்களுக்கு! சூதர்களின் பாடலை மெய்மறந்து கேட்கிறார்கள். தஸ்யுக்களே அந்தச் சூதர்களிடம் அவர்களுடைய பாடலில் கடோத்கஜன் என்ற பெயர் ஏன் உச்சரிக்கப் படவில்லை என்று கேளுங்கள். ராதேயன் கர்ணனை ஏன் அவர்கள் பாடவில்லை என விசாரியுங்கள். ஆனால் அவர்களைப் பற்றிக் குறைந்தபட்சம் காடுகளில் தஸ்யுக்கள் பாடுகிறார்கள். சூத்திர ஞாபகங்களில் அவர்கள் பெயர் தொடர்கிறது. ஆனால் ஆயுதமேந்தும் உரிமைகூட இல்லாமல் ரணகளம் புகுந்து, ஆரிய அம்புகளினால் துண்டாடப்பட்ட முரசேந்திகளை, யானைப் பாகர்களை, தேரோட்டிகளை,

சூத்திர லட்சங்களை, எந்தப் பாடல் பாடும்? தலைமுறை ஞாபகக் கடலில் எந்தத் துளியில் அவர்கள் எஞ்சுவார்கள்? நாளை கிருஷ்ண துவைபாயனன், பாண்டுவின் புத்திரர்களின் வீரக்கதையை எழுதப்போகும் மகாவியாசன், எத்தனை பெயர்களை அவன் நா பட்டியல் போடும்? வீண் வெறிகளும், சபதங்களும், தர்மங்களும் எல்லாம் பூமியின், உதரத்தில் செரித்து இல்லாமலாகின்றன. மகத்தான அக்னியை உள்ளே உறையச் செய்தவளாய், குளிர்ந்து மல்லாந்திருக்கிறது பூமி. பசுமையுடன் பொலிகிறது. உணவூட்டுகிறது. வெறியூட்டுகிறது. சதுர்விதப் புருஷார்த்தமென பிரமை காட்டுகிறது. அக்னியில் அவிஸாக எல்லாவற்றையும் உள்ளிழுத்துக்கொள்கிறது. மூடர்கள்... மூடர்களின் கோலாகலம். மூடர்களின் நகரம் சேரநாட்டுச் சந்தனமும், கலிங்கதேசத்துப் பாட்டும், பாண்டி நாட்டு முத்தும், வங்க தேசத்துச் சங்கும் குவிந்த மாபெரும் கடைவீதி. பொற்காசுகள் சிரிக்கின்றன. பொற்காசுகளுக்காகத் தங்களையே விற்றும் வாங்கியும் மனிதர்கள் சிரிக்கிறார்கள். பேதை முகங்கள் பழுத்துக் குலுங்க திசையெங்கும் அசையும் மனிதமரக்காடு.

சட்டென்று என்னைச்சுற்றி ஒருவிதமான பரபரப்பு ஏற்படு வதை அறிந்தேன். அடங்கிய குரல்கள் வழியாக ஒரு செய்தி விரிந்து பரவுகிறது. என்னருகே நின்ற ஒருவன் மிக மெதுவாக, பீதிபடிந்த குரலில், என்னிடம் சொன்னான், "சார்வாகன்."

"எங்கே?" என்றேன், பரபரப்புடன். முதல் முறையாக ஒரு சார்வாகனைப் பார்க்கப் போகிறேன். எங்கே என்று எம்பி எம்பிப் பார்த்தேன். தூரத்தில் தூக்கிக் கட்டிய சடைக் கொண்டை உயரமாக அசைவது தெரிந்தது. நான் கும்பலை நெருங்கியபடி அணுகினேன்.

பெருச்சாளித் தோலால் ஆன கோவணம் மட்டும் அணிந்த, நெடிய கரிய உடல். பூச்சிக்கடியிலிருந்து தப்ப உடம்பெங்கும் சாம்பல் பூசியிருந்தான். தாடியும் மீசையும் அடர்ந்த நீண்ட முகத்தில் எடுப்பான நாசி. ஜ்வலிக்கும் சிவந்த கண்கள். ஒரு கையில் சாலமரக் கிளையாலான யோகத்தண்டு. மறு கையில் மண்டையோட்டுத் திருவோடு. இவன்தானா? பிரமிப்பும் உத்வேகமும் எனக்குள் நிறைந்தன. அவன் காலடிகளை நோக்கி

என் கண்கள் சரிந்தன. காய்ப்பேறிய முரட்டுப் பாதங்கள். முள்ளிலும், பூவிலும், நீரிலும், நெருப்பிலும் அலைந்தவை. அவை இலக்கைத் தொட்டுவிட்டனவா! அவற்றின் கருமை. விரல் நுனிகளில் சுருண்டு இறுகிய தவிட்டு நிற நகங்கள். கிளைவிட்டுப் பரவிய நரம்புகள். செம்மண் தூசு. சாம்பல் தூசு. வடுக்கள். வெடிப்புகள். புண்கள். ஒரு ஜென்மத்தின் சகல இம்சைகளையும் தன்னில் ஏற்ற பாதங்கள். அவற்றில் விழுவேன் அவை ஏற்ற வடுக்களை எல்லாம் நான் என் உடலெங்கும் ஏற்கத் தயார். அவை நடந்த பாதைகளில் நான் என் உடலால் புரண்டு செல்வேன். உத்வேகத்துடன், தவிப்புடன் நான் அந்தக் கண்களைப் பார்த்தேன். எல்லா முகங்களிலும் நான் காணும் அந்தத் திரை இல்லை. பனித்துளியில் வன நெருப்பு பிரதிபலிப்பது போலிருந்தது. அவற்றில் தத்தளிப்பு இல்லை. அவன் தலை குனிந்திருக்கவில்லை. தருக்குடன் நிமிர்ந்திருந்தது. அவனில் இருந்து ஜ்வாலை வீசுவது போலிருந்தது. நெருங்கவே முடியாது என்று தோன்றியது. நான் என்னையறியாமலே ஒடுங்கிவிட்டேன் என் கைகள் மார்பில் படிந்து விட்டன. என் புலன்கள் கூர்மையடைந்து குவிந்துவிட்டன. என் ஊஞ்சல் நின்றுவிட்டது.

சார்வாகன் கூட்டத்தைப் பார்த்தான். பிறகு உரத்த குரலில், "பிரகஸ்பதியின் சீடரான சார்வாக மகரிஷியின் வழிவந்த சார்வாகன் நான். உண்மை ஞானம் பற்றி என்னிடம் விவாதிக்கத் தயாராக இங்கு யாரேனும் உள்ளனரா?" என்றான்.

எங்கும் மௌனம் ஏற்பட்டது. சார்வாகன் தன் தண்டத்தை நிலத்தில் குத்தி நிறுத்தினான். அதனருகே தலை நிமிர்ந்து நின்றான்.

மௌனம் என் காதுகளைக் குத்தியது. சார்வாகன் உணர்ச்சி யற்ற முகத்துடன் நின்றான். பிறகு உரக்க, "யாருமில்லையா?" என்றான். பதில் இருக்கவில்லை. அவன் தன் தண்டத்தைத் தூக்கி வானம் நோக்கி மூன்றுமுறை ஆட்டினான். "சார்வாக மெய்ஞானம் வெல்க" என்று கூவினான். கூட்டமெங்கும் பரபரப்பு ஒரு அலைபோலப் பரவி ஓடுவதைக் கண்டேன்.

பத்ம வியூகம் ✼ 119

சார்வாகன் தன் கம்பீரமான குரலில் பேச ஆரம்பித்தான். "ஓ மூட ஜனங்களே! தஸ்யுக்களே! சூத்திரர்களே! யாருடைய விழாவைக் கொண்டாடுகிறீர்கள் நீங்கள்? வென்றடக்கிய ஆரியனின் விழா வையா? யாருடைய யாக குண்டத்து நெருப்பில் உழைப்பை நெய்யாக ஊற்றுகிறீர்கள்? மோட்சத்திற்காகவா? எங்குள்ளது அந்த மோட்சம்? யார் பார்த்தது அதை? இந்திரனை நோக்கி அவிஸைக் கொட்டும் பிராமணர்களே, எங்கே உங்கள் இந்திரன்? அவன் ஜடமா? ஜடமல்ல என்றால் அவன் வடிவம் என்ன? வடிவமில்லாவிடில் அவனை எப்படிக் கண்டீர்கள்? இந்திரன், பிரம்மா இல்லை. விஷ்ணு இல்லை. முப்பத்து முக்கோடி தேவர்களும் முழுக் கற்பனை. பிரபஞ்சம் ஜடத்தாலானது. பிரித்வி, ஜலம், வாயு, அக்னி என்ற மூலத் தாதுக்களின் கூட்டு அது என நான் சொல்கிறேன். யார் எதிர்க்க முன் வருகிறீர்கள்?"

மௌனம். மூச்சொலிகள்.

"யாருமில்லையா? நான் சொல்கிறேன். நானும் ஜடம். நீங்களும் ஜடம். பூமி ஜடம். வாயு ஜடம். நீர் ஜடம். ஜடம் ஜடத்தை உண்ணுகிறது. ஜடத்திலிருந்து ஜடம் பிறக்கிறது. டேய் பிராமணா. மூடா, எப்படி உருவானவன் உன் இந்திரன்? ஜடத்தால் என்றால் அவனை விட மேலானது அவனை உண்டு பண்ணிய ஜடம். ஜடத்தாலல்ல என்றால் ஜடப் பொருளான அவிஸ் எதற்கு அவனுக்கு?"

"தஸ்யுக்களே! மூடர்களே! கேளுங்கள். ஜடத்தை உண்ணுங்கள். குடியுங்கள். போகம் செய்யுங்கள். ஜடப் பிரபஞ்சத்தின் ஒரு அலையே நீங்கள். உங்கள் இன்பத்திற்காகவே ஜடப்பிரபஞ்சம் பலகோடி முகங்களுடன் உங்கள் முன் விரிந்துள்ளது. சிருஷ்டியில் வெறும் ஒரு துளி நீங்கள். பாவ புண்ணியம் பொய். நன்மையும் தீமையும் மானுட சிருஷ்டிகள் மட்டுமே. மோட்சம் இல்லை. மறுபிறப்பு இல்லை. மரணமே முற்றுப்புள்ளி. பிறகு ஜடம் ஜடத்துடன் கலந்துவிடும். அனுபவியுங்கள். ஆனந்தமாக இருங்கள். விட்டுக்கொடுங்கள். திருப்தியாக இருங்கள். நேசியுங்கள். வாழ்வை வெற்றிகொள்ளுங்கள். எந்த ஜடமும் எந்த ஜடத்தை விடவும் மேலானதல்ல. எந்த ஜடமம் எதற்கும்

அடிமையுமல்ல. சூத்திரர்களே, மூட ஜென்மங்களே, இல்லாத மோட்சத்திற்காக இருக்கும் வாழ்வை வீணாக்காதீர்கள். வஞ்சகப் புரோகிதர்களை உதையுங்கள். அவர்களுடைய பொய் வேதங்களை எரியுங்கள். அவர்களுடைய யாகக் குண்டங்களை உடையுங்கள். அவர்கள் மீமாம்ச தத்துவம்மீது காறி உமிழுங்கள்."

தாங்க முடியாத ஒரு பிராமணன் முன்னால் பிதுங்கிவந்து மூச்சுத் திணற, கூவினான். "டேய் சார்வாக நாயே, சதுர்வித புருஷார்த்தங்களும் பொய் என்றா சொல்கிறாய்?"

"பொய் மட்டுமல்லடா, சதியும்கூட. காமம் மட்டுமே புருஷார்த்தம். டேய் பிராமணா, எதற்காகடா நான்கு வேளை தின்கிறாய், எதற்காகடா நாலு மனைவி உனக்கு? எதற்காகடா தானம் தானம் என்று பறக்கிறாய்? மோட்சத்திற்காகவா? சதுர்வித புருஷார்த்தங்கள் தஸ்யுக்களுக்கும் சூத்திரர்களுக்கும் மட்டும்தானா? உனக்கில்லையா?"

"உன் நாவில் விஷம் இருக்கிறதடா பாவி" என்றபடி பிராமணன் பின்னகர்ந்தான்.

"விஷமல்லடா மூடா. தீ. ஊழித் தீ!" சார்வாகன் உரக்கச் சிரித்தான். "தஸ்யுக்களே, சூத்திரர்களே, கேளுங்கள். காமம் ஒன்றே புருஷார்த்தம். அதை அடைய வேண்டிய வழிமுறை எதுவோ அதுவே தர்மம். அதற்குரிய உபகரணங்களே பொருள். மோட்சம் என்பது திருப்தியான மரணமேயாகும்."

"அரசரின் மெய்க்காவலர் வருகிறார்கள்" என்று யாரோ கூறினார்கள். கூட்டம் முண்டியடித்தபடி கலைந்தது. சார்வாகன் மட்டுமே தெருவில் மீதியானான். நானும் அவனருகே நின்றேன்.

சார்வாகன் அமைதியும் தீவிரமும் ஒருங்கே தெரிந்த முகத்துடன் தன் யோகத் தண்டை வானோக்கித் தூக்கி ஒருமுறை ஆட்டினான். பிறகு நடக்க ஆரம்பித்தான்.

"அரண்மனைக்கல்லவா போகிறான்." ஒருவன் பீதியுடன் கேட்டான்.

"இவனை யார் நகருக்குள் அனுமதித்தது?" ஒரு பிராமணன் கோபத்துடன் கேட்டான்.

“இன்று மகாதான விழா ஐயா. அரசர் கையிலிருந்து தானம் பெற யார் வேண்டுமானாலும் வரலாம். தடுக்க சாஸ்திரம் இல்லை.!”

“நல்ல தருமம் போ. அந்தப் படுபாவி ஜனங்களின் ஒழுக்கத்தையே குலைத்துவிடுவான் என்றல்லவா தோன்றுகிறது. இந்த தஸ்யுக்கள் எவ்வளவு ஆவலாகக் கேட்கிறார்கள் பார்,” ஒரு புரோகிதன் சலித்துக்கொண்டான்.

என் மனம் கொந்தளிப்படைந்திருந்தது. என் குரலையே பேடனும் தெளிவுடனும் நான் கேட்பது போலிருந்தது, சார்வாகனின் உரை. இந்திரப்பிரஸ்த மாநகரில் நான் சார்வாக மதகுரு எவரையும் கண்டதில்லை. பூர்வ மீமாம்சையும் உபநிஷதங்களும் வேத கோஷ விளக்கங்களும் சதா ஒலிக்கும் இந்திரப்பிரஸ்த நகரில் லோகாயதத்தைப் பெயர் குறிப்பிட்டுப் பேசுவதுகூடக் குற்றம். அவநம்பிக்கைவாதியைத் தண்டிக்க புரோகிதப்படை வந்துவிடும் ஆயுதங்களுடன். ஆயினும் அதை அழிக்க இயலவில்லை. நிலவறைகளின் இருளில் முன்பின் தொடர்பற்ற சுவடிகளின் வடிவில் அது புதைந்து கிடக்கிறது. ரகசிய விவாதங்கள் வழியாகப் பரவுகிறது. எனக்கு அவை போதவில்லை. என் உள்ளூரக் கேள்விகள். ஒரு விரல் நுனியால் தொட்டால் அந்தப் பதுமை பத்துக் குளிர்ந்த விரல் நுனிகளால் என்னைத் தொடுகிறது. அசேதனப் பிரபஞ்சமாகிய இதில் சேதனையாகிய உயிர் எப்படி வந்தது? நான் ஜடமா, சேதனையா? முடிவற்ற சேதனை எனும் பிரம்மத்திலிருந்து சகல அசேதனங்களும் உருவாயின என்ற உபநிஷத ஞானம் எனக்கு ஒப்ப முடிவதாக இல்லை. அதே சமயம் முடிவற்ற ஆதி அசேதனப் பிண்டத்தின் அலைகள்தான் சேதனைகள் என்ற லோகாயத ஞானமும் எனக்குத் திருப்தியாக இல்லை. ஜட வாதத்திலேயே எத்தனைப் பிரிவுகள். சிருஷ்டியின் ஆதிகாரணம் மூலப் பிரகிருதி என்கிறது சாங்கியம். அணுக்களின் விசேஷத் தன்மை என்கிறது வைசேஷிகம். என் மூளை மோதித் தெறிக்கிறது. என் ஞானம் நெற்றியை அறைகிறது. தலைக்குள் ஈயக் கட்டிபோலத் தெறிக்கிறது.

சார்வாகன் நிமிர்ந்து நடந்துகொண்டிருந்தான். மகாதான

விழாவின்போது மட்டும் வருபவன். மற்ற நாட்களில் சுடுகாட்டில், சிதைத் தீயில் வாய்க்கரிசியைச் சமைத்துண்டு வாழ்வான். மரணம் சுமந்து வருபவர்களிடம் ஜடத்தின் நிலையாமையைப் பற்றியும், இனி இல்லை என்று அணையும் முடிவைப் பற்றியும் சொல்லுவான். மறுமையெனும் பொய்யை நம்பி இம்மையை இழக்காமலிருக்க உபதேசிப்பான்.

அவன் உடலே ஒரு சிதை. அதில் தகதகத்து எழுந்து கூத்தாடும் தழலே அவன். சிலசமயம் வெடித்துச் சிதறிச் சுழன்றாடுகிறது. சிலசமயம் தேஜஸ் மிளிரும் சிற்பம் போல உறைகிறது. சில சமயம் திராவகம்போல உருகிச் சுழல்கிறது. விறகு சாம்பலாகும் வரை அது ஒளி சிதறியபடியேதான் இருக்கும்.

தெருக்கள்தோறும் நின்று சார்வாகன் பிரச்சாரம் செய்தான். கிடைத்த வாய்ப்பை அவன் முற்றிலும் பயன்படுத்திக் கொண்டான். ஜனங்கள் அவனைச் சூழ்வதை, அவனுடைய வார்த்தைகளைக் கேட்டு அதிர்வதைக் கண்டேன். சிந்தனை தேங்கிய விழிகளைக் கண்டேன்.

சார்வாகன் அரண்மனை நோக்கிச் சென்றுகொண்டிருந்தான். அந்த வேளையில் இந்திரப்பிரஸ்த நகரமே அரண்மனையை நோக்கி நகர்ந்துகொண்டிருந்தது. அங்கம், வங்கம், கலிங்கம், காந்தாரம், வேசரம், தட்சிணம் என சகல தேசங்களில் இருந்தும் ரிஷிகளும் யோகிகளும் வந்தனர். தாந்திரீகர்களும் பைராகிகளும் வந்தனர். நாளை கிருஷ்ண துவைபாயனன் தேவர்களும், கின்னரர்களும், வித்யாதரர்களும் வந்திருந்தார்கள் என்று எழுதுவான். கூட்டம் மெல்ல மெல்ல செறிவு பெற்றபடியே வந்தது. அரண்மனை தொலைவில் தெரிந்தது. இங்கிருந்தே நீண்ட வரிசை. எத்தனை விதமான முகங்கள். நான் வியாசனல்ல. குறைந்தபட்சம் சூதனுமல்ல. என் நிறமற்ற வார்த்தைகளை மீறியது அந்தக் காட்சி.

முடிசூட்டிக்கொண்ட தருமன் இன்று இரவலர்களுக்கும், பிராமணர்களுக்கும், ரிஷிகளுக்கும், பண்டிதர்களுக்கும் அள்ளி வழங்குகிறான். இன்று அவன் தன் களஞ்சியத்தையே காலி

செய்துவிடவேண்டும். மீண்டும் நிரப்பத்தான் சூத்திர ரத்தம் வயல்வெளிகளில் பாய்ச்சப்படுகிறதே!

சார்வாகனும் வரிசையில் இணைந்துகொண்டான், தன மண்டையோட்டுக் கப்பரையுடன்.

"பாவி, சக்கரவர்த்தியின் தானத்தை மண்டை ஓட்டிலா வாங்குவான்?" ஒரு பிராமணன் கொதித்தான்.

"ஏன் நீ எதையுமே மண்டையில் வாங்கமாட்டாயோ?" சிலர் சிரித்தனர். பிராமணர்களின் முகங்கள் சிவந்தன. அவனைப் பார்ப்பதையே தவிர்த்தனர் பலர்.

"சார்வாகா, வேதம் ஓதி அளிக்கப்படும் பிட்சை மட்டும் உகக்குமோ உனக்கு?"

"மலத்தில் முக்கி அளித்தாலும் பொன் பொன்தானே மூடா?"

"கொல்லு, கொல்லு அந்தப் பாவியை." பிராமணர்கள் வரிசை கலைந்து சார்வாகனை நோக்கிப் பாய்ந்தனர். சிலர் பிடித்துத் தடுத்தனர்.

தலைமைப் புரோகிதன் தன் கலிங்கத்துப் பட்டைச் சரியாக இழுத்துப் போட்டபடி கறுவினான். "டேய் சார்வாகா, வேதங்களைப் பற்றி ஒரு வார்த்தை பேசினாயென்றால் உன் துஷ்ட நாக்கை இழுத்து அறுத்துவிடுவேன். ஜாக்ரதை."

"அடியேன் உபநிஷதம் பாடலாமா?" சார்வாகன் கிண்டலாகக் கேட்டான். "சாந்தோக்ய உபநிஷதம் உங்களுக்குப் பிடிக்குமல்லவா? சார்வாகன் உரக்கப் பாடினான். "இதோ பிராமணர்களின் ஊர்வலம் போகிறது. ஓம் நாம் குடிப்போமாக, ஓம் நாம் தின்போமாக என்று ஊளையிட்டபடி போகும் நாய்களின் வரிசை போல."

"அடேய்" தலைமைப் புரோகிதன் கூவினான். கூட்டம் சார்வாகன் மீது பாய்ந்தது. "கொல்லு அந்த நீசனை. கிழித்தெறி நாஸ்திகப் பாவியை."

"நில்லுங்கள்" என்று ஒரு கூரிய குரல் கேட்டது. "நிறுத்தச்

சொல்கிறேன். கிருஷ்ண துவைபாயனன், ராஜகுரு கட்டளை யிடுகிறேன். நிறுத்துங்கள்."

மரவுரியும் உடம்பெங்கும் சாம்பலும் அணிந்த, மெலிந்து உயர்ந்த, தூய வெண்ணிறத் தாடியும் தலைமயிரும் பறக்கும் சிவந்த நிறம் கொண்ட முதியவர் தோன்றினார். புன்னகையால் பிரகாசம் பெற்ற இனிய முகம். குழந்தையினுடையவை போலத் தூய்மையான கண்கள்.

"கிருஷ்ண துவைபாயனன்!" என்று குரல்கள் எழுந்தன.

"மகா வியாசன்!"

மௌனம் உருவாகியது. பிராமணர்கள் முனகியபடி முஷ்டி களை நெரித்தபடி பின்வாங்கினர். சார்வாகன் தன் கப்பரையைத் தேடி எடுத்துக்கொண்டு எழுந்தான்.

"என்ன இது புரோகிதர்களே, அவர் கூறிய உபநிஷதப் பாடலை விட வேடிக்கையாக அல்லவா இருக்கிறது, அதை நிரூபிக்க நீங்கள் துடிக்கும் துடிப்பு!"

"குருநாதரே" என்றன மன்றாடும் குரல்கள்.

கிருஷ்ண துவைபாயனன் சிரித்தார். பிறகு, "இதோ பாருங்கள். இன்று மகாதான விழா. ஒரு மிருகம் இன்று தானம் பெற வந்தால்கூட அவிஸ் ஏற்க வந்த தேவனுக்குச் சமம் அது. மறந்துவிட்டீர்களா என்ன? அவர் சார்வாக மகரிஷி. அவருடைய கட்சியை அவர் கூறுகிறார். சார்வாகரே, நீரும் சற்று அமைதியாக இரும்."

சார்வாகன் சிரித்தான். "வியாசா! நீ உன் சமரச மார்க்கத்தை இன்னமும் விடவில்லையா?"

சிரித்தபடி கிருஷ்ண துவைபாயனன் நடந்தார். வரிசை நகர ஆரம்பித்தது. பிராமணர்கள் திரும்பித் திரும்பிப் பார்த்துக் கொண்டிருந்தனர். நான் சார்வாகனைப் பார்த்தபடியே நகர்ந்தேன்.

மண்டபப் படிகளில் ஏறினோம். யக்ஞ சாலையின் உள்ளே புகை கமழ்ந்தது. வேத கோஷம் ஒலித்துக்கொண்டிருந்தது.

பத்ம வியூகம் ★ 125

தானமண்டபத்தில் பெரிய களஞ்சியத்தின் அருகே தம்பியர் புடைசூழ தருமன் நின்றிருந்தான். வைரங்கள் பதிக்கப்பட்ட பெரிய மணிமுடியும் செங்கதிர் வீசும் நெருப்பாரமும், கலிங்கத்துப் பட்டாடைகளும் பாண்டிய நாட்டு மணிமுத்துகள் பதிக்கப்பட்ட நகைகளும் அவனை ஆரிய வர்க்கத்தின் மகா சக்கரவர்த்தி என்று ஒவ்வொரு அசைவிலும் ஜொலித்து அறிவித்துக்கொண்டிருந்தன. அவனுக்குப் பின்னால் கரிய உடலும், ஒளிவீசும் கண்களும் கொண்ட பார்த்தன். அவனருகே பீமனின் நெடிய உடல். நகுலன், சகாதேவனின் பொன்னிற மேனி. யாக குண்டலத்தில் நெய் எரியும் மணம் எங்கும் கமழ்கிறது. சோம பானத்தின் புளிப்பு நுரை வீச்சம் அதனுடன் கலக்கிறது. அள்ளக் குறையாது கொட்டி நிரப்பப்படுகிறது பொற்குவை. நாணயங்களின் ஒலியுடன் தருமனின் கையணிகளின் ஓசை கலந்துகொண்டிருக்கிறது. அவன் முகத்தில் களை மிகுந்த சோர்வு படர்கிறது.

நான் சற்றுப் பராக்கு பார்த்தபடி நின்றுவிட்டிருக்கவேண்டும். திடீரென்று ஒரு மௌனம் ஏற்படுவதைக் கண்டேன். சார்வாகன் தருமன் முன் நிற்பதை உடனே கவனித்தேன். உற்சாகக் குரல்களும், வாழ்த்தொலிகளும், ஆணைகளும் மெல்ல அவிந்தன. யக்ஞ மண்டப மௌனம் வெளியே கசிந்து பரவியது. காவலர் முகங்களில் ஒருவித மான அச்சம் குடியேற ஆரம்பித்தது. தருமனின் முகத்தில் குழப்பம் கவிந்தது. அர்ச்சுனன் முகம் கல்லாக இறுகியது.

சார்வாகன் தன் மண்டையோட்டைத் தருமன் முன் நீட்டினான். தருமனின் முகம் சுளித்தது. அவன் கரங்கள் தடுமாறின.

தருமனின் வலப்புறம் கிருஷ்ண துவைபாயனன் தோன்றினார். "என்ன தயக்கம் தருமா? மகரிஷிக்குத் தானம் வழங்கு. எல்லையற்ற ஞானக்கடலின் ஓர் அலைதான் அவரும்."

தருமன் செயற்கையானதோர் உல்லாசத்தை வரவழைத்து கொண்டான். அவன் கரம் பொற்குவையில் அமிழ்ந்தது. கை நிறை நாணயங்களை அள்ளி சார்வாகனின் கப்பரையில் போட்டான்.

சார்வாகன் தன் கப்பரையை நாசியருகே தூக்கி முகர்ந்தான்

முகம் சுளித்தபடி நாணயங்களைக் கீழே கொட்டினான். பளிங்கு தரை மீது அவை கலகலத்தன. பிறகு மீண்டும் தன் கப்பரையை நீட்டினான்.

தருமன் தயங்கினான். கிருஷ்ண துவைபாயனனை ஓரக் கண்ணால் பார்த்தான். அவருடைய வெண்தாடிப் புதருக்குள் கண்கள் சிரித்தன. அவர் தன் கையை அசைத்தார். தருமன் மீண்டும் நாணயங் களை அள்ளி சார்வாகனின் கப்பரையில் போட்டான். இம்முறையும் அதை நுகர்ந்துவிட்டு அவன் தரையில் கொட்டினான்.

மீண்டும் அவன் தன் கப்பரையை நீட்டியபோது அர்ச்சுனன் கோபத்துடன் ஓரடி முன்னால் வந்து, "என்னவேண்டும் உனக்கு?" என்றான்.

"பிட்சை."

"கொடுத்த நாணயங்களை ஏன் கொட்டினாய்?"

"அவற்றில் உதிரவாடை வீசுகிறதே?"

அர்ச்சுனன் முகம் விகாரமடைந்தது. தருமன் வெளிறி விட்டான். அவன் முகம் கோணி அசிங்கமாக மாறிவிட்டது.

கிருஷ்ண துவைபாயனன் சமாதானக் குரலில், "சார்வாகரே, வேறு நாணயங்களை வாங்கிக்கொள்ளும்" என்றார். பின்பு தருமனுக்குச் சைகை காட்டினார்.

தருமன் மீண்டும் அள்ளினான். சார்வாகனின் கண்களைத் தவிர்த்தவனாக அதை அந்தத் திருவோட்டில் போட்டான். சார்வாகன் அவற்றையும் முகர்ந்துவிட்டுத் தரையில் கொட்டி னான். தருமனைப் பார்த்துக் கலகலவென்று சிரித்தான். "தருமா, உதிரம் மணக்காத நாணயம் உன் களஞ்சியத்தில் உண்டா என்ன?"

அர்ச்சுனன் கரம் சரேலென்று அம்பறாத்தூணியை நாடியது. கிருஷ்ண துவைபாயனன் முன்னால் பாய்ந்து அவனைப் பிடித்தார். "விஜயா, நில்! அவர் மகரிஷி" என்று கூவினார்.

"யார் இந்தப் பாவியை உள்ளே விட்டது? ஆரிய வர்த்தத்தின்

மகா சக்ரவர்த்தியை அவமானப்படுத்த இவனை யார் அனுமதித்தது?'' அர்ச்சுனன் கூவினான். "பிராமணர்களே... புரோகிதர்களே... யாரு மல்லையா இங்கு? இந்தப் பாவிக்குப் பாடம் புகட்ட ஆளில்லையா?''

மறுகணம் புரோகித வரிசை கலைந்தது. "கொல்லுங்கள்! கொல்லுங்கள் அந்த நீசனை? என்ற கூக்குரல் நாலா திசை யிலிருந்தும் பீறட்டது. பெரும் கூட்டமே சார்வாகன்மீது பாய்ந்தது. கிருஷ்ண துவைபாயனன் வேண்டாம் வேண்டாம் என்று அலறியதை யாரும் பொருட்படுத்தவில்லை. சார்வாகனை அவர்கள் தரதரவென்று இழுத்து முற்றத்துக்குக் கொண்டு சென்றனர். அதற்குள் அங்குள்ள பிராமணர்களுக்கும் செய்தி பரவி பெரும் படையே அந்த உடல்மீது விழுந்தது. நெரிபட்ட, முட்டி மோதும் உடல்கள், கால்களின் புதர்கள், காற்றில் அலையடிக்கும் கரங்கள், அலையோசைபோல வெறிக் குரல்கள்.

நான் சார்வாகனை நோக்கிப் பாய முயன்றேன். உடல்களினால் முட்டி மோதித் தள்ளப்பட்டேன். மாமிச அலையின் கொந்த ளிப்பில் சுழற்றப்பட்டேன். அமிழ்ந்தேன். உந்தி மேலெழுந்தேன். விசிறப் பட்டேன். என் கண்முன் முகங்களைக் கண்டேன். எல்லா முகங்களும் ஒன்று போலிருந்தன. வெறியில் வாய்பிளந்தவை. சிவந்த கண்கள், புடைத்தவை, நெரிபவை, அடித் தொண்டையின் ஊளைகள்.

திடீரென்று பச்சை ரத்த வாடை எழுந்தது. என் உடம்பு அப்படியே குளிர்ந்துவிட்டது. நரம்புகள் இழுபட்டு, உறுப்புகள் தாறுமாறாகத் துடிக்க ஆரம்பித்தன. நானும் உரத்த குரலில் ஏதோ கூவியபடி இருப்பதைத் திடீரென்று உணர்ந்தேன். என் தொண்டை உடனே அடைத்துக்கொண்டது.

"நெய்! நெய்க் குண்டா !'' என்று ஒரு குரல் கூவியது. உடனே பல குரல்கள் "நெய், நெய்'' என்று கூவின. பல பேர் யக்ஞ சாலையின் நெய்க் குண்டாவை நோக்கிப் பாய்ந்தனர். கரங்களின் அலை யடிப்புக்கு மேலே அது மிதந்து செல்வதைக் கண்டேன். பிறகு கும்பல் சிதறி ஓடுவதைக் கண்டேன். முதலில் நெய்

எரியும் வாடை எழுந்தது. பிறகு கூரியதோர் துர்நாற்றம் என்னைத் தாக்கியது.

அதிர்ச்சியிலும், பயத்திலும் விதிர்த்துப்போய் நான் அப்படியே நின்றேன். உடல்களின் இடைவெளிகள் வழியாக ஜ்வாலை தெரிந்தது. புகை குமுறுவது தெரிந்தது. என் வயிற்றுச் சதைகள் இழுத்துக் கொண்டன. என் கால்கள் தளர்ந்து மடங்கின. மெல்லப் பிரக்ஞையை இழக்க ஆரம்பித்தேன். மண்டபத் தூணில் சாய்ந்தேன். பளிங்கின் குளுமையை என் முதுகு உணர்ந்தது. வழுக்கியபடி சரிந்தேன். பூமி மாபெரும் வலிமையுடன் என்னை இழுத்தது. உடம்பு பொதிபோலத் தரை மீது மோதியது. அடுத்த கணம் என் சகல நரம்புகளும் பட் பட் என்று முறுக்கமிழந்தன. கரங்கள் துவண்டு விழுந்தன. என் மனம் கரைய ஆரம்பித்தது. மெல்ல இல்லாமலாயிற்று.

என் பிரக்ஞை மீண்டபோது, இரவு மிக அமைதியாக இருந்தது. யக்ஞ முற்றத்து மண்டபப் பளிங்கையும், முற்றத்தின் கல் பதிக்கப்பட்ட விரிவையும், தூரத்துக் கோட்டைச் சுவர்களையும், அரண்மனை முகடுகளையும், தழுவியபடி வழிந்தது நிலவு. காவலர்களின் பாதக்குறடுகள் தூரத்தில் ஒலித்தன. வேறு ஒலியே இல்லை. போர் முடிந்த களம் போலிருந்தது அப்பகுதி. ஏதேதோ பொருட்கள் சிதறிக் கிடந்தன. பீதியூட்டும் வெறுமை எங்கும். மானுடச் சலனமே தெரியவில்லை.

மெதுவாக எழுந்தேன். சாய்ந்து அமர்ந்தேன். கண்களை நிறைத்தபடி விரிந்தது வானம். மேகங்கள் தேஜஸ் பெற்று, தியானத்தில் ஆழ்ந்து இருந்தன. என் மனம் பொங்கி விரிந்தது. என் புலன்களை வானம் இழுத்துக்கொண்டது. உடம்பு பாரமாக ஆகும் அந்த மகத்தான தவிப்பு என்னுள் பரவியது. ஏக்கம் நிறைந்து என் மனம் புடைத்து விம்மியது. மறுகணம் தீப்பட்டது போல சுரீல் என்று சுருண்டு கொண்டது என் பிரக்ஞை. எல்லாச் சரடுகளும் அறுந்து சுருண்டு துடிதுடித்தன. விதிர்த்துப்போய் எழுந்தேன். எங்கிருக்கிறேன்? அய்யோ இந்த இடமா? பரபரவென்று காட்சிகள் மின்னித் தெரிந்து மறைந்தன மனத்துள். தூரத்தில் அந்தக் கருங்கல் தடத்தைக் கண்டேன். மூச்சு உள்ளேயே சிக்கிக்கொண்டது. அப்படியே ஸ்தம்பித்து நின்றேன்.

ஜோதி வடிவமாகச் சுழன்று எரிந்த சார்வாகன்! அவனை எரித்தது நெய்யல்ல. அவனுள் சுடர்ந்த ஞானம்தான். அவன் கண்கள் நினைவிற்கு வந்தன. அவன் குரல் காதில் புல்லரித்தது. கண்கள் நனையுமளவு சிலிர்ப்பு என்மீது பரவியது. மறுகணம் கிரீச்சிட்டபடி ஒரு திசை நோக்கி வீசி எழுந்தது என் ஊஞ்சல்.

காமமே புருஷார்த்தம் என்றவன் எந்தப் புருஷார்த்தத்திற்காக சிதைகள் நடுவே தன்னை விறகாகச் சுடர்ந்தான்? எதற்காக அதிகாரத்தின் பளிங்கு மண்டப முற்றத்தில் ஆகுதியானான்?

ஊஞ்சல் சுழன்று என் மண்டைச் சுவரில் மோதுகிறது. கடையாணியின் ஓலம். கிரீச்... கிரீச்... கைகளால் தலையைப் பிடித்துக்கொண்டேன். கண்களை மூடிக்கொண்டேன். பம்பரம் போல நான் சுழல்வதாகப்பட்டது. சுற்றிச் சகலமும் சுழல்கின்றன. பிரபஞ்சமே சுழன்று சுழன்று வேகம் பிடிக்கிறது. சுழல் வேகத்தின் ஒரு கணத்தில் எல்லாமே மறைந்துவிட்டன. சுழல் மையமாக நான். ஒரு புள்ளியாக நான். சகலப் பிரபஞ்சத்தையும் தூக்கிச் சுழற்றும் சக்தியின் மையப்புள்ளி. அழுத்தத்தின் அதி உச்சம். என் நெற்றிப் பொட்டை மையம் கொண்டிருக்கிறது அது. வெடித்துவிடும் இதோ இக்கணம். இதோ... இதோ... சட்டென்று எல்லாம் நின்றுவிட்டன. அழுத்தம் இல்லை. எதுவுமே இல்லை. தசைகளற்ற மேல் கீழற்ற பெருவெளி. ஒரு கணம்தான். என் பிரக்ஞை பீறிட்டெழுந்தது. உதறினேன். மௌனமானதோர் ஓலத்துடன் கண்விழித்தேன். என் சத்தம் சுழன்று தெறிக்கப் போகிறது. நான் பைத்தியமாகப் போகிறேன். இல்லை... மீண்டுவிட்டேன். ஒரு கண நேர உதறலில் மீண்டுவிட்டேன். போதும். இதோ கிளம்புகிறேன். இந்நள்ளிரவில் என் மரவீட்டுக் கதவைத் தட்டுவேன். குளிர் காற்றுப்போல அம்மா வருவாள். அம்மா, வந்துவிட்டேன். மீண்டு வந்துவிட்டேன். என்னை உன் வீட்டின் வெதுவெதுப்பான கரிய அறைக்குள் அடக்கிவை. எனக்கு வானத்தைக் காட்டாதே. உன் கை உணவை உண்டு, உன் மகன் மட்டுமாக உன்னருகேயே இருக்கிறேன். அய்யோ, அங்கு சுவர்களில் ரிஷி முகங்கள் இருக்குமே. சிரிப்பவை, நகையாடு பவை. அம்மா என்னை உண்டுவிடு. உன் உதரத்தில் அடக்கிவிடு. உன் கருப்பையின் மௌனத்தையும் வெப்பத்தையும் கொடு.

உன் உதிரத்தையும் நினைவுகளையும் மட்டும் உண்டு, அங்கு ஒடுங்கிக்கொள்கிறேன். அங்கும் வருமே. என் தந்தையின் பீஜம் ஓடும் உன் உதிரக் குழல்கள் அங்கும் வருமே. அவருடைய கண்களின் உள்ளே தவித்தலையும் ஒளி அந்த இருட்டுக்குள் ஒரு மின்மினிபோல என்னை நோக்கிப் பறந்து வருமே? அங்கும் கையுதைத்துக் காலுதைத்து வெளி வெளி என்று தவிப்பேனா? அம்மா...

எழுந்தேன்; தள்ளாடி நடந்தேன். என் மனமும் உடலும் ஓய்வுக்காக மன்றாடின. என் புலன்களனைத்தும் மெல்ல அவிந்துகொண்டிருந்தன. ஆனால் உள்ளிருந்து ஏதோ உத்வேகம் அப்போதும் கசிந்துகொண்டிருந்தது. யுகங்களுக்கு முன் அந்த ரிக்வேதக் கவிஞன் மனமொடிந்து கூவும் குரல் எனக்குக் கேட்டது. நான் யார்? எனக்குத் தெரியவில்லை. மனத்தின் அறிய முடியாத சக்திகளினால் நான் அலைந்து திரியும்படி ஆக்கப்பட்டேன்...

என் காலில் எதுவோ மிதிபட்டது. பாம்பு என்று உள்மனம் சொல்ல, உடம்பு எகிறியது. மெல்ல ஓய்ந்த பிறகு, உற்றுக் கவனித்தேன். அரையிருளில் நீளமாக, வழவழப்பாக எதுவோ கிடந்தது. சிறிது நேரத்தில் என் கண்கள் பழகி, அதை அறிந்தேன். சார்வாகனின் யோகத்தண்டு!

***

இறுதி விஷம்

இந்திரப்பிரஸ்தத்தின் முகப்பை ஆஸ்திகன் வந்தடைந்த போது விடிய ஆரம்பித்துவிட்டிருந்தது. சேறுபடிந்த கால்களுடன் நின்று அண்ணாந்து பார்த்தான். கார்கால வானின் மங்கலான காலை ஒளியில் வெகுதொலைவில் அரண்மனையின் கோபுரக் கொடிமரம் மீது கொற்றக்கொடி நனைந்து அசைவின்றித் தூங்கிக் கிடந்தது. செம்மண்பாதை பல்லாயிரம் பாதத் தடங்களுடன், ஆளரவம் இன்றிக் கிடந்தது. கால்தடக் குழிகளில் செம்மண் கலந்த நீர் பொன்னிறமாகப் பளபளத்தது.

ஆஸ்திகன் தன் ஓலைக்குடையைத் தாழ்த்தி மழைத்துளிகள் விழுகின்றனவா என்று பார்த்தான். இல்லை. ஆனால் காற்று ஈரமாக இருந்தது. இரவு மழை மிகப் பலமானதாகத்தான் இருந்திருக்கவேண்டும். சாலையோரமாகப் பெரியதோர் அத்திமரம் இலைகளைச் சரித்தபடி நின்றது. அதன் கீழே வட்டமாக இலைகளும் சருகுகளும் பரவியிருந்தன. அவற்றின்மீது நீர்த் துளிகள் சட்சட்டென்று ஓசையிட்டபடி உதிர்ந்தன.

ஆஸ்திகன் பெருமூச்சுடன் மேலும் நடந்தான். தொலைவில் இந்திரப்பிரஸ்த நகரின் கோட்டைவாசல் தெரிந்தது. நுழைவாசலில்கூட ஒரேயொரு காவலன் மட்டுமே இருந்தான் அவன் எவரையும் சோதனையிடவோ தடுக்கவோ இல்லை. போரையோ எதிர்ப்பையோ அந்த நகரம் எதிர்கொண்டு பல வருடங்கள் ஆகியிருக்கக்கூடும். மக்கள், விடிந்துவிட்ட பிறகும் கூடத் துயிலெழவில்லை. இரவில் போகங்களுக்கும் களியாட்டுகளுக்கும் நேரம் செலவிடப்பட்டிருக்கலாம். இந்திரப்பிரஸ்தத்தில் இப்போது கலைமகள் ஆட்சி என்று

உத்தர சிருங்கத்தில் சொன்னார்கள். கல்வியிலும் கலையிலும் இரவைச் செலவிட்டிருப்பார்கள். ஜனமேஜயன் ஆட்சியில் பசுவும் வேங்கையும் கூட பகை மறந்து வாழ்கின்றன என்றார் உருத்திர ரிஷி.

குளிர்ந்த காற்று கடந்து சென்றது. சால்வையை இழுத்துப் போர்த்திக் கொண்டான். அத்தி மரத்தடியில் சடசடவென்ற நீர் உதிரும் ஒலி கேட்டது. பாதை நீண்டு நீண்டு சென்றபடியே இருப்பது போலப் பட்டது. கால்கள் கடுத்தன. உத்தரசிருங்கத்தில் வனதுர்க்கையின் ஆலயச் சத்திரத்திலிருந்து நடக்க ஆரம்பித்து இரண்டு இரவுகளும் ஒரு பகலும் தாண்டிவிட்டன. நீண்ட பயணம்தான்.

எதிரே பெரிய கருங்குதிரைமீது ஒரு வீரன் நிதானமாக வந்தான். கடிவாளத்தை மென்றபடி, குஞ்சிரோமம் குலுங்கத் தரையை முகர்ந்தபடி, விலாச்சதைகள் விம்மி நெளிய சாதாரண மாக நடந்துவந்தது. அவன் தலைப்பாகையின் செம்மஞ்சள் நிறம் அந்த மங்கலான காலையில் ஒளியுடன் தெரிந்தது. அவன் மார்பில் பெரியதொரு ரத்தின ஆரம் செண்பக மலர் மாலைபோல் செந்நீல ஒளியுடன் அசைவுக்கு ஏற்பக் கதிர்களை அசைத்தபடிக் கிடந்தது.

“வணங்குகிறேன் தவசீலரே! தாங்கள் எங்கிருந்து வருகிறீர்கள்?” என்றான்.

ஆஸ்திகன் அவன் இலச்சினையைக் கவனித்தான். அதை உணர்ந்த வீரன் “என் பெயர் மாத்ரவன். உபதளபதி. தங்களுக்கு நான் ஏதாவது சேவை ஆற்ற வாய்ப்புண்டா?” என்றான்.

“என் பெயர் ஆஸ்திகன். என் தாயின் பெயர் ஜரத்காரு. தந்தை கௌசிக மரபினரான கௌரமுகர் எனும் ரிஷி. நான் நைஷ்டிக பிரம்மச்சாரி. வடக்கே உத்தரசிருங்கத்திலிருந்து வருகிறேன்.”

மாத்ரவன் குதிரையிலிருந்து இறங்கிச் சேற்றில் தன் செப்புக் காலணிகள் புதைய நடந்து வந்து குனிந்து பாதங்களைப் பணிந்தான். “தங்கள் பாதம் இம்மண்ணில் பட நேர்ந்தது எங்கள்

தவப்பயன் தவசீலரே! என்னையும் எம்மண்ணையும் தாங்கள் ஆசீர்வதிக்க வேண்டும்'' என்றான்.

''புகழுடையவனாக இரு'' என்றான் ஆஸ்திகன். மேலும் ''புகழுக்குரிய செல்வமும் செல்வத்திற்குத் தேவையான வீரமும் வீரத்தை வழிநடத்தும் விவேகமும் விவேகத்தை உருவாக்கும் கல்வியும் கல்விக்கு ஆதாரமான ஒழுக்கமும் உன்னுள்ளிருந்து விளைவதாக!'' என்றான்.

''தங்கள் ஆசி'' என்றான் மாத்ரவன்.

''இங்கு மகாசர்ப்ப யாகம் நடப்பதாகக் கேள்விப்பட்டேனே?''

''ஆம். இன்றுதான் இறுதிநாள். தங்கள் வருகை அதை முழுமையுற்றதாக ஆக்கும். தங்களை குருசபை வரவேற்கிறது''

''குருவருள். நான் வெகுதொலைவிலிருந்து நடந்து வருகிறேன்'' என்றான் ஆஸ்திகன்.

''தாங்கள் எழுந்தருளவேண்டும். தங்களுக்கு இளைப்பாறி நீராடவும் சிறந்த முறைமைகள் இங்கு உள்ளன. தங்கள் வருகையை இப்போதே மாமன்னருக்கு அறிவித்துவிடுகிறேன். மதியம் தாண்டியதும் வேள்வி தொடங்கும். அப்போது தாங்கள் அதில் பங்குபெறலாம் மன்னரைச் சந்தித்து ஆசியும் அளிக்கலாம்.''

குதிரைச் சேணத்தைப் பற்றியபடி மாத்ரவன் நடந்தான். ''வாருங்கள் தவசீலரே'' என்றான். பாதை வளைந்தது. பொன் முலாம் பூசப்பட்ட அரண்மனைக் குவட்டு முகடுகள் சாம்பல் நிற வானின் பகைப்புலத்தில் ஒளியுடன் துலங்கின. அவற்றைச் சுற்றிக் கூரைகள் பரவியிருந்தன. மரத்தாலான கூரைச் சரிவுகளில் ஈரம் உலர ஆரம்பித்திருந்தது. பல கூரைகள் மெலிதாகப் புகைவிட்டன. உபசாலைக் கூரைகள்மீது சிறகு மடக்கிய காகங்கள் வரிசையாக அமர்ந்திருந்தன. மாளிகைகளை வளைத்திருந்த சிறு கோட்டையின்மீதும் இளம்பசுமை நிறமான புல் பரவியிருந்தது. காற்று வீசியதும் புல்பரப்பு சிலுசிலுத்தது. அதன் நிறம் அப்போது சற்று வெளிறியது. அந்தப் பசிய வெளிறல் ஓர் அலைபோல

மதில்மீது பரவிச் சென்றது. அவ்வசைவினூடாகக் காற்றையே பார்க்க முடிவதுபோல் இருந்தது.

"நேற்றிரவு நல்ல மழை முனிவரே! தாங்கள் நனைந்திருக்கக் கூடும்" என்றான் மாத்ரவன்.

"இல்லை. சியாமவாகினிக்கு அப்பால் மழை இல்லை."

"அப்படியா?"

"இங்கு வேள்வி நடக்கிறதல்லவா? மழை பெய்வது இயல்பே" என்றான் ஆஸ்திகன்.

"ஆம்," மாத்ரவன் ஒரு சிறு சேற்றுப் பரப்பைத் தாண்டினான்.

"மகா சர்ப்பயாகம்! காமக் குரோத மோகங்களையே நாகங்களாக மாற்றி அக்னிக்கு அவிஸாக்குகிறோம். தவசீலரே இங்கு இனி அந்த விஷம் எஞ்சலாகாது. இனி வெறுப்பும் பேராசையும் இங்கு எழலாகாது.. இனி ஒரு துளி உதிரம்கூட இம்மண்மீது விழலாகாது. குருக்ஷேத்ர ரணபூமியில் மூன்று தலைமுறைகளுக்குமுன் வீழ்த்தப்பட்ட உதிரமே பல நூற்றாண்டுகளுக்குப் போதும்"

"ஆம், அப்பேரழிவிலிருந்து இன்னும் பாரதவர்ஷம் மீளவில்லை!"

"தர்ம அதர்மங்கள் நடுவே போர் என்ற கருத்தே பாவம் நிரம்பியது என்று நேற்று உத்தாலக ரிஷி கூறினார். போர் என்பது அதன் அளவிலேயே ஓர் அதர்மம்தான். போர் இருக்குமிடத்தில் போர் மட்டுமே உள்ளது. அங்கு தர்மமோ, கருணையோ, நியாயங்களோ இல்லை" என்றான் மாத்ரவன்.

"ஏதேது இந்திரப்பிரஸ்தத்தில் தத்துவம் முப்போகம் விளைகிறது போல் இருக்கிறதே!" என்றான் ஆஸ்திகன் சிரித்தபடி

மாத்ரவனும் சிரித்தான். "நாங்கள் கேட்டு வளர்ந்ததெல்லாமே பேரழிவின் கதைகளைத்தான் உத்தமரே! இந்த யாகம் எங்களைப் பொருத்தவரை ஒரு மறுபிறப்பு. இதற்குப் பிறகு இந்நகரின் காற்றும் வானும்கூடச் சுத்தமாகிவிடும். தியாகமும் அன்பும்

கருணையும் ஞானமும் நீதியும் மட்டும் இங்கு நிரம்பியிருக்கும். தங்களைப் போன்ற ஞானியர் வருகை எங்களுக்கு மேலும் நம்பிக்கையைத் தருகிறது.''

ஆஸ்திகன் சிரித்தபடி அரண்மனை கோட்டை வாசலைப் பார்த்தான். அங்கு ஒரேயொரு காவலன் மாத்திரம் கூண்டுக்குள் ஈட்டியைத் தோளில் சாய்த்தபடி அரைத்தூக்கத்தில் அமர்ந்திருந்தான். நான்கு புரவிகள் கல்தூண்களில் கட்டப்பட்டிருந்தன.

''தங்கள் சிறு நகைப்பு என்னை வெட்கம் கொள்ள வைக்கிறது உத்தமரே!'' என்றான் மாத்ரவன். தொடர்ந்து ''அதிகமாகப் பேசிவிட்டேனா என்ன?'' என்றான்.

''இல்லை. இந்திரப்பிரஸ்தத்து வாட்களுக்கும் கோட்டைகளுக்கும் வேலையில்லாமல் ஆகிப் பலவருடங்கள் ஆகிவிட்டன போலும். நாவுகள் நன்கு கூர்மையடைந்துள்ளன.''

மாத்ரவன் புண்பட்டவன்போலப் பேசாமல் வந்தான். பாதை திரும்பியது. பெரிய முகவம்பலத்துக்கு முன்னால் இருந்த விசாலமான முற்றத்தில் சென்று நின்றது. சற்றுத் தள்ளி வலப்பக்கம் நீளமான குதிரை லாயம் இருந்தது. இடதுபக்கம் ரதசாலை. இரண்டும் குதிரைகளாலும் ரதங்களாலும் நிரம்பியிருந்தன.

முகவம்பலத்திலிருந்து பணியாள் எழுந்து வணங்கினான்.

''இவர் யாகத்துக்கு வருகை தந்துள்ள ரிஷி. இங்கு இளைப்பாறுவதற்கு ஏற்பாடுகள் செய்க!''

''வாருங்கள் மகாபாதரே! தங்கள் பாதம்பட்டு இம்மாளிகை புனிதமடைகிறது'' என்றான் அவன்.

மாத்ரவன், ''தங்களை யாகசாலைக்கு உபசரிக்கும் ஏற்பாடுகளைச் செய்ய வேண்டும் ஞானியே; விடை கொடுங்கள்'' என்றான். ''ஆசிகள்'' என்றான் ஆஸ்திகன்.

உள் முற்றத்துக்கு அப்பால் புல் வேயப்பட்ட உயரமான பிரதான மாளிகை இருந்தது. அதன் அகன்ற மரத்திண்ணைமீது ஏழெட்டுப் பிராமணர்கள் அந்நேரத்திலும் தூங்கிக்கொண்டிருந்தனர். ஓட்டுத்திண்ணைமீது ஒரு பிராமணர் நிதானமாகத்

திருக்காப்புகள் தரித்துக்கொண்டிருந்தார். ஆஸ்திகன் பார்வையைக் கவனித்த பணியாள், "ஹோமம் முடிய வெள்ளி முளைத்துவிட்டது உத்தமரே" என்றான்

பிரதான மாளிகைக்கு வலப்புறம் ஒரு சிறு கட்டடம் இருந்தது. அதற்குக் கதவுகள் இல்லை. தர்ப்பையை முடைந்து செய்யப்பட்ட திரைகள்தாம். "தாங்கள் இங்கு தங்கலாம் உத்தமரே; ரிஷிகளுக்கேற்ற தூய்மையான இடம்!"

"ஆசிகள்" என்றான் ஆஸ்திகன்.

"நீராட வெந்நீர்?"

"நான் ஓடும் நீரில் மட்டுமே நீராடுவது வழக்கம்.!"

"பின்புறம் யமுனை ஓடுகிறது உத்தமரே!"

"ஆகட்டும்!"

ஆஸ்திகன் உள்ளே நுழைந்தான். தன் மான்தோல் மூட்டையை அங்கிருந்த சிறு மஞ்சம்மீது வைத்தான். அறைக்குள் வந்தபோது மழைக்கூதலின் குளிர் மறைந்து இதமான வெம்மை உடலைத் தழுவியது. தோல் மூட்டையைத் திறந்து உத்தரிணியையும் இரு சிறு செம்பு விக்ரகங்களையும் நாமக்கட்டியையும் எடுத்துக் கொண்டான் வெளியே வந்தபோது, மெல்லிய சிதறல்களாக வான் வெளியில் மழை பரவியிருப்பது தெரிந்தது. கற்கள் பாவப்பட்ட பாதை பின்பக்கத்துக்கு இட்டுச் சென்றது. பாதை தொடர்ந்து பின்புறம் வெளியம்பலத்தை அடைந்தது. அதைத் தாண்டியதும் பாசி படர்ந்த படிகள் இறங்கி செந்நிற நீர் சுழித்துச் சென்ற யமுனையை அடைந்தன.

ஆஸ்திகன் படியிறங்கி நீர் விளிம்பை அடைந்த படியோரத்துச் செடிகளில் தேடி துளசித்தண்டு ஒன்றை ஒடித்துப் பல் தேய்த்தான். கௌபீனத்துடன் நீரில் இறங்கினான்.

மூழ்கி எழுந்தபிறகு நீரில் நின்றபடி சந்தியாவந்தனம் செய்தான். கரைக்கு வந்து உடைகளைக் கல்லில் கசக்கித் துவைத்தான். நாமகட்டியை உரசி மார்பிலும் புயங்களிலும் காப்பும் நெற்றியில் ஸ்ரீபாதமும் அணிந்துகொண்டான்.

பத்ம வியூகம் ✴ 137

விக்கிரகங்களை எடுத்துச் சிறுகல் ஒன்றின்மீது வைத்துப் பிரதிஷ்டை செய்தான். ஆவாகித்து உபலிஷ்டர்களாக்கி நீரபிஷேகம் செய்து வணங்கினான். படிகள் மீது எட்டிப் படர்ந்த காட்டுச் செடியில் இருந்து இரு வெண்மலர்களைப் பறித்து அணிவித்து முறைப்படி பூஜைகளைச் செய்தான். நூற்றியெட்டுக் கரணங்களுடன் கூடிய தன் வழக்கமான நமஸ்காரத்தை முடித்த பிறகு ஈரக் கல் படிமீது கண்களை மூடி அமர்ந்தான்.

கண்களைத் திறந்தபோது மழை கனத்துப் பெய்தபடி இருந்தது. அம்பலக்கூரையிலிருந்து நீர்த்தாரைகள் பளபளவென்று துடித்து இறங்கின. ஈர உடை சரசரக்க எழுந்து விக்கிரங்களைப் பெயர்த்து, மறுமந்திரம் மூலம் விலக்கி, தன் துணிக்குள் சுற்றிக் கையில் எடுத்துக்கொண்டான். கற்படிகளில் ஏறி மீண்டும் முற்றத்தை அடைந்தான். எதிரே இரு வைதீக பிராமணர்கள் வந்தனர். அவனை வணங்கிவிட்டு வழி விலகினார்கள். முகங்களில் தூக்கமின்மையின் உப்பல், இடுங்கின கண்கள், அறையை அடைந்தபோது, மழையீரத்தில் திண்ணை நனைந்தேறி யிருப்பதை, குடை மல்லாந்து ஈரம் சிந்தக் கிடப்பதை மான் தோல் பொட்டலத்தின் சுவடிகளைக் காற்று பிரித்து வீசிச் சுழன்றாடியிருப்பதைக் கண்டான். உள்ளே சென்று மான்தோல் அந்தரீயத்தையும் தர்ப்பையாலான உத்தரீயத்தையும் அணிந்து கொண்டான். குடுமியைத் துவட்டி முடிந்தான்.

காவலுடன் வந்த ஒரு பிராமணன், வாசலில் நின்று கை கூப்பி வணங்கி, "தங்கள் பாதங்களைப் பணிகிறேன் தவரிஷியே! என் பெயர் சைத்ரன். தங்களுக்கு உணவு கொண்டு வந்துள்ளேன்" என்றான்.

ஆஸ்திகன் ஆசியளித்தான். பிறகு, "நான் வேக வைக்கப்பட்ட எதையுமே உண்பதில்லை" என்றான்.

"அறிவேன். முப்பது வருடங்களாக அடியேன் ரிஷிசேவை செய்துவருகிறேன். பழங்கள், கிழங்குகள், ஊற வைத்த பருப்பு, நன்னீர் இவைதான் உள்ளன. ஏற்றருள வேண்டும்."

"அவ்வாறே ஆகுக!"

மூங்கில் கூடையை உள்ளே கொண்டுவந்து மஞ்சம்மீது வைத்துவிட்டு சைத்ரன் வணங்கினான். ஆஸ்திகன் தலை யசைத்ததும் வெளியேறினான்.

கூடையை எடுத்துத் தன் முன்வைத்து ஒரு கணம் தியானித்துப் பிறகு முதல் பழத்தை "பிரம்மார்ப்பணம்" என்றபடி எடுத்து வலப்பக்கமாக வைத்தான். பிறகு இரு பழங்களை எடுத்து சற்று தள்ளி வைத்துவிட்டு கண்களை மூடி அமைதியாகத் தியானிக்க ஆரம்பித்தான். சிறிது நேரம் கழித்துக் கூரை வழியாக இரு அணில்கள் இறங்கி வந்து அப்பழங்களை வேகமாக உண்ண ஆரம்பித்தன. ஆஸ்திகன் கண்விழித்து அவற்றைப் பார்த்தான். பிறகு மெதுவாக உண்ண ஆரம்பித்தான்.

உணவை முடித்துக் கூடையை வெளியே கொண்டு வைத்துவிட்டு மஞ்சத்தில் நீட்டிப் படுத்தான். தலை சுழன்றது. விழுவதுபோல் இருந்தது. கைகால்கள் மீது பெரும் பாரமாகக் களைப்பு அழுத்தியது. அப்படியே தூங்கிப் போனான்.

விழித்துக்கொண்டபோது ஒரு கணம் இடப்பிரக்ஞை ஏற்பட வில்லை. திடுக்கிட்டு எழுந்து அமர்ந்தான். அவன்மீது பரவி கைகால்களை இறுக்கியிருந்த கருநாகங்கள் உருவி விலகி, இருள் நிழல்களாக மாறி, அறை மூலைகளுக்குச் சென்று மறைந்தன. பெருமூச்சுடன் எழுந்து வெளியே வந்தான். வானம் குவியல் குவியலாகக் கருமேகங்களால் மூடப்பட்டிருந்தது. அந்நீல நிறம் காற்றில் கலந்து எங்கும் ஒரு குளுமை நிரம்பியிருந்தது. எதிரே பிரதான மாளிகையில் பிராமணர்கள் அவசர அவசரமாக ஓடிக்கொண்டிருந்தனர். இரு குத்துவிளக்குகள் எரிந்தன. திண்ணையெங்கும் பலர் நாமங்கள் தரித்தபடியும் உடைகளை முடுக்கியபடியும் இருந்தனர். ஒரு கிழப் பிராமணன் தர்ப்பையால் யக்ஞோபவீதம் திரித்துக்கொண்டிருந்தான்.

கும்பல் கும்பலாகப் பிராமணர்கள் கிளம்பிச் சென்றார்கள். ஆஸ்திகன் தன் அறைவாசலில் இருந்த மண் குடத்திலிருந்த வாசனை நீரை அள்ளிக் கரசரணங்களையும் முகத்தையும் சுத்தம் செய்து கொண்டான். உடைகளைச் சரிசெய்தபிறகு அர்ப்பணக் கனியைக் கையில் எடுத்துக்கொண்டு கிளம்பினான்.

பத்ம வியூகம் ✤ 139

முகவம்பலத்துக்கு அவன் வந்தபோது அங்கிருந்த வயோதிகர் எழுந்தார். அவர், "நான் அரசவை நிமித்திகன்; பெயர் போஜன். தங்களை வணங்கி அழைத்துவர ரதத்துடன் அனுப்பப் பட்டவன். தங்கள் பாதங்களை என் ரதம் நோக்கி இட்டுச் செல்லவிருக்கிறேன்" என்றார்.

ஆஸ்திகன் அவருக்கு ஆசியளித்தபிறகு, "போகலாம். வெகு நேரமாகக் காத்திருக்கிறீரோ?" என்றான்.

"ஆம்! நேரம் உண்மையில் சற்றுப் பிந்திவிட்டது. ஆனால் துயிலில் தங்களை எழுப்பலாகாது என்று உத்தரவு."

போஜன் சைகை காட்டியதும் ரதம் வந்து நின்றது. ஒற்றைக் குதிரை ரதம். ரதத்தில் ஏறிப் பீடத்தில் பத்மாசனத்தில் அமர்ந்து கொண்டான். நிமித்திகர் படிகளில் அமர்ந்தார். ரதம் திரும்பிப் பாதைகளினூடாக விரைந்தது.

காலையில் ஒழிந்துகிடந்த பாதையில் அப்போது மக்கள் நிரம்பிச் சென்றபடி இருந்தனர். கூட்டத்தைக் கிழித்தபடி குதிரைகள் செல்லும் உட்கோட்ட வாசலில் காவலர் எழுவர் பூரண கவச உடையுடன் நின்றார்கள். ரதத்தைத் தலை தலை வணங்கி உள்ளே அனுமதித்தார்கள். அரண்மனை முற்றத்தின் கற்பரப்பில் சகட ஒலி அதிர ரதம் ஏறி நின்றது. அங்கு பிராமணர்கள் கும்பல்களாகத் திரிந்துகொண்டிருந்தார்கள். தர்ப்பைக் கட்டுகளைச் சுமந்தபடி இரு உபகாரிகள் "வழி வழி" என்றபடி கூட்டத்தைப் பிளந்து சென்றார்கள். மழைமேகம் கரும்பந்தல் போல மூடிப் பரவியிருந்தது. அரண்மனையின் கற்சுவர்களில் நீர் வழிந்த கரிய தடங்கள் பளபளத்தன.

ஆஸ்திகன் இறங்கியதும் போஜன், "உத்தமரே, இப்படி வாருங்கள்" என்றபடி நடந்தார். அவரைப் பின்தொடர்வது சிரமமாக இருந்தது. திடீரென்று "கணகண" ஒலி எழ அவன் விலகித் திரும்பிப் பார்த்தான். பெரிய பித்தளை அண்டா ஒன்றில் நிரம்பி வழியும் பசுநெய் இரும்பு வண்டி மீது வைக்கப்பட்டு இரு வீரர்களால் தள்ளிச் செல்லப்பட்டது.

தர்ப்பையால் ஆன பெரிய யாகசாலை தெரிந்தது. அதன்மீது

வெண்மேகம் மேகம் போல வேள்விப்புகை தங்கி, மெல்லப் பிரிந்து விலகியது. உள்ளிருந்து பேச்சொலிகள். இரைச்சலைத் தாண்டி மந்திரகோஷம் எழுந்தது. யக்ஞ எஜமானர் வேள்விசாலையின் வாசலில் நின்றவராக, ஒவ்வொருவரையும் வரவேற்று வணங்கி, உள்ளே அமரவைத்துக்கொண்டிருந்தார். ஆஸ்திகன் நெருங்கியதும் முன்னால் சென்று போஜன் வணங்கி, "குருநாதருக்குப் பிரணாமம். இவர் ஜரத்காருவில் மகாதபஸ்வி யான கௌரமுகர் பெற்ற மைந்தர் பெயர் ஆஸ்திகர் நைஷ்டிக பிரம்மச்சாரி" என்றார்.

யக்ஞ எஜமானர் வணங்கி, "நான் ஸௌனகன். இந்த யக்ஞத்தை வழிநடத்துபவன். தங்கள் வருகையால் கௌரவிக்கப் பட்டேன்" என்றார்.

"ஸௌனக ரிஷியின் பெருமைகளைப் பலமுறை இச்செவிகள் பருகி ஞானவிடாய் தீர்த்துள்ளன" என்றான் ஆஸ்திகன் சம்பிரதாயமாக.

"ஹோதாக்களில் ஒருவராகத் தாங்களும் அமர்ந்தீர்களானால் நாங்கள் மகிழ்வோம்."

"பூதயாகங்களில் நான் பங்கெடுப்பதில்லை ஸௌனகரே" என்றான் ஆஸ்திகன் திடமாக. ஸௌனகரின் முகம் சற்று மாறு பட்டது.

"தங்கள் விருப்பம் அது" என்றார் ஸௌனகர். "தாங்கள் அமர்ந்தருளவேண்டும்."

யாகசாலையின் வெப்பமும் நெய்ப் புகைமூட்டமும் குளிருக்கு இதமாக இருந்தன. தர்ப்பை ஆசனம்மீது ஆஸ்திகன் அமர்ந்து கொண்டான். மந்திர கோஷம் செவிவழியாக மனத்தை சிவந்த நாக்குகள் படபடக்க யாக நெருப்பு எழுந்து துடிதுடித்து அடங்கி மீண்டும் எழுந்துகொண்டிருந்தது.

"இன்றுதான் இறுதி நாள் இல்லையா?" என்றான் ஆஸ்திகன் அருகே அமர்ந்திருந்த பிராமணனிடம்.

"அப்படித்தான் திட்டம். ஆனால் என்ன செய்வது?"

"ஏன்?"

"தட்சகன் இன்னும் வரவில்லையே?"

"தட்சகன் எதற்கு வரவேண்டும்?"

"அந்தக் கதை தாங்கள் அறியாததா? தாங்கள் வெளியூர். நமது மாமன்னரின் தந்தை பரீட்சித்து மன்னர் நாகவிஷம் தீண்டி உயிர் துறப்பார் என்று ஒரு சாபம் இருந்தது. எனவே தன்னைச் சுற்றிக் கோட்டைகளையும் காவல்களையும் மந்திரங்களையும் அமைத்துக்கொண்டார். கடும் விரதங்கள் மேற்கொண்டார். ஆனால், நாக மன்னனாகிய தட்சகன், அவர் உண்ட ஒரு பழத்தின் உள்ளே புழுவாக இருந்து வெளிப்பட்டு அவரைத் தீண்டினான்"

"ஆம், அது நமக்குள்தான் இருக்கும். தீண்டும்வரை அது இனிய உணவும்கூட. அதற்கு வேலியும் காவலும் விரதமும் ஏதும் தடையில்லை."

"தங்கள் கூற்று புரியவில்லையே?" என்றார் பிராமணர், குழம்பியவராக.

"தாங்கள் கூறுங்கள்."

"அந்தத் தட்சகன் இருக்கும்வரை இங்கு அமைதியும் இருக்காது. சுபிட்சமும் உருவாக முடியாது. அவனே இந்த நகரின் அழிவுக்குக் காரணமாகும் முதல் விதை. அவனைப் பொசுக்குவதே இந்த வேள்வியின் லட்சியம். ஆனால், இன்னும் அவன் வரவில்லை."

வெளியே சங்குகளும் முரசுகளும் கொம்புகளும் முழங்கின. வாழ்த்தொலிகள் அதிர்ந்தன. வெண்சாமரங்களை ஏந்தியபடி இரு வீரர்கள் மேடையேறினர். தொடர்ந்து ஜனமேஜய மன்னர் கைகள் கூப்பியபடி மணிமுடியும் வைர ஆரமும் அணிந்தவராக வந்து யக்ஞகாவலனின் பீடத்தில் ஏறியமர்ந்தார். செம்பட்டு உத்தரீயத்திலும் நகைகளிலும் வாளிலும் யாகத் தீ சிவப்பு நிறக் கொழுந்தாகப் பளபளத்தது.

மன்னரைத் தொடர்ந்து செம்பட்டாடையும் வைர ஆரமும்

மும்மணிக் மணிக் கிரீடமும் அணிந்தவளாகப் பட்டத்தரசி வபுஷ்டை ஏறியமர்ந்தாள்

அவளைத் தொடர்ந்து வெண்பட்டாடை அணிந்து ஆபரணங்கள் இன்றி வைதவ்யக் கோலத்தில் இருந்த ராஜமாதா மாத்ரை ஏறினாள். மான் தோலாசனங்களில் அவர்கள் அமர்ந்தனர். மன்னரும் துணைகளும் அமர்ந்து முடிவதுவரை வாழ்த்தொலிகள் இடைவெளியின்றி ஒலித்தன.

ஸௌனகர் முன்னால் சென்று மன்னருக்கு வலது சுண்டு விரலில் பவித்ரம் அணிவித்தார். வரிசையாக ஏழு வைதிகர்கள் மேடையேறி மன்னரிடமிருந்து பொற்காசுகளை மும்முறையும் தேவியிடமிருந்து நவதானியங்களை ஏழுமுறையும் பெற்று ஆசியளித்தனர். ஸௌனகர் காட்டிய முற்றத்தில் ஜனமேஜயன் சமித்துக்களை மும்முறை அள்ளிப்போட்டார். ஒரே குரலில் வேதியர் வாழ்த்துக்களைக் கூறினார்கள். அட்சதையையும் மலரையும் அள்ளி மன்னர்மீது வீசி ஆசியளித்தனர். மன்னர் யாக குண்டத்தை மும்முறை வலம் வந்து வணங்கியதும் வேள்வியதிகாரி சைகை காட்ட, ஹோதாக்கள் கரடித் தோலால் ஆன கரிய சால்வைகளைப் போர்த்திக்கொண்டார்கள். ஸௌனகர் முதல் அவியை நெருப்பில் இட்டதும் பிறரும் அவியை அர்ப்பிதம் செய்தனர். மந்திர உச்சாடனம் வலுத்து உச்சத்தை அடைந்தது.

மெதுவாக அந்த யாகசாலையெங்கும் ஒருவித வெறியும் பரவசமும் பரவியது. எல்லா உடல்களும் ஒரே தாளத்தில் அசைந்தன. நடுவே எரியும் நெருப்பு எல்லா விழிகளிலும் பிரதிபலித்தது. ஈசான மூலையில் ஓர் அசைவு தெரிந்தது. நிழலசைவு போலத் தோன்றி, பின்பு உருத்தெளிவுகொண்டு கருநாகம் ஒன்று மெல்லக் கிளம்பி உருகி வழிவதுபோல நகர்ந்து வந்தது. மந்திர நாதம் வலுத்தது. நெருப்பருகே வந்து அது படமெடுத்தது. அதன் சங்குச் சக்கர முத்திரை நெளிந்தது. குனிமுத்துக் கண்கள் விழித்தபடி நிற்க, அது தலையை சட்சட் என்று திருப்பியது. நாக்கு நீண்டு துடிதுடித்தது. கண்ணுக்குத்

தெரியாத சரடு ஒன்றால் இழுக்கப்பட்டதுபோலத் தீயை நோக்கிச் சென்றது. தீ நாக்கு ஒன்று திப்பென்று சுழன்றுவந்து அதைப் பற்றி உள்ளே இழுத்துக்கொண்டது. கரிய வால் ஒரு கணம் துடிதுடித்துத் தழலாட்டத்தின் ஊடாக அசைந்தது. அதை உண்டதும் சுவாலை மீண்டும் தணிந்து சகஜ நிலைக்கு வந்தது. மறு மூலையிலிருந்து இன்னொரு பாம்பு ஊர்ந்து வந்தது. இப்படி ஒவ்வொன்றாகப் பாம்புகள் வந்து நெருப்பில் விழுந்தன. ஒன்றுடன் ஒன்று கலந்து

நீரோடைகள் குளம் நோக்கிச் செல்வதுபோல நெருப்பை நோக்கிச் சென்றன. ஒன்றின்மீது இன்னொன்று ஏறியபோது பாஸ்பரம் சீறிப் படமெடுத்து முகநுனி உரசிக் கோபித்தன. உடல் பிணைந்து நெளிந்தன. துடிக்கும் வால்களும் வளையும் உடல்களும் அக்னியைச் சுற்றிக் கரிய நீரலையின் அசைவுகள் போலத் தெரிந்தன. ஹோதாக்கள் நெருப்பில் நெய்யைக் கொட்டியபடியே இருந்தனர். ஒரு கட்டத்தில் நெருப்பு விசுவரூபம் கொண்டு கூரையையே நக்கி உண்டுவிடும்படி எழுந்து நின்று கூத்தாடியது. பாம்புக் குவியல்கள் கரிய நிறச் சமித்துகளாக வந்து குவிந்து ஆகுதியாயின.

பாம்புகளின் வருகை குறைந்தது. ஓரிரு சிறு பாம்புகள் மட்டும் தயங்கியபடி வந்து பலியாயின. வெகு நேரமாகப் படுத்தே கிடந்த சிறிய முதிய பாம்பு ஒரு வழியாக நெருப்பில் இறங்கியதும் ஹோதாக்கள் நெய்யிடுவதைக் குறைத்தார்கள். சுடர்கள் மெல்லத் தணிந்து தவழ்ந்தாட ஆரம்பித்தன.

அருகே இருந்த ஒருவன்,

அங்கிருந்த அத்தனை உடல்களும் மெதுவாக முடிச்சுகளை அவிழ்த்துக்கொண்டு தளர்ந்துவிரிந்தன. அருகே இருந்த ஒருவன் "பாரமெல்லாம் போய்விட்டதுபோல் இருக்கிறது. மழைமேகம் வானில் புதிய ஒளி வந்ததுபோல் இருக்கிறது!" என்றான். இன்னொருவன், "உத்தமரே, எனக்கு அப்பாம்புகளில் ஒன்று நான்தான் என்று பட்டது தெரியுமா?" என்றான்.

யாக நெருப்பில் இறுதி நெய்யை விட ஆரம்பித்தார்கள் ஹோதாக்கள்.

ஜனமேஜயன், "ஸௌனகரே, என்ன இது?" என்றான்.

"எனக்குப் புரியவில்லை" என்றார் அவர், தளர்ந்த குரலில்.

"ஏன் இன்னமும் தட்சகன் வரவில்லை? அவன் வரவேண்டும். இல்லையேல் இந்த வேள்விக்கு அர்த்தமேயில்லை!"

"என்ன நடந்தது என்று பார்க்கிறேன்" என்றார் ஸௌனகர். மீண்டும் யாக நெருப்பருகே வந்து அமர்ந்தார். ஒரு பிடி அட்சதையை எடுத்து மார்போடு அணைத்துத் தியானித்தார். அதை நெருப்பில் போட்டபின் சுடரையே உற்றுப் பார்த்தார். வெளியே வானம் கடகடவென்று சிரிப்பதுபோல இடியொலி கேட்டது. மின்னல அதிர்ந்து அடங்குவது யாகசாலைக் கூரையின் வழியாகத் தெரிந்து மறைந்தது.

"மன்னரே, இப்போது தட்சகன் இந்திரனின் பாதுகாப்பில் இருக்கிறான்" என்றார் ஸௌனகர்.

"இந்திரனா?"

"ஆம். இந்திரன்"

"இந்திரனல்லவா இச்சைக்கும் போகத்துக்கும் அதிபதி? தட்சகனின் அதிபன் அவன்தானே? தட்சகனும் ஆகுதி ஆக்கப் பட்டால், பிறகு இந்திரன் இருந்தும் அர்த்தம் இல்லையே?"

"அப்படியானால், அந்த இந்திரனையும் இங்கு வரவழை யுங்கள். அவனையும் அவிஸாக்குங்கள்."

"உத்தரவு மன்னரே."

கார்மிகர்கள் மீண்டும் நெய்விட்டுச் சுடர் வளர்த்தனர். இடியோசை கடும் கோபத்துடன் முழங்கியது. யாக நெருப்பை அள்ளி வானுக்கு எடுத்துக் கொள்வதுபோல மின்னல் ஜொலித்தது. கடைசியாக ஒரு மின்னல் தரையை ஒவ்வொரு மணல் பருவும் தெளிந்து துலங்கவைத்தபடிப் பிரகாசித்து அடங்கியது. யாகசாலையின் ஓரமாக நின்ற யாக விருட்சமாகிய அத்தி கருகிப் புகைவிட்டு எரிய ஆரம்பித்தது. "இந்திரன்!" என்று வியப்பொலிகள் எழுந்தன.

“உம். அவிஸாக்குங்கள் அவனை!” என்றார் ஜனமேஜயன்.

“ஸௌனகரே... சற்றுப் பொறுங்கள்” என்றபடி ஆஸ்திகன் எழுந்தான்.

“என்ன?” என்றார் ஸௌனகர் புருவத்தைச் சுருக்கியபடி.

“நைஷ்டிக பிரம்மச்சாரியான எனக்கு இதுவரை தட்சணை தரப்படவில்லை. என் அதிருப்தியைமீறி இங்கு யாரும் யாகத்தை முழுமை செய்ய முடியாது.”

“என்ன வேண்டும் உமக்கு?” என்று உரத்த குரலில் கேட்டபடி ஜனமேஜயன் எழுந்தான். தொடர்ந்து, “என்ன வேண்டும்? கேளும் தருகிறேன்” என்றான்.

“தட்சகனுக்கு உயிர்ப் பிச்சை வேண்டும்!”

“ரிஷிகுமாரரே” என்று வீறிட்ட ஜனமேஜயன், “தெரிந்துதான் கேட்கிறீரா?” என்றான்.

“ஆம். அது என் அன்னை எனக்கிட்ட கட்டளை!”

“இது என் தந்தைக்கு நான் செய்யும் கடன்!”

“என் தாய் ஜரத்காரு, நாக மன்னன் வாசுகியின் மகள். நாக குலததைப் பூண்டோடு அழியவிடாது தடுக்கவே என்னை அவள் இங்கு அனுப்பினாள். உங்கள் யாகம் நாகவம்சத்தைக் குலமறுத்து விட்டது. இனி தட்சகன் மட்டுமே மீதி. அவன் உயிர் பிழைத்தாக வேண்டும்.”

“தட்சகன் விஷமயமானவன். அவன் பூமிமீது எஞ்சுவது பேரபாயம்” என்றார் ஸௌனகர்.

“ஸௌனகரே, விஷம் இல்லையேல் அமுதும் இல்லை. தட்சகன் காமமூர்த்தி. சகலவிதமான செயலூக்கங்களுக்கும் காரணம் அவனே. அதை மறவாதீர்!”

“குரோதத்துக்கும் அழிவுக்கும் அவனே ஆதிகாரணம். பாரதவர்ஷம் கண்ட அழிவு போதாதா?”

“பாற்கடலைக் கடைந்தால் விஷமும் அமுதமும் சேர்ந்து தான் எழும். அதைத் தவிர்க்க முடியாது...”

“ஜனமேஜயன், ரிஷி குமாரரே, தங்களை மன்றாடிக் கேட்கிறேன் நான்” என்றான்.

“இல்லை. மறு பேச்சுக்கே இடமில்லை. உம் வாக்கை நீர் நிறைவேற்றும். வாக்கை மீறினீர் எனில் உமது சொல் தகுதி இழக்கிறது. அதன்பின்பு மகா யாகங்களைச் செய்யும் தகுதி உங்களுக்கு இல்லை... “

ஜனமேஜயன் சோர்ந்து அமர்ந்துவிட்டான். முகத்தில் கோபமும் வருத்தமும் பிறகு தீவிரமான களைப்பும் ஏற்பட்டன.

“குரு வம்ச மன்னர்கள் வாக்கு தவறிய வரலாறு இல்லை ரிஷிகுமாரரே. உம் இச்சைப்படி ஆகட்டும்” என்றான்.

“இந்திரனை விடுதலை செய்க” என்றார் ஸௌனகர் திரும்பி.

“யுவரிஷியே.... நீர் அறியாது செயல்படுகிறீர். நீர் கட்டவிழ்க்க விடுவது பேரழிவின் மூல ஊற்றான விஷத்தின் கடைசித் துளியை ஒருவேளை இனி வரலாற்றில் ஒருபோதும் இப்படியொரு பரிபூரண யாகம் நடக்க வாய்ப்பில்லை. இப்போது இவ்விஷத்தை முழுமையாக அழித்துவிட்டிருந்தோம் எனில், முழு மானிடகுலமே இனிமேல் காம மோகக் குரோதங்களின் பாதிப்பின்றி, தர்ம மகா நெறியில் நிலை பெற்றிருக்கக்கூடும். நீர் இப்போது விடுதலை செய்தது பெரும் நாசகாரச் சக்தியை...”

“சக்தி நாசகரமாவது நமது தார்மீகத்தின் இயலாமையினால் தான் ஸௌனகரே! உமக்கு உமது தர்மத்தின்மீது நம்பிக்கை இருப்பின், இச்சா சக்திக்கு அஞ்சவேண்டியதில்லை. லிங்கத்தை அறுத்தெறிந்து விட்டுப் பிரம்மச்சரியம் காப்பது அறமல்ல, கோழைத்தனம்.” ஆஸ்திகன் அழுத்தமாகக் கூறினான். “மன்னரே, தர்மம் ஒருபோதும் கோழைத் தனத்திலிருந்து பிறப்பதில்லை. ரிஷியே, அஞ்சாமையும் திடமுமேம் தர்மத்தின் பீடங்கள்.!”

“ரிஷிகுமாரரே,நீர் செய்த செயல் நம்பிக்கைத் துரோகம். உம்மை இனிமேல் நான் ஒருபோதும் மதிக்கப்போவதில்லை. நீர் போகலாம்” என்றான் ஜனமேஜயன்.

யாக அக்கினி அணைந்தது. ஆஸ்திகன் எழுந்து நிதானமான குரலில், “ஜனமேஜய மன்னரே.... என் செயலை நீர்

புரிந்துகொள்ள இன்னும் ஆண்டுகளாகும். காமக் குரோத மோகங்களை அணைத்தழிக்க விரும்பிய நீர் கூடவே உமது நாட்டின் ஆக்க சக்தியையும் அழித்துவிட்டீர். பயனற்ற சோம்பல் பிண்டங்களாக, தமஸ் நிரம்பிய குடுக்கைகளாக உமது மக்கள் மாறிவிட்டிருப்பதைக் கண்டேன். காமம் இன்றி உலகியல் இல்லை. சமூகம் தழைத்தால் மட்டுமே தவமும் தழைக்க முடியும். இதோ காம மூர்த்தியை நான் விடுவித்திருக்கிறேன். இனி உமது நாடு செழிக்கும். இந்திரனின் வீரியம் உமது மண்ணிலும் உங்கள் மனங்களிலும் பரவும். மானுட விருப்ப ஆற்றல் என்பது நதி. அது தேங்கலாகாது. கரை போட்டு நீர் அதைத் தடுக்க முயன்றீர். அதை நான் உடைத்து விட்டேன். அது முன்னேறட்டும். வெள்ளம் வந்து அது அழிவுசக்தி ஆகலாம். அது நம் விதி. தர்ம வீழ்ச்சிக்கு நாம் தரும் விலை அது. ஆனால், அது ஓடினால்தான் மண் செழிக்கும், வாழ்வு தழைக்கும். ஓம்! அவ்வாறே ஆகுக!'' ஆஸ்திகன் தன் அந்தரீயத்தைத் திருத்தினான். ''நான் வருகிறேன்.''

அவன் யாக்சாலையின் வாசலை நோக்கி நடந்தான். அதற்குள் ஓரிருவர் அவனை நிற்கும்படிச் சொல்லிக் கூவினார்கள். திரும்பிப் பார்த்தான்.

ஸௌனகர், ''வியாச மகரிஷி உங்களை அழைக்கிறார் யுவ ரிஷியே'' என்றார்.

ஆஸ்திகன் திரும்ப உள்ளே நுழைந்தான்.

ஜனமேஜயன் இறங்கிப் பணிவுடன் ஓடிச்சென்று இரு வீரர்களால் தாங்கப்பட்டு நடந்துவந்த முதியவரைப் பணிந்தான். அவரை மான்தோல் இருக்கையில் அமர வைத்தார்கள். அவர் முதிர்ந்து, உருக்குலைந்து, மிகப் புராதனமான விருட்சம்போல் இருந்தார். மட்கி உலர்ந்த மரம் போல உடல். ரோமங்கள் உதிர்ந்த குறைத் தாடி, முகம் முழுக்க வெண் நுரைபோலப் பரவியிருந்தது. உள்ளடங்கிய கரிய உதடுகளுக்கு மேலே மூக்கு வளைந்து தொங்கியது. புலிக் கண்கள் போலக் கண்கள் பழுத்துப் போயிருந்தன. கை கால்கள் தனித்தனியாக நடுங்கியபடி

இருந்தன. ஆஸ்திகன் அவரை அணுகி நெடுஞ்சாண்கிடையாக வணங்கினான்.

வியாசர் கைதூக்கி ஆசியளித்தார். விரல்கள் மெலிந்து, உலர்ந்த சுள்ளிகள் போல ஒன்றோடொன்று வளைந்து பின்னியிருந்தன.

தளர்ந்த உதடுகள் மெல்ல அசைய, தொண்டையின் அடர்ந்த சுருக்கங்கள் நெளிந்தன. ஒரு வீரன் அவர் வாயருகே காது வைத்து கேட்டுவிட்டு உரக்க, "கௌரமுகன் மகனா நீ?" என்றான்.

"ஆம் பிதாமகரே."

"சமீகரின் பேரன்?"

"ஆம்"

"உத்தண்டரின் கொள்ளுப் பேரன்?"

"ஆம்."

"தலைமுறைகள்!" என்றார் வியாசர். மார்பு எழுந்து அடங்கியது. வெகுநேரம் ஆயிற்று அவர் சற்று ஆசுவாசம் அடைய. "உன் ஆறாவது முந்தைய தலைமுறையைச் சார்ந்த தாத்தா சுமந்திரர் என் தோழர்"

"நான் தவறாக ஏதும் செய்துவிட்டேனா பிதாமகரே?"

"இல்லை. உன் தாய் மகா விவேகி. விஷயமறிந்தே அனுப்பி யிருக்கிறாள். இவர்களுக்கு எதுவும் தெரியாது. இவர்களைப் பொறுத்தவரை குருக்ஷேத்ரம் வெறும் மரணபூமி மட்டும்தான். இனிப்பாலும் ஒளியாலும் மட்டும் உலகை ஆக்கிவிடலாம் என்று கனவு காண்கிறார்கள்."

வியாசரைச் சுற்றிக் கூட்டம் கூடிவிட்டது. கண்களை மூடியவ ராகக் காலங்களைத் தாண்டி அப்பால் எங்கோ இருந்தார் அவர். கூட்டம் அமைதியாகக் காத்து நின்றது. பிறகு அவர் கண்களைத் திறந்து, "நீ தட்சணை பெற்று இந்நகரையும் மன்னனையும் மக்களையும் வாழ்த்திய பிறகுதான் விடைபெற வேண்டும்!"

"உத்தரவு பிதாமகரே!"

"குருக்ஷேத்ரம்! அங்கு வீழ்ந்தவர்கள் துரியோதனன், பீஷ்மர்,

பத்ம வியூகம் ✤ 149

துரோணர், அபிமன்யு, கர்ணன்.... அவர்கள் வெறும் காமக் குரோத மோக ஆட்டத்தின் சதுரங்கக் காய்கள் மட்டும்தானா, குழந்தை பரீட்சித்?''

''நான் ஜனமேஜயன் தாத்தா''

''ஆம். மறந்துவிட்டேன். அந்த நாகம் தப்பிவிட்டது குறித்து வருத்தப்படுகிறாயா?''

ஜனமேஜயன் மையமாக, ''சொல்லுங்கள் தாத்தா'' என்றான்.

''அழிக்க முடியாது குழந்தை. அவை அழிந்தால் அக்கணமே இச்சை சக்தியற்று மானுடர்கள் கற்சிலைகளாக ஆங்காங்கே உறைய, இப்பூமி நிலைத்துவிடும். இந்த மகா நாடகம்...'' வியாசர் புன்னகைத்தார். அந்தப் புன்னகையில் அவரது சுருங்கின கன்னச்சருமம் விரிந்து பரவ, கண்களில் அபூர்வமான ஒளி சுடர, ஆஸ்திகன் ஞான தரிசனம் பெற்றவன்போல உடல் சிலிர்த்துக் கண்ணீர் மல்கினான்.

''இந்தப் பெரு நாடகம்... இது முடியாது. ஒரு பாம்பு தப்பிவிடும். விஷம். தவத்திலும் ஞானத்திலும் மிக உச்சத்துக்குச் சென்ற குரலையே அது தனக்கென வாதாடத் தேர்ந்தெடுக்கும். ஆம், அப்படியும் இறுதி விஷம் தப்பிவிடும்... எங்கே சூதர் விசித்ரவீரியர்?''

''அவர் இல்லை தாத்தா. அவரது ஐந்தாம் தலைமுறைப் பேரர் உக்கிரசிரவஸ் இருக்கிறார்.''

''பாடச் சொல் அவரை''

மூத்த சூதர் தன் கைத்தாளத்தை இருமுறை மீட்டினார். தொண்டையைச் சரி செய்துகொண்டார். யாக சாலை எங்கும் முகங்கள் அவருக்காகக் காத்து நின்றன. அவர் குரல் விம்மி எழுந்தது. பாரதக் கதை விரிந்து பரவியது.... மானுட விஷத்தின் கதை.

***

நாடகங்கள்

பதுமை

(அரங்கில் இருள் பரவியிருக்கிறது. ஓசையின்றி வெளிச்ச வட்டம் ஒன்று அரங்கின் சுவர்கள்மீது விழுந்து, நிதானமாக நகர்கிறது. பளபளக்கும் வாட்களும், பட்டாக்கத்திகளும், வேல்களும் சுவர் முழுக்க மாட்டப்பட்டிருக்கின்றன. போர்க்கள ஒலிகள் கேட்க ஆரம்பித்து, மெல்ல வலுக்கின்றன. கதறல்கள், வெறிச் சிரிப்புகள், மரண ஓலங்கள், ஓலம் உச்சத்தை அடையும்போது, ஒளி அரங்கின் நடுவில் நிற்கும் ஆளுயர இரும்புப் பதுமையின் முகத்தில் நிலைக்கிறது. வெறியுடன் சிரிக்கும் இரும்பு முகம். ஒளி பரவ, அரங்கு தெளிவடைகிறது. மூங்கிலால் ஆன சுவர்கள் கொண்ட பாடிவீட்டின் முகப்பறை. பதுமை முழுக்க இரும்பாலானது. அதை ஒருவன் துடைத்துக் கொண்டிருக்கிறான்.

பட்டர் உள்ளிருந்து கையில் ஒரு மூங்கில் கூடையுடன் வருகிறார். பதுமையைத் துடைப்பதை கோபத்துடன் பார்க்கிறார்.)

பட்டர்: எதற்கு இப்போது இந்த வேலை? ஆயிரம் வேலை மீதி கிடக்கிறது. லாயத்தில் ஆள் இல்லை என்று சக்கரன் வந்து சத்தம் போட்டு விட்டுப் போகிறான்.

வீரன்: (துடைப்பதை நிறுத்திவிட்டு) இது என் கடமை பட்டரே. எனக்கு மாமன்னர் போட்ட உத்தரவு இது.

பட்டர்: மன்னர்தான் வீரமரணம் அடைந்தாயிற்றே. (குரலைத் தாழ்த்தி) எனக்கு இதைப் பார்த்தால் வயிற்றைக் கலக்கு கிறது. ஒன்றா, இரண்டா, பதினைந்து வருடமல்லவா இந்தச் சனியனை வைத்து மன்னர் மல்லிட்டுக்கொண்டி ருந்தார். (பதுமையை உற்றுப் பார்த்தபடி) இல்லை,

இதுதான் மன்னரை ஆட்டி வைத்ததா? சனி, ஏழரை நாட்டுச் சனி.

வீரன்: *(கோபத்துடன்)* பட்டரே, உமது நாக்கு அத்து மீறுகிறது. இப்பதுமையைச் சொல்வது மாமன்னரைச் சொல்வதற்குச் சமம்; தெரிந்து கொள்ளுங்கள்.

பட்டர்: ஆமாம் அப்படித்தான் சொல்வேன். எங்கே வேண்டுமானாலும் போய்ச் சொல்லும். *(கை நீட்டியபடி)* இது என்ன அய்யா, சொந்தச் சகோதரனுக்கு எதிராக துரியோதன மன்னர் கொண்ட வெறுப்பின் தூலமல்லவா இது? இந்த வெறுப்புதானே அய்யா குருவம்சத்தையே அழித்தது? செம்மணிக் கிரீடம் வைத்து உலகாண்ட எங்கள் மன்னர் குளக்கரைச் சேற்றில் தொடை பிளந்து, நாயும் நரியும் கடித்திருக்க, ஈயும், எறும்பும் மொய்க்க கிடந்தார். *(உடைந்து போய்)* இந்தக் கரங்களால் அவருக்கு இளம் வயதில் பணிவிடை செய்திருக்கிறேன். கதை சொல்லித் தூங்க வைத்திருக்கிறேன். நான் சொன்ன கதைகளில் அன்பைப் பற்றிச் சொல்லவில்லை போலும்... தர்மத்தைப் பற்றிச் சொல்லவில்லை போலும்...

வீரன்: பட்டரே, உமது கண்ணீரை வேறு எங்காவது வைத்துக் கொள்ளும். மாமன்னர் அடைந்தது வீர மரணம். வீரர்களுக்குரிய மரணம்.

பட்டர்: என்னய்யா வீரமரணம்? அன்னியர்களிடமிருந்து மண்ணைக் காக்கப் போராடி அடைந்த மரணமா? இல்லை, தர்மத்தை நிலைநாட்ட களத்தில் அடைந்த மரணமா? சொந்தச் சகோதரன் கையால் அடிபட்டு...

வீரன்: *(கோபத்துடன்)* பட்டரே, அதிகாரம் இல்லாத வீரன் ஆத்மா இல்லாத உடல். அதிகாரமோ வாள் நுனியிலிருந்து வருகிறது. வாள் சத்திரியனின் தெய்வம். *(நக்கலாக)* தட்சணை உமது தருமம். தர்ப்பை உமது ஆயுதம். அதைச் செய்யும் போம்.

பட்டர்: *(மெல்ல அமைதியடைந்து)* ஆம். உலக நீதி அதுதான்.

கொல்கிறார்கள், சாகிறார்கள். அவர்கள் வாள் நிழலில்தான் ஞானமும் செல்வமும் வாழ்கின்றன.

வீரன்: *(மீண்டும் துடைக்க ஆரம்பித்தபடி.)* முதியவர் எழுந்து விட்டாரா?

பட்டர்: எழுவதாவது, தூங்கவே இல்லை. இரவெல்லாம் மஞ்சத்தில் படுத்தபடி புலம்பிக் கொண்டிருந்தார். ஒரு கணம்கூட விழிமூட வில்லை. பிராட்டியாரும்தான். உணவும் அருந்தவில்லை. கொடுமையிலும் கொடுமை இதுதான். புத்ர சோகம்.

வீரன்: நீர் என்ன செய்தீர்?

பட்டர்: தர்ம நூல்கள் எதையாவது கூறும்படிச் சொன்னார். சுக்ர நீதியைச் சொன்னேன். பித்ருக்களுக்கு சத்ரியன் ஆற்ற வேண்டிய நீர்க்கடன்கள் பற்றிச் சொல்லி வரும்போது அப்படியே உடைந்து பெரும் குரலில் மகனே துரியோதனா... உனக்கு நான் இன்று நீர்க்கடன் செய்ய வேண்டியதாயிற்றே என்று வீரிட்டு விட்டார். என் வயிறு குலுங்கி விட்டது. பிறகு, நான் வாய் திறக்கவில்லை. சாதாரண துக்கமா அது?

வீரன்: கொசுவுக்கும், யானைக்கும் மரணம் ஒன்றுதான். குருக்ஷேத்ரத்தில் நேற்று மாலை முதலே கடலலை போல அழுகையொலி கேட்க ஆரம்பித்து விட்டது. எத்தனை விதவைகள், அனாதையான பெற்றோர்கள், ஆதரவிழந்த குழந்தைகள்...

பட்டர்: சொல்லாதீர் நாகமரே. நேற்று அவ்வழியே போனேன். என் ஈரலை யாரோ பிடித்துக் கசக்குவது போலிருந்தது. எந்தையே எம்பிரானே, இதைக் காண என்ன பாவம் செய்தேன் என்று மார்பு உடையும்படி விம்மினேன். கண்ணுக்கெட்டிய தூரம் வரை எரிந்தடங்கிய பாழ் சிதைகள். அவற்றின் அருகே அழுது அரற்றும் உறவினர்கள். குருவம்சம் அழிந்து விட்டது நாகமரே. பாரதவர்ஷமே சுடுகாடு ஆகிவிட்டது. அற்ற குளத்துப் பறவைகள் போல மக்கள் தேசாந்தரம் கிளம்புகிறார்கள். இன்று நீர்க்கடனும்

முடிந்துவிட்டால் இந்திரப் பிரஸ்தம் காலியாகி விடும். உதிர மணம் தங்கும் இந்த மண்ணில் இனி எப்படி மக்கள் வாழ முடியும்? அனாதைகளாக அகதிகளாக அவர்கள் தேசங்களெங்கும் அலைவார்கள்...

நாகமர்: விதி வெல்ல முடியாதது பட்டரே, *(பெருமூச்சுடன்)* என மகன் அச்சுதனை நீர் அறிவீரா?

பட்டர்: அடப்பாவி! *(குரல் நடுங்க)* அப்படியுமா இப்படி இருக்கிறீர்?

நாகமர்: *(தழுதழுத்த குரலில்)* என்ன செய்வது பட்டரே, இது என் கடமை. விடிகாலையிலேயே அவனுக்கு நீர்க்கடன் செலுத்தி விட்டேன் *(பதுமையைத் துடைக்கிறார்)*

(சில கணங்கள் அமைதி. பட்டர் தவிப்புடன் ஏதோ கூற வந்து தவிக்கிறார். கண்ணீரை அடக்குவது போல குனிந்தபடி நாகமர் சிலையைத் துடைக்கிறார்.)

நாகமர்: *(திடீரென்ற உரத்த குரலில்)* வெள்ளிச் சங்கில் பாலூட்டி உன்னை வளர்த்தேன் என் ராஜாவே, இப்போது சாம்பலும் சேறும் கலங்கிய யமுனை நீரை உனக்குத் தருகிறேன். பித்ருலோகத்தில் உன் மூதாதையருடன் இன்பமாக இரு என் மகனே என்று சொன்னேன்... *(கண்ணீர் வழிய உதடு களை கடித்தபடி)* என் குழந்தை, என் அச்சுதன்...

பட்டர்: மனம் ஆறும் நாகமரே...

நாகமர்: விதியின் விளையாட்டு.

பட்டர்: விதியல்ல நாகமரே... இதோ இதுதான் எல்லாவற்றிற்கும் காரணம் *(கோபத்துடன் பதுமையைச் சுட்டிக்காட்டி)* இது பீமனின் சிலை. பதினைந்து வருடம் மன்னர் தன் சகோதரனைக் கொல்ல அவன் சிலையைச் செய்து வைத்து பயிற்சி எடுத்திருக்கிறார். பதினைந்து வருடம் ஒவ்வொரு தினமும் அந்த வெறுப்பு ஏறி ஏறி வந்தது. நாகமரே வென்றது அந்த துவேஷம்தான். எதற்கு இது? இந்தப் பாரத மண்ணில் ஆள்வதற்கு இடமா இல்லை? நெல்லும், மணியும், கனியுமாக அள்ளியள்ளி வழங்கும்

இந்தப் பசும் பூமி இவர்களுக்கும் இவர்கள் ஏழு தலைமுறைகளுக்கும் விரலசைவின்றியே அமுதூட்ட வல்லவளல்லவா? நாகமரே, உதிரம் மண்ணுக்கு உரமாவ தற்காக படைக்கப்பட்டது அல்ல. அது காதலாக, பாசமாக, கருணையாக சந்ததிதோறும் பரவிச் செல்வதற்காக பிரம்மன் கனிந்தளித்த வரம்.

நாகமர்: பேசி என்ன பயன்? எல்லாம் முடிந்தது.

பட்டர்: ஆம். எல்லாம் முடியட்டும். இனி இது மட்டும் எதற்கு? வெறுப்பின் சின்னமாகிய இந்தப் பாழும் பதுமை... இதைப் பார்க்கையில் துரியோதன மன்னர் உடல் வியர்க்க, முகம் சிவந்து சீற, வெறிமிக்க கண்களுடன் இதனுடன் சண்டையிடும் காட்சி என் மனதில் எழுகிறது.

நாகமர்: முதியவர் இதைத் தடவிப் பார்த்து அழுதார்.

பட்டர்: (திகைப்புடன்) இதையா?

நாகமர்: ஆம். இதில் என் மகனின் வியர்வை மணக்கிறது நாகமா என்றார். பிராட்டியாரும் இதைத் தழுவி கண்ணீர் விட்டு அழுதார்.

பட்டர்: (தவிப்புடன்) எம்பிரானே, என்ன கூத்து இது?

நாகமர்: இதைக் கவனமாகப் பராமரிக்கும்படி ஆணை. துரியோதன மன்னரின் நினைவுச் சின்னம் இது என்றார் அத்துடன்...

பட்டர்: அத்துடன்...?

நாகமர்: அதை குருவம்சம் தீர்க்க வேண்டிய கணக்குகளின் மிச்சமாக வைத்திருக்க வேண்டும் என்றார். குருவம்ச சந்ததிகள் இதைத் தங்கள் குலதெய்வமாக வணங்க வேண்டும் என்றார்.

(பதுமையின் முகம் கொடூரமானதாக ஆகிறது. பின்னர் அது இளிப்புடன் திரும்புகிறது.)

பட்டர்: அப்படியா சொன்னார்? திருதராஷ்ட்ர மன்னரா சொன்னார்?

நாகமர்: அவரேதான்.

பட்டர்: இது போர் தேவதை. மனிதகுலம் உள்ள வரை இது அழியாது.

நாகமர்: கோபமும் வெறுப்பும் இல்லையேல் போர் இல்லை பட்டரே. போர் இல்லையேல் சத்ரியன் இல்லை.

(வெளியேயிருந்து ஒரு வீரன் வருகிறான்.)

வீரன்: *(வணங்கி)* வணங்குகிறேன் அமாத்யரே.

பட்டர்: என்ன பதுமரே?

பத்மர்: பாண்டவர்கள் வருகிறார்கள்.

பட்டர்: *(திகைத்து)* பாண்டவர்களா?

பத்மர்: ஆம் ரதத்தை சாத்யகி ஓட்டி வந்தார். பாண்டவர்களும் யாதவ மன்னரும் இறங்கினார்கள். சாத்யகி புரவிகளை அவிழ்த்துக் கொண்டு ஆற்றின் கரையோரமாகப் போனார்.

பட்டர்: அவனும் வருகிறானா, சதிகார யாதவன்?

பத்மர்: பெரும் பாதையில் நடந்து வருகிறார்கள்.

பட்டர்: இப்போது எதற்கு வருகிறார்கள்?

நாகமர்: வேறு எதற்கு? பெரியவரிடம் ஆசி பெறத்தான். மூதாதையர் ஆசியின்றி முடிசூட முடியுமா?

பட்டர்: எனக்கு ஏதும் புரியவில்லை. என்ன செய்வதென்றே தெரியவில்லை. மன்னரின் இந்த மனநிலையில்...

நாகமர்: நம் கடமையைச் செய்வோம். நீர் பெரியவரை எழுப்பி விஷயத்தைக் கூறும். நான் அவர்களை வரவேற்கிறேன்.

(பதுமையை ஒருமாக விலக்கிவிட்டு வெளியே போகிறார். பட்டர் அரங்கின் நடுவிலிருக்கும் வாசல் வழியாக உள் அறைக்குப் போகிறார். அரங்கு காலியாகிறது. இருளடைகிறது.

ஒளி வட்டம் பதுமை முகத்தில் விழுகிறது. அதில் வெறியா வேசம் ததும்புகிறது. பின்னணியில் அழுகைகளும் ஒப்பாரிகளும் கதறல்களும் எழுகின்றன. ஒளி விரிகிறது. அரங்கில் கண்ணனும் பாண்டவர்களும் நுழைகின்றனர். கண்ணன் தலையில் மயிற்பீலி அணிந்து, மஞ்சள் நிற அந்தரீயமும் உத்தரீயமும் அணிந்திருக்கிறார். பாண்டவர் மஞ்சள் நிற உடைகள் அணிந்திருக்கிறார்கள். உயரமான பீமன் புஜங்களில் புஜ கீர்த்தியும், கைகளில் இரும்புக் காப்பும் அணிந்திருக்கிறான்.)

தருமன்: யாதவரே

கண்ணன்: *(திரும்பி)* சொல்லும் யுதிஷ்டிரரே...

தருமன்: இல்லை, நாம் பிறிதொரு தருணம் வரலாமே...

கண்ணன்: *(புன்னகைத்து)* ஏன்?

தருமன்: பெரியப்பா நேற்றுதான் வந்திருப்பார்; குருக்ஷேத்ரம் வழியாக.

கண்ணன்: அவர்தான் எதையும் கண்டிருக்க முடியாதே...

தருமன்: விளையாடதீர் யாதவரே...

கண்ணன்: *(தருமனின் தோளைத் தொட்டு)* தருமரே களம் வென்றவர் நீர். உமக்கு ஏன் இந்த அச்சம்?

தருமன்: களத்தில் என்பக்கம் தருமம் இருந்தது.

கண்ணன்: *(சிரித்து)* இங்கு?

தருமன்: எனக்குப் புரியவில்லை யாதவரே.

பீமன்: *(முன்னகர்ந்து, உரத்த குரலில்)* இங்கு வெற்றி உள்ளது அண்ணா. நாம் வெற்றி பெற்றவர்கள். நீ இந்த பாரத வர்ஷத்தின் சக்கரவர்த்தி.

கண்ணன்: வாருங்கள். இதுவும் உங்கள் கடமைதான். எந்த விதி உங்களை இதுவரை இட்டு வந்ததோ... அதுவே இனியும் உங்களுக்கு வழிகாட்டும்.

தருமன்: என்னால் அன்னை காந்தாரியை எதிர்கொள்ள முடியுமா யாதவரே...

கண்ணன்: நீர் மன்னர். உமது கடமையை நீர் செய்தீர்.

தருமன்: இந்தப் பேரழிவா என் கடமை?

கண்ணன்: யுதிஷ்டிரரே, ஒருவன் தன் எதிரியைக் கொலை செய்தால் அவனை நாம் கொலைகாரன் என்கிறோம். போரில் நூறு பேரைக் கொன்றவனை வீரன் என்கிறோம் ஏன்?

தருமன்: (சலிப்புடன்) ஏன்?

கண்ணன்: போர் வீரன் தனக்கெனக் கொல்வதில்லை. அவன் ஒரு பிரதிநிதி. அவனிடம் பல்லாயிரம் மக்களின் தன்மானத்தையும் செல்வத்தையும் காக்கும் பொறுப்பு உள்ளது.

அர்ச்சுனன்: (கோபமாக முன்னகர்ந்து) நிறுத்துங்கள் மாதவரே... சற்று முன் என்ன நடந்தது? பாரதவர்ஷத்தின் மகா சக்ரவர்த்தியை அவர் குடிமக்கள் எதிர்கொண்ட விதத்தைப் பார்த்தீர்களல்லவா? (குரல் தளர்ந்து) விதவைகளும் முதிய வர்களும் அண்ணாமீது பாய்ந்து சாபமிட்டபடி அவர் மேலாடையைக் கிழித்தபோது என் காண்டீபம் தளர்ந்தது. என் கரங்கள் செயலற்றுத் தொங்கின. அந்தச் சாபங்களை அவர்களுடன் சேர்ந்து என் மனமும் உச்சரிப்பதைக் கேட்டேன் (உரக்க) கண்ணா, உன் மாய்மால பேச்சை நம்பியது என் தவறு.

கண்ணன்: (பெருமூச்சுடன்) சரி, அப்படியானால் திரும்பி விடுவோம்.

(அனைவரும் தயங்கி ஒருவரை ஒருவர் பார்க்கிறார்கள். தருமன் திரும்பி வாசலை நோக்கி ஓர் அடி எடுத்து வைக்கிறான், நகுலன் சற்று முன்னகர்கிறான்.)

நகுலன்: (தணிந்த குரலில்) அண்ணா...

தருமன்: (தயங்கி) சொல் தம்பி.

நகுலன்: நான் கூறுவது அத்துமீறல் என்றால்...

தருமன்: நீ விவேகி. எனக்கு வழிநாட்டு தம்பி.

நகுலன்: நாம் நமது பெரியம்மாவையும், பெரியப்பாவையும் சந்திப்பதே முறை. அவர்கள் நம்மை சபிப்பார்கள், அச்சாபம் நம்மை அழிக்கும் என்றால், நாம் தவறு செய்த வர்கள். அழிய வேண்டியவர்கள் என்று தானே பொருள்? பெற்றோருக்கன்றி வேறு யாருக்கு தண்டிக்கும் உரிமை உள்ளது?

தருமன்: (நெளிந்து) ஆம். நன்று கூறினாய் தம்பி, யாதவரே, நாம் தம்பி கூறும்படிச் செய்வோம்.

பீமன்: (உரத்த குரலில்) செய்த செயல்களுக்கு குற்ற உணர்வு கொள்பவனுக்கு வாழ்க்கை இல்லை. அவன் தற்கொலை செய்வதே மேல்.

அர்ச்சுனன்: அண்ணா, நீ சற்று வாயை மூடு.

கண்ணன்: பீமன் கூறுவது சரிதான் பார்த்தா. ஒன்றே ஒன்றுதான் நாம் யோசிக்க வேண்டியுள்ளது. நாம் செய்தவற்றை நமது சொந்த கர்வத்தின் பொருட்டோ, புகழாசையின் பொருட்டோ செய்தோமா என்றுதான். சுயநலன் ஒன்று தான் சத்ரியனிடம் எஞ்சும் ஒரே பாவம்.

தருமன்: இது சுயநலமின்றி வேறென்ன? இந்தப் போர் எதற்காக நடந்தது? பற்றியெரியும் பெற்ற வயிறுகளுக்கு என்ன பதில் கூற முடியம் நான்?

கண்ணன்: இன்று வசைபாடும் இதே மக்கள் நாளை நீ நல்லாட்சி தரும்போது உன்னைப் போற்றி கொண்டாடுவார்கள். தருமமே அனைத்தையும்விட மேலானது.

தருமன்: இத்தனை லட்சம் உயிர்களை விடவா?

கண்ணன்: ஆம், நிச்சயமாக, சென்ற யுகங்களில் நம் மூதாதையர் உதிரம் சொரிந்து உருவாக்கி நமக்களித்தது இத்தருமம். நம் உதிரத்தால் போற்றி அதை நமது குழந்தைகளுக்குத் தர வேண்டும். தருமம் என்றால் நீதி, விடுதலை, தன்மானம்

எல்லாம்தான் தருமா. சோற்றுப் புழு என உயிர் தரிப்பதை விட தர்மத்தின் பொருட்டுச் சாவது மேல்.

(உள்ளிருந்து பட்டர் வெளிவந்து, சற்று அலட்சியத்துடன் வணங்குகிறார்.)

பட்டர்: பாண்டவர்களையும் யாதவரையும் அமாத்யன் சாரச பட்டன் வணங்குகிறேன். மாமன்னர் ஓய்வில் இருக்கிறார். தங்கள் வருகையை அறிவித்தேன். சற்று நேரத்தில் உங்களை இந்த அறையில் சந்திப்பதாகச் சொன்னார்.

தருமன்: நாங்கள் பெரியப்பாவை உடனே பார்க்க வேண்டும். அவர் நலம் எப்படி உள்ளது?

பட்டர்: உங்களை *(அழுத்தமாக)* இந்த அறையில் சந்திப்பதாகத் திட்டம்.

கண்ணன்: நன்று. முறைப்படி நடக்கட்டும்.

(பட்டர் வெளியே போகிறார்.)

அர்ச்சுனன்: பாண்டவர்கள் என்கிறான். என்ன திமிர்.

பீமன்: முகப்பு அறையிலா சந்திப்பு?

கண்ணன்: இருப்பது இரண்டு அறை. *(சிரித்து)* சயன அறையில் அனுமதிக்க கிழவர் விரும்பவில்லை. இது சம்பிரதாய மான சந்திப்புதான். உறவெல்லாம் இனி இல்லை என்று கூற விரும்புகிறார் போலும்.

பீமன்: நமக்கு உத்திரவிட இவர் யார்?

தருமன்: தம்பி, பொறு...

அர்ச்சுனன்: என்றுமே அவரிடம் அற்பத்தனம் உண்டு.

கண்ணன்: வெற்றி பெற்றவனே பெருந்தன்மையையும், கருணை யையும் காட்ட முடியும். ஆம், முதல் தகுதி வெற்றிதான்.

(பட்டர் வருகிறார். பின்னால் இரு வீரர்கள் மூங்கிலால் ஆன ஆசனங்களைச் சுமந்து வருகிறார்கள். அதை சரியாகப் போடுகிறார்கள்.)

பத்ம வியூகம் ✖ 161

பட்டர்: போதிய ஆசனங்கள் இல்லை. மாமன்னர் நீர்க்கடனுக்கு இங்கு வருவார் என்று எவரும் எதிர்பார்க்கவில்லை.

கண்ணன்: அதனாலென்ன? தந்தை முன் தனயர் நிற்பதே முறை.

பட்டர்: மன்னிக்க வேண்டும். (உள்ளே போகிறார்.)

(பாண்டவர்கள் அமைதியாக நிற்கிறார்கள். பீமன் கைகளை உரசியபடி நடந்து ஓரமாக நின்றிருந்த பதுமையைப் பார்த்து வியந்து நிற்கிறான்.)

கண்ணன்: உன்னைப் போலவே இருக்கிறது இல்லையா? (சிரித்து) துரியோதனன் மல்யுத்தம் பழகும் பொருட்டு தயாரித்து வைத்திருந்தது அது. அவனுடன் பொருதிப் பொருதி மெருகேறி விட்டிருக்கிறது.

அர்ச்சுனன்: அண்ணாவைப் போலவே இருக்கிறது.

கண்ணன்: ஆம், துரியோதனனுக்கு பீமன்தான் எதிரி. அவனைக் கொல்வதற்காகவே பதினைந்து வருடம் பயிற்சி செய்தான் (தணிந்த குரலில்) பீமன் தொடை பிளந்து கொன்றது வெறும் ஒரு எதிரியை அல்ல; தன் சொந்த மரணத்தைத் தான்.

பீமன்: எனது உயரம், எனது எடை, என்னுடைய தோள் விரிவு... (அதனருகே நின்று அளவு பார்த்தபடி) துரியோதனிடம் அடிவாங்கி தினம்தோறும் தோற்ற பீமன் இது.

(சிரித்தபடி பீமன் பதுமையை ஓங்கிக் குத்துகிறான். பதுமை கிர்ர் என்ற ஒலியுடன் திருப்பிக் குத்துகிறது. பீமன் அதை எதிர்பாராததனால் தடாலென்று கீழே விழுகிறான். பதுமை மல்யுத்தத்திற்கான பாணியில் கை நீட்டி துள்ளி அறை கூவுகிறது. பீமன் கோபத்துடன் எழுந்து கையோங்குகிறான்.)

அர்ச்சுனன்: அண்ணா, அது வெறும் பதுமை.

(பீமன் தளர்ந்து விலகுகிறான். பதுமை துள்ளுகிறது.)

அர்ச்சுனன்: சவால் விடுகிறது. தான் வெறும் உலோகம் என்பதையே அது மறந்து விட்டது போலும்.

தருமன்: அது துரியோதனின் பகைமையின் பருவடிவம். அவன் அழிந்தாலும் அந்தப் பகைவெறி அழிவதில்லை.

கண்ணன்: *(சிரித்தபடி)* ஏன் யுதிஷ்டிரரே இத்தனை ஸ்தூலமாக இல்லாவிட்டாலும் உங்கள் அனைவர் மனங்களிலும் இதே போன்ற பதுமை எதிரிகள் இல்லையா என்ன?

(பாண்டவர்கள் அனைவரும் திடுக்கிடுகிறார்கள். பதுமை எக்களித்து சிரித்தபடி ஒருமுறை அரங்கை சுற்றி வருகிறது.)

தருமன்: *(பெருமூச்சுடன்)* என்ன மிச்சம் யாதவரே?

பீமன்: உதிரக்கறை படியாத வெற்றியே இல்லை அண்ணா.

(பட்டர் வருகிறார்.)

பட்டர்: மாமன்னர் எழுந்தருளுகிறார்.

பீமன்: *(இடக்காக)* அவர் இப்போது மன்னர் அல்ல.

பட்டர்: *(திரும்பிப் பார்த்து, அலட்சியப்படுத்தி)* நாகமரே வாரும்.

(நாகமர் வெளியேயிருந்து வருகிறார். இருவரும் உள்ளே போகிறார்கள். திருதராஷ்டிரர் இருவராலும் வழி நடத்தப்பட்ட வராக நடந்து வருகிறார். உயரமான உருவம். இரும்பாலான தோள் வளைகளும், புஜ கீர்த்தியும் அணிந்தவர். கண்களை மூடி, மோவாயை தூக்கியபடி மெதுவாக நடக்கிறார்.)

பட்டர்: *(உரத்த குரலில்)* குருவம்ச பிதாமகர். அஸ்தினாபுரியை மையமாக்கி உலகாளும் மகா சக்கரவர்த்தி, திருதராஷ்ட்ர மகாபாதர் வருகிறார்.

(திருதராஷ்டிரர் இருக்கையைத் தொட்டுப் பார்த்து மெல்ல அமர்கிறார்.)

திருதராஷ்டிரர்: யாதவரே, நீரும் வந்துள்ளீரா? *(கை நீட்டி துழாவுகிறார்.)*

கண்ணன்: *(கைகளைப் பற்றியபடி)* ஆம், குருவம்சாதிபரே.

திருதராஷ்டிரர்: குருவம்சம் அழிந்தது யாதவரே. குல மூத்தார் மட்டும் எஞ்சுகிறோம். அர்த்தமற்ற நடைபிணங்களாக.

(உள்ளே காந்தாரியின் விசும்பல்களும் தொடர்ந்து உரத்த அழுகையும் கேட்கிறது.)

கண்ணன்: மகாதேவியார் உடல்நிலை.

திருதராஷ்டிரர்: மரணம்தான் அவளுக்கு மருந்து.

கண்ணன்: தர்மாதர்மங்களின் போராட்டமும், வெற்றி தோல்வியும் என்றுமுள்ளவை மன்னரே. ஆனால் உதிர உறவும், குலமுறையும் ஒருபோதும் மாறுவதில்லை (தயங்கி, தணிந்த குரலில்) வெற்றி வீரர்களை தாங்கள் வாழ்த்த வேண்டும். தந்தையரின் ஆசியின்றி அவர்கள் நாடாள முடியாது.

(பதுமை வெறிகொண்டு கைகளைத் தூக்குகிறது. ஆவேசத்துடன் அரங்கை வட்டமிட்டு, மெதுவாக அமைதியடைந்து நிற்கிறது. திருதராஷ்டிரர் முகத்தில் உணர்ச்சிகள் அலையடித்து அடங்குகின்றன. அவர் நீண்ட பெருமூச்சு விடுகிறார். மௌனமாக இருக்கிறார். பிறகு மீண்டும் பெருமூச்சு விடுகிறார்.)

கண்ணன்: உமது கடமை இது மாமன்னரே.

திருதராஷ்டிரர்: (பெருமூச்சுடன்) ஆம். என் புதல்வர்கள்தாம் அவர்களும், (மீண்டும் மௌனம்) கண்ணா... நீ ஞானி, நீயே கூறு. என்ன இது? எதற்காக இந்தப் பேரழிவு? இதைப் பார்த்த பிறகும் நான் ஏன் உயிருடனிருக்க வேண்டும்? அத்தனை பாவியா நான்?

கண்ணன்: (திடமான குரலில்) தர்மத்தின் பாதை பல சமயம் எளிய மக்களின் சுக துக்கங்களை மீறியது: புரிதலுக்கு அப்பாற்பட்டது. காலத்துடன் மட்டும் உறவாடுவது (தணிந்த குரலில்) நானும் மனிதனே...

திருதராஷ்டிரர்: (விம்மியபடி) என்னால் தாங்க முடியவில்லை கண்ணா... (விம்மல்களை அடக்க முயன்று முடியாமல்) மகனே துரியோதனா, உன் தோள்கள் என் கைகளில் இன்னமும் மிஞ்சியிருக்கிறதே... என் தெய்வமே...

(உரத்த குரலில் கதறியபடி மயங்கி விழுகிறார். பட்டரும்,

நாகமரும் வந்து பிடித்துக் கொள்கிறார்கள். ஒருவர் தண்ணீர் கொண்டு வருகிறார். யுதிஷ்டிரனும் கண்ணனும் ஆசுவாசப் படுத்துகின்றனர். அர்ச்சுனன் தலை குனிந்து நிற்க, பீமன் பொறுமையிழந்து கைகளை உரசிக் கொள்கிறான். திருதராஷ்டிரர் மெல்ல அமைதியடைந்து விசும்புகிறார்.)

கண்ணன்: *(திருதராஷ்டிரரின் தோள்களைத் தொட்டு)* விதியை நம்புங்கள் மாமன்னரே. விதி என்றால் பல்லாயிரம் மாந்தரின் ஆசைகளும், கனவுகளும், கோபங்களும் கலந்து ஒன்றாகி ஓடும் பெரும் நீரோட்டம். நம் வாழ்வு அதில் ஒரு சிறு சருகு. நாம் செய்யக்கூடியது அதிகமில்லை. நமது ஆசைகளும் கோபங்களும் தர்மத்தின் விதிகளுக்கு இசைகின்றனவா என்று பார்த்துக் கொள்வது தவிர, ஏனென்றால் விதி தர்மத்துக்குக் கட்டுப்பட்டது.

திருதராஷ்டிரர்: *(தழுதழுத்த குரலில்)* என் குழந்தை... அவன் முரடன்தான், பேராசைக்காரன்தான்... வன்மம் நிரம்பியவன்தான்... ஆனால் அவன் வீரன். பெருந்தன்மைமிக்கவன். பாரத வர்ஷத்தை அடக்கி ஆண்டவன். என் செல்வமே! எங்கிருக்கிறாய்! என் கண்ணே! *(வெறி கொண்டு)* கண்ணா, பாவி... எல்லாம் உன்னால்தான். நீ செய்த சதிதான் அனைத்திற்கும் காரணம். *(ஆவேசத்துடன் எழுந்தபடி)* என் குழந்தை சித்ரகூடக் குளக்கரையில், நாயும், நரியும் கிழிக்க, அனாதையாகக் கிடந்தான். கண்ணா, நீயா தர்மத்தைப் பற்றிப் பேசுவது? என் குழந்தையை தர்மயுத்தத்தில் யார் தோற்கடிக்க முடியும்? அவனை தொடை மீது அடித்த அந்த தர்ம விரோதி... அவன்...

(இரு கரங்களையும் ஓங்கி அடிக்கிறார். பெருத்த ஒலி எழுகிறது. பதுமை வெறிகொண்ட பாவனையுடன் கைகளைத் தூக்கி எழுகிறது.)

கண்ணன்: ஆம், தர்மப்பிழைதான். அதர்மத்தை வெல்ல தூய தர்மத்தால் முடிந்தாக வேண்டும். அதுவே தேவர்களின் நியதி. ஆனால் இந்த மண்ணில் எப்போது அது சாத்தியமாகியுள்ளது? போர் எந்நிலையிலும் தவிர்த்தாக வேண்டிய

தீமை. ஆனால், போர் தொடங்கப்பட்ட பிறகு தர்மத்தின் வெற்றி ஒன்றே இழப்புகளை நியாயப்படுத்தும்.

திருதராஷ்டிரர்: எதை அதர்மம் என்கிறாய்? என் மகன் சத்ரியன். மண்ணைக் கைப்பற்றி ஆள்வது அவன் தருமம். அதை அவன் செய்ததில் என்ன பிழை?

கண்ணன்: இல்லை, நிச்சயமாக இல்லை. மண்ணை மீட்க பாண்டவர் போரிட்டதும் அவர்களுடைய தர்மமே. எவர் வெல்கிறார்களோ அவர்களுக்கு உரிமையானது மண் ஆனால்... *(அழுத்தமாக)* திருதராஷ்ட்ரரே, திரௌபதியை சபையில் துகிலுரிந்தது எந்த தருமத்தின் நியதி?

(திருதராஷ்டிரர் பொறுமையின்றி கைகளை உரசுகிறார்.)

கண்ணன்: மண்ணைப் போரிட்டு அடையலாம். பொன்னைப் போரிட்டு அடையலாம். மானுட குலத்தின் தலைவிதி அந்தப் போரும், அதன் அழிவும். ஆனால், சக மனிதனின் தன்மானத்தைப் பறிக்க எவருக்கும், எந்நிலையிலும் உரிமையில்லை. *(உரக்க)* அதர்மம் என்பது ஒன்றுதான் மாமன்னரே. பிறருடைய கவுரவத்தை துச்சமெனக் கருதும் ஆணவம் மட்டும்தான் அது. *(அமைதியடைந்து, மௌன இடைவெளி விட்டு)* நீங்கள் சற்று முன் கேட்டீர்களே, ஏனிந்தப் பேரழிவு என்று. அதன் வேர் எங்குள்ளது தெரிகிறதா?

திருதராஷ்டிரர்: எனக்குப் புரிகிறது கண்ணா... எனக்கு எல்லாம் தெரியும். *(குரல் உடைந்து)* ஆனால், என்னால் என் மகனை... யாதவா நீயும் தந்தையல்லவா...?

தருமன்: *(பாய்ந்து திருதராஷ்டிரர் காலில் விழுந்து)* என்னைச் சபியுங்கள் தந்தையே. நான் பாவி எல்லாவற்றுக்கும் காரணம் நான்தான். என்னைச் சாபமிட்டு அழியுங்கள். என் ஆத்மாவாவது நிம்மதி பெறட்டும். *(அவர் கால்களை பற்றி உலுக்கியபடி)* சாபமிடுங்கள் தந்தையே, சாபமிடுங்கள்...

திருதாஷ்டிரர்: *(கைகள் மெல்ல உயர்ந்து, தயங்கி, தருமன் தலைமீது படிகின்றன)* முழு ஆயுளுடன் இரு! குன்றாத

புகழுடன் இரு! குரு வம்சத்தின் புகழ் உன்னால் காலத்தில் நிலை பெறட்டும்! ஓம் அவ்வாறே ஆகுக.

தருமன்: *(ஒரு கணம் உறைந்து, பின் ஆவேசத்துடன் அவர் பாதங்களை தலையால் தொட்டு)* நான் புனிதமானேன் தந்தையே... இன்று புதிதாகப் பிறந்தேன் தந்தையே... *(எழுகிறான்.)*

அர்ச்சுனன்: *(கண்களைத் துடைத்தபடி, அவர் பாதங்களைப் பணிந்து)* என் கைகளின் உதிரக் கறை உங்கள் ஆசியால் நீங்க வேண்டும் தந்தையே.

திருதாரஷ்டிரர்: *(உறுதியான குரலில்)* முழு ஆயுளுடன், குன்றாத புயவளமையுடன் இரு! அனைத்து போகங்களுக்கும் அதிபதியாக இரு! ஓம் அவ்வாறே ஆகுக.

(பீமன் தயங்கி நிற்கிறான். கண்ணனைப் பார்க்கிறான். தருமன் அவன் புஜத்தில் கை வைத்து வணங்கும்படி சைகை காட்டுகிறான். பீமன் தயங்கியபடி வந்து, குனிந்து பணிகிறான்.)

பீமன்: *(தயங்கியபடி குரலில்)* நான் பீமன் வணங்குகிறேன்.

திருதாரஷ்டிரர்: முழு ஆயுளுடன் இரு. எல்லையற்ற வலிமை யுடன் செல்வத்துடன் இரு... *(குரல் தேய, அமைதியடைந்து மௌமாகிறார். கைகளை உரசிக் கொள்கிறார்)* ஓம் அவ்வாறே ஆகுக *(பதுமை நகர்ந்து அருகே வருகிறது.)* வா, குழந்தை. என்னருகே வா. *(பீமனை நோக்கிக் கை நீட்டுகிறார்.)*

கண்ணன்: தந்தையிடம் செல் பீமா *(பீமன் தயங்க.)* அவர் உன்னைத் தழுவ விரும்புகிறார்.

(பீமனை ஒரு கையால் பிடித்துத் தள்ளிவிட்டு அந்தப் பதுமையை கண்ணன் திருதராஷ்ட்ரனுக்குத் தருகிறான்.)

திருதராஷ்டிரர்: *(உரத்த வெறிக்குரலில்)* மகனே... துரியோதனா...

(பதுமையை இறுக அணைக்கிறார். பதுமை உடையும் ஒலி, கம்பிகள் நெரிபடும் ஒலி, திருதராஷ்டிரரின் வெறிகொண்ட ஒலிகள்... பாண்டவர் பீதியுடன் பார்த்தபடி விரைத்து

நிற்கிறார்கள். பதுமை உடைந்து சரிகிறது. திருதராஷ்டிரர் வாயில் உதிரம் வழிய மஞ்சத்தில் சரிகிறார்.

தருமன்: *(பாய்ந்து திருதராஷ்டிரரைப் பற்றி)* தந்தையே... தந்தையே...

(பட்டரும் நாகமரும் ஓடி வருகிறார்கள். திருதராஷ்டிரரைத் தூக்கி ஆசுவாசப்படுத்துகிறார்கள். தண்ணீர் புகட்டுகிறார்கள்.)

அர்ச்சுனர்: *(கைகட்டியபடி சிரித்தபடி நிற்கும் கண்ணனைப் பார்த்து)* உன் மனம் ஓடும் விதத்தை என்னால் ஒருபோதும் புரிந்து கொள்ள முடிவதில்லை கண்ணா...

கண்ணன்: *(சிரித்தபடி)* நான் எங்கும் என்னைக் காண்கிறேன்... நானே இவ்வுலகம்.

திருதராஷ்டிரர்: *(கண் விழித்து, தளர்ந்த குரலில்)* என்ன ஆயிற்று?

தருமன்: தாங்கள்...

(கண்ணன் சைகை காட்டி அவரைத் தடுக்கிறான்.)

கண்ணன்: *(உறுதியான குரலில்)* மாமன்னரே, பட்டவர்த்தனமாகப் பேசுவதற்கு என்னை மன்னிக்கவும். இதுதான் தருணம். தங்கள் புறக்கண் மட்டுமல்ல. அகக்கண்ணும் குருடுதான். அது பாசத்தால் மறைக்கப்பட்டிருக்கிறது. இத்தனை பேரழிவிற்கும் காரணம் உங்கள் குருட்டுத்தன்மையே. துரியோதனன் மீது நீங்கள் கொண்ட முரட்டுப்பாசமே அவனை அதர்மத்தை நோக்கிச் செல்ல வைத்தது. இப்போதாவது யோசியும்.

திருதராஷ்டிரர்: *(மூச்சு ஏறியிறங்க)* எனக்கு மூச்சுத் திணறுகிறது. *(சட்டென்று எழுந்து)* பீமன் எங்கே? என்ன ஆயிற்று பீமனுக்கு? என் குழந்தை என்ன ஆனான்?

தருமன்: பீமன்... *(கண்ணன் தடுக்க, அமைதியாகிறான்.)*

திருதராஷ்டிரர்: *(படார் என்று மார்பில் ஓங்கி அறைந்து அழுதபடி)* பீமா... என் குழந்தையே, என் செல்வமே, உன்னை நான் கொன்று விட்டேன். நான் பாவி. நான் பாவி.

(பீமன் முன்னேற, கண்ணன் சைகையால் தடுக்கிறான்.)

கண்ணன்: *அதனாலென்ன, அவன் உங்கள் மகனை அதர்மத்தால் கொன்றவன் தானே? கணக்கு சரியாகப் போயிற்று...*

திருதராஷ்டிரர்: இல்லை யாதவா... நான் பீமனை... எப்படிச் சொல்வேன் அதை... *(திடம் பெற்று)* பீமன் என் உயிருக்கு இணையானவன். துரியோதனனுக்கு இணையாக அவனை நான் நேசித்தேன். நான் துரியோதனனிடம் காட்டிய பிரியமும், பீமனிடம் காட்டிய வெறுப்பும் ஒரே ஊற்றி லிருந்து பெருகியவை என்று இப்போது உணர்கிறேன். நான் மகாபாவி. மகனைக் கொன்ற நீசன். *(கைகளை அகல விரித்து தவிப்புடன் தலையை அசைத்தபடி)* யாதவா எப்படி வந்தது அந்த மிருகவெறி எனக்கு? அந்தக் கணம் வரை அதை நான் உத்தேசிக்க வில்லை. அப்போது... ஏதோ நரக சக்தி என்னில் குடியேறி விட்டது. இல்லை, நான் மழுப்பவில்லை. நான் பாவி... மானுட வடிவில் வந்த மிருகம்... மனமும் இருண்ட கபோதி...

பீமன்: *(திருதாஷ்டிரர் முன் தளர்ந்தவன் போல மடங்கிச் சரிந்து)* தந்தையே, நான் பீமன், சாகவில்லை.

கண்ணன்: நீங்கள் உடைத்தது உங்கள் மகன் உருவாக்கி வைத்திருந்த பீமனின் பதுமையை.

(திருதராஷ்டிரர் முதலில் துணுக்குற்று, பிறகு பீமனை ஆரத்துழுவி, குலுங்கி அழுகிறார். அவனை முத்தமிடுகிறார். தோள்களைத் தடவுகிறார். அவர் உடலும் தலையும் நடுங்கு கின்றன.)

பீமன்: என்னை மன்னியுங்கள். தந்தையே! *(விம்மி கண்ணீர் விடுகிறான்.)*

திருதராஷ்டிரர்: *(பீமன் கைகளைப் பற்றிய படி)* பீமா என் மீது உனக்குக் கோபம்தானே? என்னை நீ வெறுக்கிறா யல்லவா?

பீமன்: *(அவர் கைகளில் முகம் வைத்தபடி)* தந்தையே, இந்தக் குருவம்சத்தில் நான் எவர் மீதாவது கலப்பற்ற பிரியம்

கொண்டிருக்கிறேன் என்றால் அது உங்கள் மீதுதான். உங்களை ஒருபோதும் என்னால் வெறுக்க முடியாது. *(பெருமூச்சுடன் அமைதியடைந்து)* தந்தையே, இனி எதையும் மறைக்க விரும்பவில்லை என்றும் உங்களை உள்ளூர வழிபட்டு வருபவன்நான். சிறு வயதில் நீங்கள் உணவு உண்பதை ஓரமாக நின்று பார்த்து வியப்பேன். பெரும் பாறைகளைத் தூக்கி நீங்கள் உடற்பயிற்சி செய்துவிட்டுப் போன பிறகு, அக்கற்களைத் தொட்டபடி அமர்ந்து கனவு கண்டு மகிழ்வேன். ஆயிரம் யானை பலமுள்ளவர் என உங்களைப் பற்றி சூதர் பாடிக் கேட்கையில் உன் உடம்பு சிலிர்க்கும். என் கனவெல்லாம் உங்களைப் போல ஆகிவிட வேண்டும் என்பதுதான். *(அமைதிக்குப் பிறகு)* தந்தையே, உங்கள் ஸ்பரிசம் என் மனதில் அந்தரங்கமான கனிவொன்றை ஊற வைத்ததை மிக இளம் வயதிலேயே உணர்ந்தேன்.

திருதராஷ்டிரர்: *(உணர்ச்சிமிக்க குரலில்)* பீமா... நீ... நீ... உண்மையில்...

கண்ணன்: *(இடையே புகுந்து)* சில உண்மைகள் வெளிவருவது பெரும் பாவம்.

திருதராஷ்டிரர்: *(பெருமூச்சுடன்)* ஆம்.

பீமன்: உங்கள் மகனாக இருந்திருக்கக் கூடாதா என்று எண்ணி, பலவீனமும் நோயாளியுமான பாண்டுவின் மகனாக இருப்பதை எண்ணி, நான் மனம் குமையாத நாள் இல்லை. நான் ஏன் துரியோதனனை வெறுத்தேன் என்று என் மனம் நன்கு அறியும். உங்கள் மைந்தர்கள் ஒவ்வொருவரையும் நான் வெறுத்தேன். அவர்கள் உங்களை தந்தையாகப் பெற்றவர்கள். உங்கள் அணைப்புக்கும் முத்தங்களுக்கும் உரிமையாளர்கள்.

திருதராஷ்டிரர்: என் மனம் உன்னை ஆரத்தழுவாத நாள் இல்லை குழந்தை. உன் வெற்றிகளை கேட்கும் போதெல்லாம் என் மனம் பூரிப்படைந்தது.

பீமன்: தந்தையே, நீங்கள் அப்பதுமையை நொறுக்கிய கணம் நான் இறப்பதை கண்டேன். தூள் தூளாக்கியது என் அகந்தைதான். தந்தையே இனி எனக்கு தடைகளேதும் இல்லை. இனி நான்... *(அவர் பாதங்களில் சரிந்து)* இனி நானே துரியோதனனாக இருக்கிறேன்...

திருதராஷ்டிரர்: *(பீமனின் தலையை வருடியபடி சிறிது நேரம் பேசாமலிருக்கிறார். பிறகு பெருமூச்சு விட்டபடி தொடர்கிறார்)* கடோத்கஜனின் மரணம் உன் மனதை எத்தனை தூரம் வருத்துகிறது என்று நான் அறிவேன். தாங்கிக் கொள் மகனே, இது நம் விதி. *(பெருமூச்சு விடுகிறார். பீமன் கைகளால் முகத்தைத் துடைக்கிறான்.)* நீ நானேதான். பலசாலி, மூர்க்கன். ஆனால் உன் விதியும் என்னைப் போலவே ஆகிவிட்டதே மகனே. போர் நியாயப்படி கௌரவர்களை வென்ற உனக்குத் தான் அஸ்தினாபுரத்தின் மணிமுடி சொந்தம். ஆனால், நீ அதை சூட முடியாது. உன் மனம் அதனால் தளரக் கூடாது. அதன் பிறகு உனக்கு ஒரு போதும் நிம்மதி இருக்காது. உனது நற்பண்புகளெல்லாம் அந்த வெந்நெருப்பில் பொசுங்கிப் போய்விடும். நீயும்... *(விம்மி)* நீயும் குருடனாகி விடுவாய்... உனக்கு அந்த விதி வேண்டாம்.

பீமன்: உத்தரவு தந்தையே...

திருதராஷ்டிரர்: இச்சைகளைத் தொடரும் காட்டு மனிதனாக இரு. வன மிருகம்போல உன் ஆத்மா சுதந்திரமாக இருக்கட்டும்.

பீமன்: ஆம். அதுதான் என் வழி.

திருதராஷ்டிரர்: எங்கே சிறுவர்கள்?

(நகுலனும் சகாதேவனும் வந்து ஆசி பெறுகிறார்கள்.)

திருதராஷ்டிரர்: *(எழ முயன்றபடி)* பட்டரே, வாரும்.

பட்டர்: *(ஓடிவந்து)* உத்தரவு.

திருதராஷ்டிரர்: இன்று நீர்க்கடன் முடிந்ததும் நான் வானப்பிரஸ்தம் போக உத்தேசித்திருக்கிறேன்... ஏற்பாடுகள் செய்யும்.

தருமன்: *(அதிர்ச்சியுடன்)* தந்தையே, தாங்கள் ஏன் இப்போது இம்முடிவிற்கு வர வேண்டும்?

திருதராஷ்டிரர்: வானப்பிரஸ்தம் போவது குல தருமம் அல்லவா?

தருமன்: இந்நிலையில் தாங்கள் எங்களை உதறிவிட்டுப் போவதற்கு என்ன பொருள்? நாங்கள் என்ன அபச்சாரம் செய்தோம்?

திருதராஷ்டிரர்: என் மனம் அதற்குத் தயாராகிவிட்டது குழந்தை.

கண்ணன்: தங்களுடைய மனமாற்றத்திற்கு என்ன காரணம்? அதை அறியாமல் இவர்கள் எப்படி நிம்மதியாக இருக்க முடியும்?

திருதராஷ்டிரர்: *(தயங்கி)* அதை ஏன் இனி மறைக்க வேண்டும்? யாதவா, அப்பதுமையை நான் என் மார்போடு தழுவிய போது, ஒரு கணம் என் மனதில் ஓர் எண்ணம் ஓடியது. நான் என்னையே கொல்வதாக *(தலைகுனிந்து)* ஆம், நொறுங்கியது நான்தான். என் அகக்கண் திறந்து விட்டது *(மௌனத்திற்குப் பிறகு, முனகலாக)* துரியோதனன் மீது நான் கொண்ட மூர்க்கமான பாசம் கூட ஏதோ உள்ளார்ந்த வெறுப்பை அல்லது பயத்தை மூடிவைப்பதற்கான முயற்சிதான் போலும்.

கண்ணன்: தாங்கள் இங்கு தங்கள் எண்ணங்களை நிறுத்துவது நலம்.

திருதராஷ்டிரர்: *(எழுந்து)* களைப்பாக உள்ளது. *(பட்டரின் தோளைப் பற்றியபடி நடந்து, மூச்சிரைக்க நின்று)*, பீமா, இப்படி வா.

(பீமன் அவரை அணுகி பிடித்துக் கொள்கிறான். உள் வாசலருகே இருவரும் தோள்களைத் தொட்டபடி நிற்கிறார்கள். உடல்கள் உரையாடுவது போல. முயங்கி ஓங்கி அகன்ற இரு உடல்கள்.)

நகுலன்: இரு மதகஜங்கள் போல...

கண்ணன்: *(திரும்பிப் பார்த்து புன்னகையுடன்)* ஆம். ஒரே உயரம், ஒரே பருமன்.

(திருதராஷ்டிரரும் பீமனும் உள்ளே போகிறார்கள். பாண்டவர் சற்று இலகுவாகிறார்கள்.)

தருமன்: எனக்கு ஒன்று புரியவில்லை கண்ணா... அந்தப் பதுமை ஏன பெரியப்பாவிற்கு அவர்தான் என்றுபட்டது?

கண்ணன்: அதை நாம் பீமனாக எண்ணியது விஷயத்தின் ஒரு பக்கம் மட்டுமே. *(புன்னகையுடன் நடந்து பதுமையை நெருங்கி அதைச் சுட்டிக்காட்டி)* இதன் அளவுகளை மாமன்னரின் உடலளவுகளுடன் ஒப்பிட்டுப் பார்.

தருமன்: ஆம். *(வியப்புடன்)* பெரியப்பாவேதான். அப்படியானால்...

(பாண்டவர்கள் உறைந்து நிற்கிறார்கள். அங்கு முழுக்க நிறையும் இறுக்கமான மௌனம்.)

அர்ச்சுனன்: அப்படியானால் துரியோதனின் எதிரி உண்மையில் யார்?

கண்ணன்: *(சிரித்தபடி)* தந்தைக்கும் மகனுக்குமான உறவு சொர்க்கத்துக்கும் நரகத்திற்குமான உறவு போல. அவ்வளவு பக்கம் அவ்வளவு தூரம். *(மேலும் உரக்கச் சிரித்தபடி)* யோசிக்காதே. மானுட உறவுகள் யோசித்தால் தீராதவை.

தருமன்: *(பதுமையை உற்றுப் பார்த்தபடி)* பயங்கரமான பதுமை. எத்தனை உக்கிரம்... எத்தனை வெறி! ஏதோ மர்மமான ஊற்றிலிருந்து ஊறி வரும் வெறி.

(சால்வையை சரி செய்தபடி தருமன் வெளியேறுகிறான். தொடர்ந்து பாண்டவர்கள் ஒவ்வொருவராக பதுமையைப் பார்த்தபடி வெளியேறுகிறார்கள். நாகமர் வந்து அமர்ந்து பதுமையை தூக்கி நிறுத்துகிறார். சரி செய்ய ஆரம்பிக்கிறார்.)

பீமன்: *(வெளிவந்து)* போய்விட்டார்களா? *(பதுமையைப் பார்த்து லயித்து நிற்கிறான்.)* என் உடல்! ஆத்மா இல்லாத உடல்... *(கனத்த நடையுடன் வெளியேறுகிறான்.)*

(நாகமர் பதுமையை இறுக்கிறார். அதன் முகத்தில் குரோதம் திரள்கிறது.)

பட்டர்: *(வெளிவந்து)* என்ன இது? எதற்கு இந்தச் சனியனை மீண்டும் எழுப்பினீர்.

நாகமர்: *(திரும்பாமல்)* இதற்கு அழிவே இல்லை பட்டரே. ஆயிரம் உயிர், ஆயிரம் ஆத்மா... பல்லாயிரம் பிறவி இதற்கு...

(பதுமை நடு அரங்குக்கு நகர்கிறது. அதன் முகத்தில் வெறிமிக்க இளிப்பு பரவுகிறது. விளக்குகள் அணைகின்றன. ஒளிவட்டம் பளபளக்கும் ஆயுதங்கள் வழியாக நகர்கிறது. போரின் ஒலிகள் உரத்து, ஒப்பாரிகளாக மாறி, தணிந்து தேம்பல்களாக ஒலித்து, ஓய்ந்து, விம்மல்கள் மட்டும் ஒலித்து, நிற்கிறது. பதுமையின் முகம் மீது ஒளி நிலைக்கிறது. வெறியுடன் எக்களிக்கும் அதன் முகம் கடைசியாக மறைகிறது. அரங்கு இருளடைகிறது.)

வடக்கு முகம்

....

அரங்கு

வெண்திரைப் பின்னணியும் அமர்வதற்கான ஓரிரு வெண்ணிறத் திண்டுகளும் கொண்ட மேடை. திண்டுகள் நகர்த்தக் கூடியவையாகவும் கனமற்றவையாகவும் இருக்க வேண்டும். வேறு எவ்விதமான பின்னணியும் அரங்கப் பொருட்களும் இல்லை.

மேடையில் எப்போதுமிருப்பவர்கள் பத்துப் பின்னணி பொது நடிகர்கள். நடனம் போன்ற அசைவுகள் கொண்டவர்கள். ஒரே போல இறுக்கமான, தனித்தன்மை ஏதும் இல்லாத உடையணிந்தவர்கள் இவர்கள். (தேவையென்றால் எண்ணிக்கை அதிகம் இருக்கலாம்.) அரங்கின் அனைத்து தேவைகளையும் இவர்கள் தங்கள் உடல்மூலம் நிரப்ப வேண்டும். போர்க்களத்துப் பிணங்கள், ஓநாய்கள், புரவிகள், யானைகள், திடீரெனத் தோன்றும் தெய்வங்கள், நினைவுகளில் ஓடும் பிம்பங்கள், கோட்டைச் சுவர்கள் வாசல்கள், அரண்மனைத் தூண்கள் திரைச் சீலைகள் அனைத்துமே இவர்களுடைய அசைவுகள் மூலம் உருவாகி வருபவை. அசைவுகள் நடனத்தன்மை கொண்டவை. இதில் முடிந்தவரை கற்பனைக்கு இடமுண்டு. இவர்களுடைய நிழல்களும் இந்நாடகத்தில் பங்கு வகிக்கலாம். உதிரிக் கதா பாத்திரங்களும் இவர்களே. அக்கதாபாத்திரங்களின் தேவைக்கு ஏற்ப இவர்கள் சில ஆடைகள், அணிகளை பயன்படுத்தலாம். அவற்றை மேடையிலேயே அணிந்துகொண்டு அக்கதாபாத்திரங் களாக மாறியும், கழற்றித் திரும்பிவந்தும், நடிக்கலாம்.

தெய்வங்கள் மிருகங்கள் போன்றவற்றின் வேடங்களுக்கு மெல்லிய முகமூடிகளையும் இவ்விதம் பயன்படுத்தலாம்.

***

காட்சி துவக்கம்

திரை விலகுவதற்கு முன்னரே உக்கிரமான போர்க்கள ஒலிகள் துவங்கிவிடுகின்றன. மரணக் கதறல்கள், குதிரைகளின் கனைப்பு கள், ரத சக்கர ஓசைகள், யானைப் பிளிறல்கள், ஆயுதங்களின் உலோக ஒலிகள். ஒலிகள் உச்சத்துக்கு சென்று மெல்ல மெல்ல தணிந்து இரவின் ஒலிகள் ஆக மாறுகின்றன.

கூகைகளும் நரிகளும் ஓநாய் கூட்டங்களும் கழுதைப் புலிகளும் போடும் ஒலிகளின் கலவை பிறகு ஓங்குகிறது. செத்துக்கொண்டிருக்கும் பல்லாயிரம் மனிதர்களின் முனகல்கள், கதறல்கள், மன்றாடல்கள்...

திரை விலகித் தெரிவது குருக்ஷேத்ர ரணகளத்தின் ஓர் இரவுக் காட்சி. ஆங்காங்கே தீப்பந்தங்கள் எரிகின்றன. தொலைவில் ஒரு குரல் "அம்மா!" என்று வீரிடுகிறது. ஒரு பிணத்தைக் கடித்துக் கொண்டிருந்த நரி ஒன்று பதறி விலகி, உறுமுகிறது.

அரங்கின் தரையில் பிணங்கள் சிதறிக் கிடக்கின்றன. ஒரு பிணத்தின் கால் மட்டும் மெல்லத் துடித்துக் கொண்டிருக்கிறது.

கழுதைப்புலி ஒன்று எச்சரிக்கையுடன் முகர்ந்தபடி ஓரத்தி லிருந்து வருகிறது. அரங்க ஒளியைக் கண்டு அரண்டு சட்டென்று பின்வாங்கி மீண்டும் மூக்கை நீட்டுகிறது. பதுங்கி முன்னகர்ந்து வந்து முகர்ந்து பார்க்கிறது. காலின் அசைவை கண்டு திடுக்கிட்டு பின்னகர்ந்து "ஹிஹ்ஹி ஹிஹி" என்று ஒலியெழுப்புகிறது. அவ்வொலியை வேறு பல இடங்களில் வேறு கழுதைப்புலிகள் திருப்பி எழுப்புகின்றன. நரி வெருண்டு "கீ" ஒலி எழுப்புகிறது. தலையைத்தாழ்த்தி முனகியபடி பின்வாங்குகிறது.

கழுதைப்புலி அந்த அசையும் காலை பாய்ந்து கவ்வுகிறது. குதறி இழுத்து, வாலாட்டி, துள்ளுகிறது. கடிபட்டவன் வலியில் நினைவு பெற்று அலறுகிறான். சட்டென்று எழுந்து உட்கார்ந்து

விடுகிறான். கடும் பயத்தில் உடல் துடிக்க "உதவி! உதவி! காப்பாற்றுங்கள்!" என்று கூவுகிறான். கழுதைப்புலி அவன் கைகளை பாய்ந்து கவ்வுகிறது. இரு உடல்களும் சேர்ந்து துடித்துப் புரள்கின்றன.

கடிபட்டவன் மேலும் கத்துகிறான். "காப்பாற்றுங்கள்! காப்பாற்றுங்கள்!" அவன் கையில் ஒரு வேல் கிடைத்துவிடுகிறது. அதை எடுத்து கழுதைப் புலியை அடித்துத் துரத்துகிறான். அது "உய்ய்" என்று வேதனை ஒலி எழுப்பி விலகுகிறது. வேலை வீசுகிறான். ஊளையிட்டபடி கழுதைப்புலி பாய்ந்து மறைகிறது.

கடிபட்டு காயமடைந்த வீரன் ரத்தம் வழிய எழ முயல்கிறான். அவனுக்கு ஒரு கால் இல்லை. ஒரு கையில் விரல்கள் அறுபட்டு போய்விட்டன. வலியில் முனகியபடி, அவ்வப்போது வாய் விட்டு அரற்றியபடி, எழுந்தும் விழுந்தும், எதிர்த்திசை நோக்கிச் செல்கிறான்.

சட்டென்று அதிர்ந்து நின்று விடுகிறான். அவன் முன் வேறு ஒரு கழுதைப் புலி செவிகளை விடைத்தபடி, தலையை மண்ணுக்குத் தாழ்த்தி விரைப்பாக நிற்கிறது. அவன் வீணாக "போ, போ" என்கிறான். பின்னால் திரும்பிப் பார்க்கிறான். அங்கே இன்னொரு கழுதைப் புலி. அதற்குப் பின்னால் இன்னொன்று.

அவன் பிரமை பிடித்து உறைந்து நிற்கிறான். அசைவுகளே இல்லாத உக்கிரமான கணங்கள். நீண்டு நீண்டு செல்கின்றன அவை.

ஒரு கணம். மூன்று கழுதைப் புலிகளும் ஒரே அசைவாகப் பாய்ந்து அவன்மீது படிகின்றன. அவனுடைய மரணக்கூச்சல் அரங்கைப் பிளக்கிறது. சதையை பிய்த்துக் குதறி இழுக்கும் மிருகங்களின் உக்கிரமான உறுமல்கள் கூடவே முழங்குகின்றன.

சற்றுத் தள்ளிக் குவிந்த அம்புகள்மீது மல்லாந்து படுத்திருக்கும் வெண்தாடி நீண்ட வயோதிகர் திடுக்கிட்டெழுகிறார். ஒருசில கணங்கள் ஒன்றும் புரியாமல் தடுமாறுகிறார்.

வயோதிகர்: என்ன? (விழித்துக் கொண்டு) கழுதைப்புலிகள்... (தன் உடலில் தைத்திருந்த அம்புகளை பிடுங்கி வீசுகிறார்.)

பத்ம வியூகம் ✼ 177

அவருக்கு குறிதவறுவதில்லை. வள்ள் என்ற ஒலியுடன் ஒரு கழுதைப்புலி விழுந்து துடிதுடித்து மடிகிறது வாயில் ரத்தம் சொட்டும் குடலுடன் இன்னொன்று தலைநிமிர்ந்து பார்க்கிறது. அடுத்த அம்பில் அதுவும் அடிபட்டு விழுந்து பாய்ந்தோடி விழுந்து துடித்து மடிகிறது. மூன்றாவது கழுதைப்புலி தப்பியோடுகிறது.)

முதியவர்: கொடுமை!

(குடல் சரிந்து தொங்க, ரத்தம் வடியும் உருவமாக அந்த வீரன் எழுந்து அமர்கிறான்.)

வீரன்: நன்றி பிதாமகரே. மிகவும் நன்றி. தங்களுக்குத்தான் எத்தனை வீரம், எவ்வளவு கருணை!

முதியவர்: நீ யார்?

வீரன்: ஒரு பிணம். குருஷேத்ரப் போரிலே லட்சோப லட்சம் பேர் மாண்டார்கள். மாளவிருக்கிறார்கள். மிகச் சிலருக்கு மட்டும்தான் பெயர் இருக்கிறது. தங்கள் கருணைக்கு நன்றி. தாங்கள் மகிழலாம். இந்த ரணபூமியில் இப்போது பல்லாயிரம் பிணங்களை நாய்நரிகள் கடித்து இழுத்துக் கொண்டிருக்கின்றன. தாங்கள் சற்று சமாளித்துக் கொண்டு எழ முடிந்தால் வெகுதூரம் வரை தங்கள் கருணையின் எல்லையை விரித்துச் செல்ல வாய்ப்பு உள்ளது.

முதியவர்: நீ யார்?

வீரன்: எனக்குப் பெயரில்லை. துரதிர்ஷடவசமாக என்மீது பாய்ந்த அம்புகளிலும் உயர்குல வீரர்களின் பெயர்கள் இல்லை. எனக்கு சரித்திரத்தின் இருண்ட நரகம் காத்தி ருக்கிறது. சூதர்களின் சொற்கள் அந்த ஆழம்வரை வந்து சேர்வதில்லை.

முதியவர்: யார் நீ? எந்த படை?

வீரன்: உங்கள் உடலில் தைத்திருப்பவை உயர்தர வெள்ளிப் பூச்சுள்ள அம்புகள். செங்கழுகின் இறகு பதிக்கப்பட்டவை. நீங்கள் அரசகுலத்தவர் அல்லவா? உங்கள் தாடியைக்

காணும்போது... பெருமைக்குரியவரான பீஷ்ம பிதாமகர் நீங்கள்தான் என்று எண்ணுகிறேன்...

பீஷ்மர்: ஆம். (வலியுடன் முனகி) உன் பேச்சு என்னை பயமுறுத்து கிறது. (மெதுவாக அசைந்து) யார் நீ?

வீரன்: தெரியவில்லையா? (எழுகிறான்) என்னைத் தெரியவில்லை?

பீஷ்மர்: யார்?

வீரன்: உற்று பாருங்கள். என்னைத் தெரியாதவர்கள் உண்டா என்ன?

(பிணங்கள் மிக மெல்ல நிழல்களுடன் சேர்ந்து எழுகின்றன. அவற்றின் பார்வைகள் வெறித்திருக்கின்றன.)

பிணங்கள்: (சேர்ந்து) தெரியவில்லையா? இவ்வுலகில் எங்களை தெரியாதவர் யார்?

பீஷ்மர்: மரணம்!

(பிணங்கள் மெல்ல கூடி இணைந்து ஒரு வடிவமாகின்றன. கீழே வெறித்த வாயுடன் சிம்மம். அதன்மீது நான்கு முகங்களும் எட்டு கரங்களும் கொண்ட தேவதை)

பீஷ்மர்: (உரக்க) மிருத்யூ தேவி! (கைநீட்டி) தாயே என் நேரம் வந்து விட்டதா?

மரணதேவி: இல்லை குழந்தை. உனக்கு இன்னமும் கேள்விகள் மிஞ்சியிருக்கின்றன.

பீஷ்மர்: அம்மா என்னால் தாங்க முடியவில்லை. என் உடம் பெங்கும் கடும்வலி நிரம்பியிருக்கிறது. ஒவ்வொரு அசைவும் வலிக்கிறது. ஒவ்வொரு எண்ணமும் வலிக்கிறது. ஒவ்வொரு கணமும் வலியால் ஆனதாக உள்ளது.

மரணதேவி: வலி என் துணைவி. என் தூது.

பீஷ்மர்: போதும், நான் தயாராக இருக்கிறேன்.

மரணதேவி: நான் காத்திருக்கிறேன். இன்றும் சில நாட்களுக்கு குருக்ஷேத்ரமே என் ஆடரங்கம்.

பீஷ்மர்: அன்னையே உன்னுடைய பசிக்கு எல்லையேயில்லை என்று சாத்திரங்கள் கூறுகின்றன. ஊழித்தீ பட்டபோது பிரம்மனின் நிழல் மண்ணில்விழ அதிலிருந்து பிறந்தவள். சிருஷ்டியைப் போலவே மகத்தானவள். என்றுமே உன்னை நான் வெறுத்ததில்லை. என் தியானத்தில் கண்களை மூடிக்கொள்ளும்போது தெரியும் முதல் தரிசனமே உனது புன்னகைதான். என்றோ நான் என்னை உனக்கு ஒப்படைத்துவிட்டேன்.

மரணதேவி: (கலைந்து பெண்ணாகி, மெல்ல அருகே வந்து, பீஷ்மரின் நெற்றியைத் தொட்டு) காத்திரு குழந்தை. நீ என்றுமே என் பிரியத்திற்குரியவன்.

பீஷ்மர்: உன் கரங்கள் குளிர்ந்திருக்கின்றன. மார்கழிக் காலையில் தளிரிலைகள் போல. இன்னும் எத்தனை நாள் நான் காத்திருக்க வேண்டும்?

மரணதேவி: இந்தப் போர் முடிவது வரை. உனது மரணம் தட்சிணாயனம் தாண்டி உத்தராயணத்தில்தான்...

பீஷ்மர்: அதுவரை இந்த வலி... அதைவிட இந்த பிணங்கள் மத்தியில் அரைப்பிணமாக கிடத்தல்...

மரணதேவி: நீ பிறருக்குச் சொல்வதற்கு சில சொற்கள் உள்ளன குழந்தை. அதைச் சொல்வதற்கு முன் நீ இறக்க முடியாது.

பீஷ்மர்: தாயே, நான் எப்போதுமே எவரிடமும் வாதிட்டதில்லை. உபதேசம் செய்ததுமில்லை.

மரணதேவி: (சிரித்து) ஆயுதமே உனது வழி இல்லையா?

பீஷ்மர்: ஆம் நான் ஷத்ரியன்.

மரணதேவி: இக்கணம் வரை நீ அப்படியே உன்னை உணர்ந்திருக்கிறாய். ஏனெனில் உன் உடலின் ஊற்றுக்கள் திறக்கவேயில்லை. உன்னிலிருந்து எதுவும் முளைக்கவில்லை. எனவே நீ உனக்கு மட்டுமே பொறுப்பேற்றுக்கொண்டாய்.

பீஷ்மர்: (பெருமூச்சுடன்) ஆம்.

மரணதேவி: உன் பொறுப்புகளை முழுக்க நீ உணர வேண்டும். இந்த ரணகளத்தில், தழல்கதிர்கள் போல உன்னை எரிக்கும் அம்புக் படுக்கையில்...

பீஷ்மர்: என் மனம் வெறுமையாக இருக்கிறது தேவி.

மரணதேவி: நேற்றுவரை அதில் நிரம்பிக் கனத்து வழிந்தது உன் தன்னகங்காரம். அது முழுக்க ஒழுகி மறையட்டும். அப்போது உனக்கான சொற்கள் ஊறும். அதைச் சொல்ல உன் உதிரத்தின் மறு நுனியைத் தேடி உன் மனம் பதைக்கும்...

பீஷ்மர்: என் உதிரமா?

(மரணதேவி நகைக்கிறாள்)

பீஷ்மர்: என்ன சொல்கிறாய் தேவி?

மரணதேவி: நீ சொல்ல வேண்டியவற்றையெல்லாம் சொன்ன பின் உனக்கும் சில சொல்லப்படும்...

பீஷ்மர்: யார்? என்ன?

மரணதேவி: நான் எப்படி அதைச் சொல்லமுடியும்? (சிரித்தபடி) ஆனால் எனக்கு எல்லாமே தெரியும். எல்லாவற்றையும் முடித்து வைப்பவள் நான். முடிவில்தான் எல்லா அர்த்தங் களும் உருவாகின்றன.

பீஷ்மர்: எனக்குத் தெரியும் அது யாரென. அவன் அருகே செல்லும் போதெல்லாம் என் ஆத்மா இனிய நறுமணமொன்றை உணர்ந்தது. தாயருகே செல்லும் குழந்தை போல் ஒரு குதூகலத்தை அது உணர்ந்தது. அவன்தான். அவன்தானே?

மரணதேவி: நான் எப்படிச் சொல்ல முடியும்? இருவேறு அரங்குகளுக்கு நடுவே தொங்கவிடப்பட்ட கரியதிரை என்பார்கள் என்னை.

பீஷ்மர்: ஆம், அவன்தான். அவன் வேடம் போடுகிறான். விளையாடுகிறான். இங்கே காமகுரோத மோகம் கொண்டு ரத்தம் சிந்தும் லட்சோப லட்சம் எளிய ஆத்மாக்களைக் கண்டு சிரிக்கிறான். தர்மத்தையும் அதர்மத்தையும் இரு

பத்ம வியூகம் ❧ 181

சக்கரங்களாகக் கொண்டு ஓட்டும் சாரதி... அவன்தான். நான் நன்றாகவே அறிவேன்...

மரணதேவி: பதற்றம் கொள்ளாதே... காத்திரு.

பீஷ்மர்: ஆ! எத்தனை எளிய உண்மை. எத்தனை பக்கத்தில் அது இருந்திருக்கிறது அகங்காரத்தின் மெல்லிய திரைக்கு அப்பால்...

(பயங்கரமான ஊளைகள். கழுதைப்புலி குரைப்புகள். மரணதேவி சிதைந்து மறைந்து பிணங்களாகிறாள்.)

பீஷ்மர்: (பெருமூச்சுடன் வானத்தைப் பார்க்கிறார்) எத்தனை கோடி விண்மீன்கள். முடிவற்ற விழியசைவுகள். அவை மூதாதையர் பார்வைகள் என்பார்கள். இமைகள் துடிதுடிக்க அவர்கள் குனிந்து எதைப் பார்த்துக் கொண்டிருக்கிறார்கள். (காற்று ஒன்று மெல்லிய ஒலியுடன் கடந்து செல்கிறது) அவர்களுடைய பெருமூச்சுகள் போல இளம் காற்றுகள். என்ன நினைக்கிறார்கள் அவர்கள்? முடிவற்ற காலத்தில் நின்றபடி பார்க்கும்போது இந்த மரணவெளி அவர்களுக்கு எப்படிப் பொருள்படுகிறது? காமம் குரோதம் மோகம். அர்த்தமில்லாத வேகங்கள். ஆம், ரத்தம் உடலில் இருந்து வழிய வழிய அனைத்துமே அர்த்தமிழக்க ஆரம்பிக்கின்றன. எல்லாம் வெறும் ரத்தம் தான். இந்தக் குருஷேத்ர பூமியில் இப்போது எவ்வளவு ரத்தம் கொட்டிப் பெருகி உலர்ந்துகொண்டிருக்கிறது. உடல்களிலிருந்தபோது அது உணர்ச்சி வேகங்களாக இருந்தது. ஆசை வெறியாகவும், தீராத குரோத வெம்மை யாகவும், முடிவேயற்ற தர்க்க நியாயங்களாகவும், நுரைத்துச் சுழித்தது. மனிதர்கள் சிறிது ரத்தத்தை அவ்வப்போது இழப்பது மிகவும் நல்லது. அவர்களுக்குள் குமுறும் அழுத்தம் சற்று குறையும்.

(வெகுதூரத்தில் ஒரு குரல் "யார்?" "யார்?" பின்பு அலறல். "நீயா?" பிறகு விம்மி அழும் ஓசை. அடங்கிய குரலில் அவன் கூவுகிறான் "தாயே! நீ தானா? சீக்கிரம் வா." ஒரே மெல்லிய பெண்குரல் சிரிப்பு. பிறகு அமைதி. ஒரு நரி ஊளையிடுகிறது.)

பீஷ்மர்: மரணம். எவ்வளவு இனிமையானது. பாலைவனத்துக் கோடையில் மழை பொழிவதுபோல அவளுடைய குளிர்ந்த வருகை. அம்மா! *(வலியுடன்)* அம்மா!

(மயங்குகிறார். தூரத்தில் காலடியோசைகள். பேச்சுக் குரல்கள். நரிகள் பயந்து போய் குழறும் ஒலிகள்)

பீஷ்மர்: யார்?

(பந்தங்கள் ஒளிர நிழல்கள் ஆட மூவர் வருகின்றனர். உடலில் விழுப்புண்களுடன் வெற்றுத் தோள்களுடன் துரியோதனன். அவனுக்குப் பின்னால் துச்சாதனன். சற்று தயங்கியவனாக கர்ணன்)

துரியோதனன்: தாத்தா வணங்குகிறேன்.

பீஷ்மர்: புகழும் மகத்துவமும் உன்னை அடைவதாக!

துரியோதனன்: வலி நிரம்ப உள்ளதா?

பீஷ்மர்: ஆம். அதற்கென்ன? ஷத்ரியனுக்கு வலி விதிக்கப் பட்டுள்ளதுதானே?

துரியோதனன்: *(கோபத்துடன்)* அந்த நபும்சகனை நீங்கள் கொன்று வீழ்த்தியிருக்க வேண்டும் தாத்தா. வெல்ல முடியாத உங்களை அந்த மனிதப்பிண்டத்தைக் காட்டி வென்று விட்டார்கள் பேடிகள்.

பீஷ்மர்: நான் வீரர்களுடனே பொருத விரும்புகிறேன்.

துரியோதனன்: மூடத்தனம். இப்படிச் சொல்வதற்கு என்னை மன்னியுங்கள். உங்களைக் கொல்ல வந்தவன் அவன். ஒரே அம்பில் அவனை நீங்கள் வீழ்த்தியிருக்க முடியும்...

பீஷ்மர்: அவன் கொன்ற இழிவு என் பெயருடன் சேர்ந்து சூதர் நாவில் வளரும்...

துரியோதனன்: சூதர்கள். யார் இவர்கள்? நாணயங்களை விட்டெறிந்தால் பரியை நரி என்று பாடும் பதர்கள். ஷத்ரியன் வாழ்வதே சூதர்களால் பாடப்படுவதற்குத்தானா?

பீஷ்மர்: இல்லை. ஆனால் ஷத்ரியனுக்கு மறுபிறப்பு உள்ளது.

சூதர் நாக்கு மூலம் அவன் மீண்டும் பிறக்கிறான், பிறகு இறப்பதேயில்லை. எனக்கு இந்தச் சிறிய வாழ்வைவிட அந்தப் பெரிய வாழ்வே முக்கியமானது.

துரியோதனன்: வெற்றிதான் பாடல் பெறும்.

பீஷ்மர்: இல்லை குழந்தை. எப்போதுமே மகத்தான தோல்விகள் தான் பாடல் பெறுகின்றன.

துரியோதனன்: ஏளனத்துடன் அதற்காக நான் தோற்க வேண்டும் என்பீர்களா?

பீஷ்மர்: விதியின் முன் தோற்பது மட்டுமே மகத்தான தோல்வியாக இருக்க முடியும்.

கர்ணன்: இது கோழைகளின் சித்தாந்தம்

பீஷ்மர்: நான் ஷத்ரியர்களுடன் மட்டுமே பேச விரும்புகிறேன்.

கர்ணன்: உங்கள் கணிப்பில் ஷத்ரியன் மீது மீன்வாடை அடிக்குமோ? இல்லை கங்கைக் கரைகளின் சேற்று வாடை?

பீஷ்மர்: *(சிரித்து)* நீ இதை முன்பு சொல்லியிருந்தால் உனக்கு என் அம்புகளால் பதில் கூறியிருப்பேன். மூடா. எல்லா ஷத்ரிய குலங்களும் சேற்றில், நீரில் முளைப்பவையே. வெற்றி மூலம் ஷத்ரியன் பிறக்கிறான்.

கர்ணன்: என் வெற்றிகளை நீர் காண்பீர்.

பீஷ்மர்: இதுவரை நீ கண்ட வெற்றிகள் என்ன? தானமாக கிடைத்த அங்க நாடு. சுயம்வரமின்றி கிடைத்த மனைவி. நட்பு நாட்டின் ராணுவத்தில் தலைமைப் பதவி.

கர்ணன்: *(கடும் கோபத்துடன் வில்லை எடுத்து)* பீஷ்மரே...

பீஷ்மர்: என் உடலில் தேவையான அளவுக்கு அம்புகள் இப்போதே உள்ளன, தேரோட்டி மகனே.

கர்ணன்: உங்கள் வறண்ட அகங்காரம் உங்களை வீழ்த்தியது. இந்த அம்புத்தழல் மீது நீங்கள் காத்திருப்பது என் வெற்றிகளை காணத்தான். குருஷேத்திரத்தில் பாண்டவர்

தலைகள் உதிரும்போது பொறுக்கி எடுத்து கொண்டுவந்து உங்களுக்குக் காட்டுகிறேன்.

பீஷ்மர்: *(பெருமூச்சுடன் கண்களை மூடி)* ஒரு போதும் அப்படிச் செய்யும் துரதிருஷ்டம் உனக்கு வாய்க்காமலிருக்கட்டும்...

கர்ணன்: *(நிலை குலைந்து போய்)* என்ன சொல்கிறீர்கள் பிதாமகரே?

(பீஷ்மர் பதில் கூறவில்லை)

துரியோதனன்: *(வியப்புடன்)* நீ அவரை பிதாமகர் என்று முதல் முறையாக கூறுகிறாய் கர்ணா.

கர்ணன்: ஆம் எனக்கும்தான் அது ஆச்சரியமாக உள்ளது.

துரியோதனன்: பிதாமகரே நாளைய போரில் துரோணர் தலைமை தாங்குகிறார். என் வெற்றிக்கு உங்கள் ஆசி தேவை

பீஷ்மர்: உனக்கு என் ஆசி எப்போதுமே உண்டு.

துரியோதனன்: நீங்கள் என்னை வெற்றியடைய வாழ்த்தவில்லை.

பீஷ்மர்: அப்படி எவரால் வாழ்த்த முடியும்? வெற்றி தோல்விகள் ஒரு பெரும் பகடையாட்டத்தின் அன்றாட நிகழ்வுகள் மட்டுமே.

துரியோதனன்: இப்படி நீங்கள் ஒருபோதும் பேசியதில்லை.

பீஷ்மர்: ஆம். ரத்தம் குறைகிறதல்லவா?

துரியோதனன்: எங்களை வாழ்த்துங்கள் மீண்டும்

பீஷ்மர்: என் வாழ்த்துகள் *(கண்களை மூடியபடியே)* ரத்தம்... ரத்தம்... என்னிடமிருந்து விலகி ஓடுகிறது... விசித்திரமான மனப்பிரமைகள்.

(ஒளியும் ஒலியும் மெல்ல மாறுபடுகின்றன. துரியோதனனும் கர்ணனும் விசித்திரமான இளிப்புடன் கண்களை விழித்தபடி சுற்றி வருகிறார்கள்)

துரியோதனன்: *(இளித்தபடி)* பிதாமகரே உங்கள் உடலை நான் உண்ண விரும்புகிறேன். திடம் கொண்ட அந்த புஜங்கள் எத்தனை ருசியாக இருக்கும்.

கர்ணன்: வில்லாளியின் விரல்கள் எனக்கு...

துச்சாதனன்: இதயம் எனக்கு

(ஓநாய்கள் போல உறுமியபடி அவர்கள் அவரை உண்ணு கிறார்கள். கடித்து கிழித்து இழுத்து, சண்டையிட்டு)

பீஷ்மர்: ஆ!

துரியோதனன்: *(ஒளி ஒலி அறுபட, சாதாரணமாக நின்று)* என்ன ஆயிற்று பிதாமகரே!

பீஷ்மர்: தாகம்...

துச்சாதனன்: சற்று மது அருந்துகிறீர்களா?

பீஷ்மர்: வேண்டாம். எனக்கு ஏற்கனவே போதை.

துரியோதனன்: தண்ணீர்?

பீஷ்மர்: இல்லை. இது நீருக்கான தாகம் அல்ல. *(கண்களை மூடிக் கொள்கிறார்)*

கர்ணன்: சித்தம் கலங்கிவிட்டிருக்கிறது.

துரியோதனன்: *(வியப்புடன்)* எத்தனை அம்புகள் ! ஆனாலும் மரணம் வரவில்லை.

கர்ணன்: மரணத்திற்கு எதிர்திசையில் ஓடும் ஏதோ ஒரு பெருவல்லமை அவருள் உள்ளது.

(சற்று நேரம் நின்றுவிட்டு திரும்பிச் செல்கிறார்கள்)

(தனிமையில் பீஷ்மர் கிடக்கிறார். கீழிருந்து ஒரு பிணம் மெல்ல எழுந்து சங்கு சக்கர கதாதாரியாக மாறுகிறது. எட்டு கரங்கள். முகத்தில் சுடரும் ஒளி. பின்னணியில் மெல்லிய ஆனால் ஓங்கிய குரலில் கீதை. "சர்வ தர்மான் பரித்யக்ஞ மாமேகம் சரணம் விரஜ!")

பீஷ்மர்: மகாபிரபு! *(எழமுயல்கிறார். முடியவில்லை. ஏதோ இழுத்துக் கட்டியிருப்பதுபோல தவிக்கிறார்)* விடுங்கள்! விடுங்கள் என்னை!

விஷ்ணு: *(சிரித்தபடி)* உன்னால் முடியாது. *(பேரொலியுடன்)* மரணத்திற்கு எதிர்திசையில் ஓடும் ஏதோ ஒரு பெரு வல்லமை உனக்குள் உள்ளது.

(ஒளி அணைகிறது. விஷ்ணு தனி உடல்களாக பிரிந்து பிணங்களாக தரையில் பரவுகிறார்)

பீஷ்மர்: *(விழித்துக் கொண்டு)* மாற்றமே இல்லாத இரவு. காலம் நகர்கிறதா? *(நட்சத்திரங்களைப் பார்த்து)* விண்மீன்கள் இடம் மாறியுள்ளன. மிகுந்த விசையுடன் இம்மியிம்மியாக காலத்தை நகர்த்துகின்றன இவ்விண்மீன்கள். இன்னும் எத்தனை நேரம்! எத்தனை நாள்! *(வலியுடன்)* அம்மா...!

(மீண்டும் மயங்குகிறார். தரையிலிருந்து உருவங்கள் எழுகின்றன. துள்ளிக் குதித்து மழலை பேசும் சிறு குழந்தைகள். சிரித்து கூவி ஆர்ப்பரித்து விளையாடுகின்றன.)

ஒரு குழந்தை: *(ஓடி வந்து பீஷ்மரின் காலை பிடித்து மூச்சு வாங்க சிரித்தபடி)* அப்பா இவன் என்னை பிடிக்க வருகிறான். போடா.

இன்னொரு குழந்தை: இல்லை அப்பா இவள்தான். நீ அப்பா காலை விடு. தூங்குகிறார் தெரியவில்லை.

முதல் குழந்தை: போடா காட்டுப் பன்றி

இரண்டாம் குழந்தை: நீ போடி வீட்டுஎலி.

முதல் குழந்தை: அப்பா பாருங்கள் அப்பா *(காலை உலுக்குகிறது)*

பீஷ்மர்: என்ன இது! என்ன இங்கே?

முதல் குழந்தை: அப்பா இவன் என்னை வீட்டு எலி என்று சொல்கிறான். அப்பாவிடம் சொல்வேன் என்றால் போடி என்கிறான். போடி என்று சொல்லலாமா? கெட்ட வார்த்தை தானே?

இரண்டாம் குழந்தை: இல்லை அப்பா இவள்தான்... *(வேகமாக)* பொய் சொல்கிறாள் அப்பா. பொய் பொய் களவாணி. பொய் சொல்கிற களவாணி.

பீஷ்மர்: சரி சரி சண்டை போட வேண்டாம். இரண்டுபேருமே நல்லவர்கள்தான்.

முதல் குழந்தை: எனக்கு நீங்கள் முத்தம் கொடுப்பீர்களா?

பீஷ்மர்: இங்கே வா *(கட்டிப்பிடித்து)* உம்ம போதுமா?

முதல் குழந்தை: இந்த முத்தம் இவ்வளவுதான் இனிப்பு. இன்னும் பெரிய முத்தம் வேண்டும்.

இரண்டாம் குழந்தை: அப்பா எனக்கு முத்தம்...

பீஷ்மர்: இங்கே வா. நீயும் பெரிய வீரன்தான். அப்பாவின் செல்லங்கள் தானே?

முதல் குழந்தை: அப்பா நான் இனிமேல் கொஞ்சம்தான் இனிப்பு சாப்பிடுவேன். திரைச்சீலையை கிழிக்க மாட்டேன் *(யோசித்து)* பாலைக் கொட்டவும் மாட்டேன்.

பீஷ்மர்: மற்றவர்கள் எங்கே?

முதல் குழந்தை: நீச்சலடிக்கிறார்கள்.

பீஷ்மர்: *(பயந்து)* நீச்சலா எங்கே?

முதல் குழந்தை: அங்கே ஒரு சிவப்பான ஆறு ஓடுகிறது அப்பா. தண்ணீர் சூடாக இருக்கிறது. அதில் எல்லாரும் குதித்து நீச்சல் போடுகிறார்கள்.

இரண்டாம் குழந்தை: அண்ணா சொல்கிறான். அந்த ஆறு அம்மாவிடம்தான் போகிறது என்று. அதில் மிதந்து போனால் அம்மாவிடம் போகலாமாம்.

முதல் குழந்தை: அப்பா நான் அம்மாவிடம் போகிறேனே?

பீஷ்மர்: அம்மாவா? என்ன இதெல்லாம்? நீங்களெல்லாம் யார்?

(விழிக்கிறார். யாருமில்லை. பிணங்கள். ஒரே ஒரு கழுதைப் புலி மென்றுகொண்டிருக்கிறது.)

பீஷ்மர்: யார்? என்ன இதெல்லாம்?

கழுதைப்புலி: *(மென்றபடி)* மரணத்திற்கு முந்தைய பிரமைகள்.

பீஷ்மர்: *(தலையை உலுக்கியபடி)* எனக்கு மனம் கலங்கி விட்டதா? மயங்கிவிட்டேனா?

(கழுதைப்புலி உறுமியபடி தலைதூக்கிக் காதுகளை விடைக்கிறது)

பீஷ்மர்: இந்த பிரமைகள் எல்லாம் இதுவரை எங்கிருந்தன? எனக்குள்தானே? ஆனால் நான் இவற்றை காணவில்லை. தர்க்கத்தின் திரை மறைத்திருந்தது. ரத்தம் மறைத்திருந்தது. விசித்திரமான பிம்பங்கள்.

ஒரு பிணம்: *(எழுந்து பீஷ்மரை உற்று பார்த்து)* மரணம் என்பது அதுதான் உத்தமரே, அப்பிரமைகளிலிருந்து நம்மை பிரித்துப் பார்க்க முடியாமல் ஆவது.

இன்னொரு பிணம்: *(எழுந்து உற்று பார்த்து)* அத்துடன் நாம் வேறு பலரின் பிரமைகளுடன் கலந்து விடுகிறோம்.

மூன்றாவது பிணம்: பிரமைகளின் அலைகடலில் மிதந்தபடி அசைவற்ற கரையாக வாழ்க்கையை பார்க்கிறோம்.

நான்காவது பிணம்: ஆனால் கரை ஒரு விபரீதப் பிரமை போலிருக்கிறது.

ஐந்தாவது பிணம்: அதில் வாழும் மனிதர்கள் வெறும் நிழல்கள்.

(பிணங்கள் உணர்ச்சி ஏதுமின்றி சரிகின்றன. அமைதி. பீஷ்மர் முனகியபடி படுத்திருக்கிறார்)

கழுதைப்புலி: *(மெல்ல முன்னகர்ந்து)* நம்பாதீர்கள். மரணத்தைப் பற்றி அவர்களுக்கு என்ன தெரியும். நான் மரணத்தையே தின்று வாழ்பவன். மரணம் என்பது குளிர்ந்த சதை. ருசியான மென்மையான சதை. கடிக்க முடியாத எலும்பு. நல்ல மணம் மிக்க ஏப்பம். அவ்வளவுதான் *(யோசித்து ஒருமுறை சுற்றி வந்து)* இல்லை. பின்பு நிலவு நோக்கி அமர்ந்து நான் எழுப்பும் ஊளைதான் மரணம் என்பது *(குழம்பி, இருமுறை சொறிந்துகொண்டு)* அதுவும் சரியல்ல. ஊளையிட்டு முடித்தபின் எனக்கு ஏற்படும் ஏக்கம் நிரம்பிய வெறுமைதான் மரணமா? புரியவில்லை.

(கோப வெறிகொண்டு முன்கால்களால் தரையைப் பிராண்டி) தெரியவில்லை (கனைக்கிறது)

பீஷ்மர்: இந்த இரவு! ஏதாவது ஒருபக்கத்தில் இது விடிந்தால் போதும். இருள் மிகப் பயங்கரமான ஒன்று அம்மா!

(தொலைவில் குழந்தைகள் சிரித்துக் குதூகலிக்கின்றன)

பீஷ்மர்: என்ன ஒலி அது? விசித்திரமான பிரமைதான். குழந்தைகள் (முகம் மலர்ந்து) எங்கிருந்து வந்தன அவை? அவற்றின் தாய்...

(சற்று தொலைவில் ஒரு குரல் "அவள் பெயர் உனக்குத் தெரியாதா என்ன?")

பீஷ்மர்: யாரது?

குரல்: (நெருங்கி வந்து) நான்தான். என்னைத்தான் நீ உன் வாழ்நாளில் அதிகமாக உற்று பார்த்திருக்கிறாய்.

பீஷ்மர்: அறிமுகமான குரல்...

(ஒரு பிணம் மெல்ல எழுகிறது சட்டென்று அதன் முகம் ஒளி பெறுகிறது. அதன் நெற்றியில் ஒளிரும் ஒரு பொட்டு)

பீஷ்மர்: நீ யார்?

எழுந்த பிணம்: என் பெயர் சரபிந்து. அம்புப் பயிற்சியின்போது குறி வைக்கப்படும் மையப் புள்ளிக்குரிய தேவதை நான். அம்புகள் தைக்கும் எல்லா உதிரத்திலும் ஒரு துளி எனக்கு அவிஸாக கிடைக்கும். உன் அம்புகளை நான் விரும்பினேன். ஏனெனில் அவை அனேகமாகக் குறி தவறுவதில்லை.

பீஷ்மர்: நான் உன்னை கேள்விப்பட்டதேயில்லை.

சரபிந்து: தேவதைகளுக்கு முடிவேயில்லை. மனிதர்களின் செயல்களிலிருந்து அவர்கள் பிறந்துகொண்டே இருக்கிறார்கள்.

பீஷ்மர்: நான் எனக்குள் கேட்டுக் கொண்டேன். அக்கேள்வி களுக்கு நீ ஏன் பதில் சொல்கிறாய்?

சரபிந்து: ஏனென்றால் உன் எல்லா இலக்குகளுக்கும் நான் பிரதிநிதியாக இருந்திருக்கிறேன். உன் அம்புமுனையின் வேகத்திலும் கூர்மையிலும் ஒரு பகுதியை அவர்களுக்கு கொண்டு சென்றிருக்கிறேன். உன் எல்லா நண்பர்களையும் பகைவர்களையும் நான் அறிவேன்.

பீஷ்மர்: நண்பர்களையுமா?

சரபிந்து: (சிரித்தபடி) நண்பர்களுக்கென சில ரகசிய அம்புகளை வைத்திருக்காத அம்புறாத் தூளி எங்குள்ளது?

பீஷ்மர்: அப்படியானால் சொல், இந்தக் குழந்தைகள் யாருடையவை?

சரபிந்து: அவை அம்பையில் உனக்கு பிறந்திருக்கக் கூடியவை.

பீஷ்மர்: (திடுக்கிட்டு) இல்லை. இது அவதூறு. நீ என்னை அவமதிக்க எண்ணுகிறாய்.

சரபிந்து: (பொருட்படுத்தாமல்) உனக்கும் அம்பைக்கும் இடையிலான ஒரு மௌன வெளியில் அவை வளர்ச்சியே இன்றி வாழ்கின்றன. உங்களில் ஒருவர் இருக்கும்வரை அவை இருக்கும்.

பீஷ்மர்: பொய். பொய் சொல்லாதே

சரபிந்து: இதோ பார். இந்த நுண்வெளியில் உன் உதிரம் ஒரு நதியாக ஓடுகிறது. அது போகுமிடம் எது தெரிகிறதா?

பீஷ்மர்: (சட்டென்று தளர்ந்து) ஆம்.

சரபிந்து: ஆனால் அது அம்பையை அடையப் போவதில்லை. அவளைச் சுற்றி அவளால் உருவாக்கப்பட்ட நெருப்பு வளையம் உள்ளது. பாலை நிலத்தில் புகுந்த நதிபோல உன் இச்சை வீணாகி மடியும்.

பீஷ்மர்: அதுபற்றி நான் கவலைப்படவில்லை.

சரபிந்து: அம்பையின் கடனை மீட்டாமல் நீ சாக முடியுமா?

பீஷ்மர்: நான் உத்தராயணத்திற்காக காத்திருக்கிறேன். அவ்வளவு தான்.

சரபிந்து: (சிரித்து) சரி (எழுகிறது)

பீஷ்மர்: இரு. (தணிந்த குரலில்) நீ சொன்னதற்கு என்ன பொருள்?

சரபிந்து: அம்பையின் கோபம் உன்னை சாகவிடாது. அவள் அமைதி அடைந்தாக வேண்டும்.

பீஷ்மர்: எப்படி?

சரபிந்து: அதற்காகத்தான் நீ காத்திருக்கிறாய். உன் மரணமும் உன்னருகே பொறுமையிழந்து நின்று கொண்டிருக்கிறது...

பீஷ்மர்: அம்பை! (வலியுடன் முனகியபடி) ஒவ்வொருமுறை உச்சரிக்கும்போதும் எரியம்பு போல வந்து தைக்கும் வார்த்தை.

சரபிந்து: அறுபத்தெட்டு வருடங்களாக அவளுடைய பிரதிநிதியாக நான் உன்முன் இருந்திருக்கிறேன். எத்தனை ஆயிரம் அம்புகள். (சிரித்து) அம்பைக்கான உன் அம்புகள் எப்போதும் குறி தவறுவதில்லை.

பீஷ்மர்: (அதை கவனிக்காமல்) அம்பை!

(சரபிந்து சரிந்து வடிவிழக்கிறது)

பீஷ்மர்: அம்பை!

(ஊளைகள், பலவிதமான கள ஒலிகள். அப்பால் வெகு தொலைவில் ஒரு சிரிப்பொலி. இளமை நிரம்பிய பெண்குரல்)

பீஷ்மர்: அம்பை!

(தலைவிரிகோலமாக ஒரு பெண் நிழல் அரங்கை கடந்து செல்கிறது)

பீஷ்மர்: (துடிதுடித்து எழுந்து விழுந்து வலியுடன் அலறுகிறார்) அம்பை!

(நிழல்கள் எழுகின்றன. அரங்கு முழுக்க அவை அலை மோதுகின்றன. பலவிதமான ஒலிகள் நகரம் ஒன்றின் சதுக்கம் போல தேர் ஓடும் ஒலிகளும் குதிரை கனைப்புகளும் மணி யோசைகளும் கலந்த ஒலி)

பீஷ்மர்: காசிநாட்டரசனின் கோட்டை முகப்பல்லவா அது. ஆனால் அது அங்கே இருண்ட இறந்த காலத்தில்...

(கரிய முக்காடிட்ட ஒரு நிழல் நெருங்கி வருகிறது. குனிந்து அவர் முகத்தை உற்று பார்க்கிறது.)

பீஷ்மர்: என்ன குளிர்! யார் நீ? ஏனிப்படி குளிர்ந்திருக்கிறாய்?

நிழல்: நான் நிழல். உன் நிழல்தான்.

பீஷ்மர்: ஆம். என்னைப் போலவே இருக்கிறாய். *(சிரித்து)* சீக்கிரமே நீயும் இவ்வுலகிலிருந்து விடைபெற்று செல்ல விருக்கிறாய்.

நிழல்: *(சிரித்து)* ஆம். கணை சென்று தைக்குமிடத்தையே அதன் நிழலும் சென்று தைக்கிறது.

பீஷ்மர்: எத்தனை காலம் எத்தனை தூரம் நாம் சேர்ந்தே தாண்டி வந்திருகிறோம் இல்லையா?

நிழல்: நீ ஏங்கியதை கேட்டேன். உனக்கு மீண்டும் அவ்விடங்களில் போக விருப்பமா?

பீஷ்மர்: விளையாடாதே?

நிழல்: என்ன விளையாட்டு? நம்மால் செய்யக் கூடாதது என ஏதுமில்லை. நாம் நம்பாததை செய்ய முடியாது. அவ்வளவுதான்.

பீஷ்மர்: நான் அம்பையை பார்க்க விரும்புகிறேன்.

நிழல்: ஏன் பார்க்க முடியாது? பார்க்கலாம்.

பீஷ்மர்: எப்படி? அவள்தான் இறந்துவிட்டாளே.

நிழல்: ஆம். அப்படியென்றால் நீ வாழும் காலத்திலும் இடத்திலும் அவள் இல்லை என்று பொருள். உனக்குத் தெரியுமா, பரு வெளியானது உத்தரீயப்பட்டை மடிப்புகள் போல மடிக்கப்பட்டிருக்கிறது. உன் காலமும் இடமும் ஒரு மடிப்புதான் அதில்.

பீஷ்மர்: அவள் இருக்கிறாளா? எங்கே?

நிழல்: ஒரு வேளை மிக அருகே. ஒருவேளை இதே இடத்திலேயே.

பீஷ்மர்: என் மனதில் பித்தேறுகிறது...

நிழல்: புகையிருக்கும் பாண்டத்தில் நீரும் புக முடியும். நீரும் புகையுமறியாமல் அதற்குள் வாசனை குடியிருக்க முடியும். அதற்குள் ஒளி புகுந்தால் எதுவுமே இடம் பெயர்வ தில்லை. வேறுவேறு இடங்களையே அவை எடுத்துக் கொள்கின்றன. முடிவற்ற இடங்களின் அடுக்குகளையே நாம் வெளி என்கிறோம்.

பீஷ்மர்: நான் அங்கு நுழைய முடியுமா? அவளைப் பார்க்க முடியுமா? *(உடைந்த குரலில்)* ஒரு கணம் ஒரே ஒரு கணம்?

நிழல்: எதற்கு?

பீஷ்மர்: அவளிடம் நான் சொல்ல வேண்டிய ஒரு வரி. சொல்ல விட்டுப்போய்விட்டது. இத்தனை வருடங்களில் பல்லாயிரம் சொற்களாக மாபெரும் காவியங்களைவிட பெரிதாக அந்த வரி மாறிவிட்டது. மீண்டும் அவளை நான் சந்தித்தால் என்னை முன்பு தடுத்த அத்தனை மாயத்திரை களையும் கிழித்து வீசுவேன். அவள் முன் என்னைத் திறந்து வைத்து, இல்லை, அந்த ஒரே ஒரு வரி போதும்... அதை மட்டும் சொல்லிவிட்டால்... *(வெட்கி, திணறி அமைதியாகிறார்.)*

நிழல்: இந்த உடலுடன் நீ அங்கே புக முடியாது. ஒன்று செய்யலாம். நீ நுண் வடிவில் அங்கு செல்லலாம்.

பீஷ்மர்: எப்படி?

நிழல்: நீ உன் ஆத்மாவை எனக்குகொடு. நான் என் உடலை உனக்குத் தருகிறேன். ஆனால் நீ இங்கு திரும்பிவிட வேண்டும்.

பீஷ்மர்: ஒரு சில நாழிகைகள்...

நிழல்: *(சிரித்து)* நாம் நமது காலக்கணக்கைப் போடுகிறோம். நிமிடங்கள், நாழிகைகள், நாட்கள், யுகங்கள். நீ திரும்பி வர எண்ணினால் போதும். எழுந்து வா.

(பீஷ்மர் எழுந்து கொள்ள நிழல் அவர் இடத்தில் படுக்கிறது.)

பீஷ்மர்: இது வேறு இடம். வேறு வாசனைகள். இங்கு நான் எதையோ விபரீதமாக வித்தியாசமாக உணர்கிறேன். *(சுற்றி வந்து)* ம் ஒவ்வொரு கணமும் கூடவேயிருக்கும் கால உணர்வு இங்கே இல்லை. எத்தனை கனமற்றிருக்கிறது என் பிரக்ஞை! எத்தனை இலகுவாக இயங்குகின்றன என் எண்ணங்கள். காலம் என்பது நம் பிரக்ஞைமீது மாட்டப்பட்ட இரும்புக் கவசமா என்ன? விடுதலையுணர்வு. ஆனால் விடுதலையுடன் இணைந்திருக்கும் அந்த பதற்றம் சற்றும் இல்லை!

(அவரெதிரே ஒரு கோட்டை வாசல். மக்கள் புழங்கும் ஒலி. ஒரு ரதம் தடதடத்து உள்ளே போகிறது. இருவர் பேசியபடி வருகிறார்கள்.)

ஒருவர்: அப்படியென்றால் எதற்கு சுயம்வரம்? மன்னர் சால்வரை அழைத்து சம்பிரதாய மணமே பேச வேண்டியதுதானே?

மற்றவன்: மற்ற மன்னர்கள் விடுவிடுவார்களா? காசி மன்னர் மூன்று பெண்களுக்கும் ஒரே கணவர் என்பதில் தெளிவாக இருக்கிறார். பாரத வர்ஷத்தில் இன்று யார் காசி மன்னன் மகள்களை மணக்கிறார்கள் என்பதே பெரிய கேள்வி. அவன்தான் அடுத்த சக்ரவர்த்தி.

முதல்வன்: விசித்திர வீரியர் வருவாரோ?

இரண்டாமவன்: யார், அஸ்தினபுரி மன்னரா? அவனால் எழுந்து நடமாடவே முடியாது.

முதல்வன்: ஆனால் பீஷ்மர்...

இரண்டாமவன்: அவர் நித்திய பிரம்மசாரி.

முதல்வன்: இங்குதான் போர் மூள வாய்ப்பிருக்கிறது. யார் காசி மன்னன் மகள்களை மணக்கிறானோ அவனுக்கும் பீஷ்மரின் படைகளுக்கும் இடையே.

இரண்டாமன்: ஆம். சால்வர் என்ன செய்வார்...

பீஷ்மர்: ஆ! *(வியப்புடன்)* அதே இடம். அதே ஒளி நிழல்கள். அதே மனிதர்கள். அதே காட்சிகள். நான் என்ன செய்வது சற்று முன்னகர்ந்தால் அங்கு சென்றுவிட முடியும். *(தாடியைத் தடவி)* ஆனால் இந்த முதிய உடல்...

(ஒரு நிழல் முன்னகர்கிறது)

நிழல்: தோற்றம் என்பது ஓர் ஆடைதானே?

இன்னொரு நிழல்: உத்தமரே தங்கள் புது ஆடைகள் இதோ

பீஷ்மர்: ஆம். அதே உடைகள்தான் இவை. அதே செம்பட்டு உத்தரியம். *(உடைமாற்றுகிறார்)*

நிழல்: உத்தமரே தங்கள் நகைகள்

பீஷ்மர்: அதே செம்பவள ஆரம். நான் நாற்பது வருடம் கழித்து வேகவதியில் தொலைத்தது. *(அணிகிறார்)*

நிழல்: உத்தமரே தங்கள் ரதம்...

(குதிரைகள் குளம்புதைத்து திமில் உதறி வந்து நிற்க ரதம் ஓசையிடுகிறது)

பீஷ்மர்: மீண்டும் இளமை! *(தாடியை களைகிறார். தலை மயிரையும். கரிய தலை மயிர். இளமை நிரம்பிய தோற்றம்)*

(உள்ளே பெருமுரசங்கள் ஆர்ப்பரிக்கின்றன)

பீஷ்மர்: சுயம்வர மேடை தயாராகிவிட்டது. *(வில்லை சுண்டி நாணோசை எழுப்புகிறார்)* காசிராஜன் மகள்கள் அஸ்தின புரிக்கு மட்டுமே சொந்தம். ஏனெனில் பாரத வர்ஷத்தில் மீண்டும் ஒரு பெரும் போர் நடக்கலாகாது...*(சேணத்தைச் சுண்டுகிறார் தடதடத்து கோட்டை வாசலுக்குள் புகுந்து கொள்கிறது ரதம். உள்ளே மீண்டும் முரசொலி. சங்கும் கொம்பும் மணியோசையும் எழுகின்றன. இருபாதசாரிகள் திகைத்துப் போய் நிற்கிறார்கள்.)*

ஒருவர்: யார் அவர் பீஷ்மரா?

பிறிதொருவர்: சுயம்வரத்துக்கா? நடுவயதில் இப்படி ஒரு ஆசையா? அவரது பிரம்மசரிய விரதம் என்னவாயிற்று?

(எட்டுக்கரங்கள் கொண்ட ஒரு தேவன் புரவி மீதேறி விரைகிறான்.)

முதல் மனிதர்: *இது போருக்குரிய தேவன் அல்லவா? களப்பலி களை அவிஸாக உண்பவன்.*

(நான்கு கரங்களுடன் இன்னொரு தேவதை புரவி மீதேறி உள்ளே விரைகிறது.)

இரண்டாமவர்: *இவள் கண்ணீரின் தேவி. போர்த் தேவனின் மனைவி இவள். கணவனை எப்போதும் பின்தொடரும் பத்தினி.*

முதல்வர்: *என்ன நடக்கப்போகிறது.*

இரண்டாமவர்: *போர், அழிவு, வெறென்ன?*

(கோட்டைச்சுவர், மனிதர்கள் எல்லாம் கலைகின்றன. ஆள் கூட்டமாக மாறுகின்றன. நடனம், பாட்டு, ஜனநெரிசல். "விலகு! விலகு!" ஒலிகள். இரு சூதர்கள் பாடுகிறார்கள்)

பாடல்: *(உரை போன்றது)*

சூதர்களே
காசி மன்னன் குலத்தைப் பாடுவோம்!
கால பைரவன் அருள்
அவன் மடியில் மூன்று தேவதைகளாக மலர்ந்தது
சக்தி ரூபமானவள் அம்பை
செல்வமோ அம்பிகை
கல்வியின் வடிவே அம்பாலிகை
முப்பெருந்தேவியர் அருள்க!
முழு முதலோன் அருள்க!
முக்கண் தேவன் அருள்மழை பொழிக!

(நெரிசல், கூக்குரல்கள், அனைவரும் அங்குமிங்கும் அலை மோதி சுழல்கிறார்கள். மணியோசை. பெருமுரசும் முழவும் அதிர்கின்றன. கூட்டம் மெல்ல நிதானமடைகிறது. உருமாறி அரண்மனை வாசல் கதவாகவும், சுயம்வர மண்டபத்து தூண் களாகவும், கவரி வீசும் சேடியராகவும் மாறுகிறது. நடுவே சுயம்வரத்துக்கு வந்த மன்னர்கள் சிலர் நிற்கிறார்கள். பெரிய

பட்டுத் தலைப்பாகையும் கோலும் ஏந்திய நிமித்திகன் அரங்கு நடுவே வருகிறான்.)

நிமித்திகன்: *ஜய விஜயீபவ!*

(அரங்குக்கு வெளியே வாழ்த்தொலிகள் முழங்குகின்றன)

நிமித்திகன்: *இன்று சுக்ல பஞ்சமி. மகாமங்கல நாள். பாரத வர்ஷத்தின் சரித்திரத்தில் இந்நாள் ஒரு பொன்னாள் என்று குறிக்கப்படும். ஏனெனில் கங்கையின் முடிவற்ற கருணையால் அமுதூட்டப்பட்ட காசி நாட்டின் அதிபர் தோல்வியறியா பெருங்குலத்து முதல்வர் மாமன்னர்... பீமசேனரின் புதல்விகள் அம்பைதேவி, அம்பாலிகா தேவி, அம்பிகா தேவி ஆகியோரின் சுயம்வர நாள் என இந்நாள் தேர்ந்தெடுக்கப்பட்டுள்ளது. பாரத நாட்டின் அத்தனை ஷத்ரிய குலங்களிலிருந்தும் இங்கே வீரர்கள் வந்து சேர்ந்திருக்கிறார்கள். அவர்களை காசிநாட்டு செங்கோல் பணிந்து வரவேற்கிறது.*

(முரசொலி, வாழ்த்துக் கூக்குரல்கள்)

நிமித்திகன்: *இதோ காசிமன்னர், பரம் பொருளின் பாதவடிவான காலபைரவன் குலத்துதித்த வீரர், வெற்றியே வடிவானவர் எழுந்தருள்கிறார்.*

(காவலர் பணிந்து வழிவிட காசிமன்னன் பட்டு பீதாம்பரங் களும் பொற்கிரீடமும் அணிந்தவனாக இரு மெய்க்காவல் வீரர் புடைசூழ வருகிறான். மன்னர்கள் வணங்கி வரவேற்கிறார்கள்.)

காசிமன்னன்: *(அரியாசனத்திலிமர்ந்து) இங்கு என் அழைப்பை ஏற்று வந்துள்ள பாரத வர்ஷத்தின் மாமன்னர்களை வரவேற்று தலை வணங்குகிறேன். வெற்றி, செல்வம், புகழ் ஆகியவற்றின் மெய்வடிவங்களான என் புதல்வியர் இன்று எவரை வரிக்கிறார்களோ அவனை பாரத வர்ஷமே தன் சக்கரவர்த்தி என ஏற்கிறது என்று பொருள்.*

(வாழ்த்தொலிகள்)

காசிமன்னன்: *அமாத்யரே சுயம்வரம் துவங்குவதாக!*

நிமித்திகன்: இதோ பொற்கணம் இதழ்விரிக்கிறது. இளவரசியர் வருகிறார்கள்.

(மேடைக்கு அப்பால் வரும் இளவரசிகளைக் கண்டு கூட்டம் ஆர்ப்பரிக்கிறது. மன்னர்கள் பரபரப்படைகின்றனர்.)

நிமித்திகன்: பெரிய இளவரசி அம்பை எவரை ஏற்கிறார்களோ அவரே மூவர்க்கும் மாலையிடுவார்.

(தொலைவில் மங்கல ஓசைகள். இளவரசிக்கு மன்னர்களை அறிமுகம் செய்து கோல்காரன் கூவும் புகழொலிகள்)

கோல்காரன்: *(தொலைவில்)* இவர் அங்க மன்னர் அஜயபாகு. பத்தாயிரம் யானைகளும் பத்தாயிரம் குதிரைகளுமடங்கிய மாபெரும் படையின் அதிபர். ஏழுபோர்களில் வெற்றி பெற்று தென்கங்கை பிராந்தியத்தை ஆள்பவர்.

(அரங்கில் பரபரப்பு. அனைவரும் அதே திசையைப் பார்க்கிறார்கள்.)

ஒரு மன்னன்: வானில் விடுக்கப்பட்ட செய்திப் புறா போல இளவரசி தன் இலக்கு நோக்கியே வருகிறார்கள்.

இன்னொரு மன்னர்: பெண் மனம் தாமரையிலை நீர் போல சஞ்சலம் மிக்கது. அது புறாவா இல்லை வண்ணத்துப் பூச்சியா என இறைவன்கூட கூறமுடியாது.

(தொலைவில்)

கோல்காரன்: இவர் வங்க மன்னர் மகாபலன். இவருடைய வலிமை படகுகளில் உள்ளது. கங்கையையே தன் பாய் களால் மூடிவிடுமளவு படகுகளுக்கு உரிமையாளர். இவரது துறைமுகத்தில் திறைப்பணம் மரக்கால்களால் அள்ளப்படுகிறது என்பர் சூதர்.

ஒரு மன்னர்: இவள் சாதாரணப் பெண் அல்ல. இவள் நடையில் போர்க்குதிரையின் நிமிர்வும் மிடுக்கும் உள்ளது.

இன்னொருவர்: எழுந்து படபடக்கும் தீத்தழல் போலிருக்கிறாள். அந்தப்புரத்துக்குள் அடைபடும் பெண்ணல்ல இவள்.

முதல் மன்னர்: அக்கினி ஆக்கவும் அழிக்கவும் செய்யும்.

இரண்டாமவர்: இவள் அழகு அச்சம் தருகிறது. இவளை அடைபவன் இக்கணமே பலநூறு எதிரிகளை அடைந்து விட்டான். *(கோல்காரனின் குரல் நெருங்கி வந்து அரங்குக்கு வெகு அருகே கேட்கிறது. வாழ்த்தொலிகள்)*

கோல்காரன்: இவர் காந்தாரத்து மன்னர் சுமித்ரர். வல்லமை மிக்க ரதங்கள் கொண்ட மாபெரும் படையின் அதிபர். உயர்ந்த சிவந்த மலைகளால் காவல் காக்கப்பட்ட நாட்டின் தலைவர்.

(வாழ்த்தொலிகள் எழ அம்பை கோல்காரன் துணைவர கையில் மாலையுடன் அரங்கில் பிரவேசிக்கிறாள்)

மன்னன் ஒருவன்: காட்டை உண்டு முன்னேறும் நெருப்பு...

இரண்டாம் மன்னன்: அவள் சால்வனையே நெருங்குகிறாள்.

முதல் மன்னன்: வறியவனின் மண்சட்டியில் வான் கங்கை இறங்குவது போல.

(வெளியே குரல்கள். "சால்வ மன்னர்." "சால்வரை!" என்று ஆர்ப்பரிக்கின்றன. அரங்கில் அமைதி, துடிப்பு. அம்பை மாலை யுடன் சால்வனை நெருங்குகிறாள்)

கோல்காரன்: இவர் சால்வர். சௌபால நாட்டின் அதிபர். இந்த பாரத வர்ஷத்திலேயே வைடூரியங்கள் கிடைக்கும் ஒரே நாடு இதுதான். நமது நாட்டின் நட்பு நாடாக சௌபாலம் இருந்து வருகிறது.

(வெளியே கூக்குரல்கள். உலோகக் கதவுகள் பேரோசையுடன் பிளக்க வீரர்களை உதறித் தள்ளிவிட்டு கையில் வில்லுடன் பீஷ்மர் நுழைகிறார்.)

குரல்கள்: பீஷ்மர்! பீஷ்மர்!

காசிமன்னன்: பீஷ்மரே தாங்கள்...

பீஷ்மர்: காசி மன்னரே உன் பெண்களை நான் இராட்சத

மணமுறைப்படி கவர்ந்து செல்லவிருக்கிறேன். (அம்பு அம்பையின் கையிலிருந்த மாலையை விழச் செய்கிறது.)

காசிமன்னன்: என்ன? (பாய்ந்தெழுந்து) யாரங்கே...

பீஷ்மர்: யாராக இருந்தாலும் என் வில்லுக்குப் பதில் சொல்லுங்கள்.

நிமித்திகன்: பீஷ்மரே தாங்கள் சுயம்வரத்தில் கலந்து கொண்டு...

பீஷ்மர்: விலகி நில் (நாணோசை எழுப்புகிறார்) இந்த அரங்கிலிருந்து இளவரசிகளை நான் கவர்ந்து செல்லவிருக்கிறேன் தடுக்க எண்ணும் யார் வேண்டுமானால் என்னிடம் போட்டியிடலாம்.

சால்வன்: பீஷ்மரே வலிமை எப்பொழுமே வெல்வதில்லை. தர்மம் என்று ஒன்று உள்ளது.

பீஷ்மர்: இராட்சதமும் க்ஷத்ரியனுக்கு தர்மம் தான்.

சால்வன்: (வில்லை நாணிழுத்தபடி) நில்லுங்கள். (பீஷ்மரும் சால்வனும் போர் புரிகிறார்கள். வெளியே மக்களின் கூக்குரல்கள். ஆயுதங்களின் உலோக ஒலிகள்)

சால்வன்: என்னுடன் இணைந்து கொள்ளுங்கள் மன்னர்களே.

ஒரு மன்னன்: இது உனது போர் சால்வா. நாங்கள் எப்படியும் இளவரசியரை இழந்தாயிற்று.

(சால்வன் அம்பு பட்டு அலறி வீழ்கிறான். அவனது வீரர்களும் விழுகிறார்கள்.)

அம்பை: (கதறியபடி சால்வனை நோக்கி ஓடுகிறாள்) அநீதி!... இதை தடுக்க யாருமில்லையா?

(பீஷ்மரின் அம்பு அவள் தலையை தாக்குகிறது. கூர்மையற்ற அம்பு. அவள் மயங்கி சரிகிறாள். அவளை அள்ளியபடி பீஷ்மர் மறுபக்கமாக விரைகிறார்.)

மன்னன் ஒருவன்: ஒருவகையில் இதுதான் சரியான முடிவு. இளவரசியர் இருக்க வேண்டிய இடம் அஸ்தினபுரிதான்.

(அமாத்யன் ஒருவன் ஓடிவந்தபடியே கூவுகிறான்.)

அமாத்யன்: பீஷ்மர் இளவரசியர் மூவரையும் ரதத்தில் ஏற்றிச் செல்கிறார். சால்வனின் படைகள் அவரை தொடர்கின்றன. போர் ரதவீதியெங்கும் நிகழ்கிறது.

(இன்னொரு வீரன் ஓடி வருகிறான்.)

வீரன்: போர். சௌபாலனின் படைகள் தெருக்களெங்கும் பிணங்களாக சிதறிக் கிடக்கிறார்கள்.

(இன்னொரு வீரன் ஓடி வருகிறான்.)

வீரன் 2: அரசே நமது கோட்டை முகப்பு வரை பிணங்கள். உதிர்ந்த பழங்கள் போல.

காசிமன்னன்: *(பெருமூச்சுடன்)* தண்ணீர் வலிமையில்லாத கரையையே உடைக்கிறது. வரலாறு தன் திசையை அறியும் போலும்.

(எழுந்து தளர்ந்த நடையுடன் உள்ளே செல்கிறான். மன்னர்கள் கலைந்து குழப்பமாக பேசியபடி வெளியேறுகிறார்கள். சால்வனை அவன் வீரர்கள் தூக்கிச் செல்கிறார்கள். வெளியே பெரும் கூக்குரல்கள் அழுகையொலிகள். சாபங்கள்.)

வீரன் ஒருவன்: இனி காசி நாடு அஸ்தினபுரியின் நட்பு நாடு இல்லையா?

இன்னொரு வீரன்: இங்கு நடந்தது மணம் அல்ல. ஓர் அரசியல் ஒப்பந்தம் தான்.

(அரங்கில் ஒளி மாறுபடுகிறது. அனைவரும் கலைந்து மறு வடிவம் கொள்ள அது அஸ்தினபுரியின் அரச சபையாகிறது.)

நிமித்திகன்: அஸ்தினபுரியின் அதிபர், குரு வம்சத்து வழித் தோன்றல், பாரத வர்ஷத்தின் சக்கரவர்த்தி விசித்ர வீரியர் வருகை!

வாழ்த்துகள், ஜய விஜயீபவ.

(விசித்திர வீரியன் தளர்ந்த கூனல் நடையுடன் வருகிறான். அனைவரும் வணங்குகிறார்கள்.)

விசித்திரவீரியர்: *(மூச்சிளைத்தபடி)* தமையனார் பீஷ்மர் கிளம்பி விட்டாரா?

அமாத்யர்: வந்துகொண்டிருக்கிறார் பிரபு.

(வெளியே வாழ்த்தொலிகள். பீஷ்மர் நுழைகிறார்.)

விசித்திரவீரியர்: வருக தங்களை எதிர்நோக்கியிருக்கிறோம்.

பீஷ்மர்: அமர்க. *(அமர்ந்து)* என்ன அமாத்யரே மகாமங்கல நாள் குறித்தாகி விட்டதா?

அமாத்யர்: நிகழ் குறியும் செல் குறியும் தேர்ந்த போது நிமித்திகர்களில் சிலர்...

பீஷ்மர்: *(பொறுமையிழந்து)* என்ன சொன்னார்கள்?

நிமித்திகர்: பிரபு, மன்னிக்க வேண்டும்.

பீஷ்மர்: அவர்கள் சொன்னதைச் சொல்.

நிமித்திகர்: கனல்துண்டை கம்பளத்தால் மூடி வைப்பது போல குறிகளுக்குள் ஏதோ ஒன்று மறைந்துள்ளது – இதுதான் அவர்கள் கூறியது.

விசித்திரவீரியர்: அண்ணா அது என்ன... எனக்கு குழப்பமாக உள்ளது.

பீஷ்மர்: *(ஏளனமாக)* அச்சம் என்பதை நீ குழப்பம் என்று சொல்வாய், போதும்.

(ஒரு வீரன் உள்ளே வந்து தயங்குகிறான்)

பீஷ்மர்: என்ன?

வீரன்: இளவரசி...

பீஷ்மர்: யார்?

வீரன்: காசி நாட்டு இளவரசி அம்பா தேவியார்

பீஷ்மர்: அவளுக்கென்ன?

வீரன்: தங்களைக் காண வந்துள்ளார்

பீஷ்மர்: (கோபத்துடன்) இங்கா? இங்கு அது மரபல்ல.

(அம்பை உள்ளே வருகிறார்)

அம்பை: நான் இன்னும் இங்குள்ளவள் ஆகவில்லை.

பீஷ்மர்: (கோபத்துடன்) அதைத் தீர்மானிப்பது நீ அல்ல.

அம்பை: இந்த உடலில் உயிர் இருக்க வேண்டுமா வேண்டாமா என்று நான் தீர்மானிக்க முடியும்.

விசித்திரவீரியர்: என்ன சொல்ல விரும்புகிறீர்கள் இளவரசி.

அம்பை: நான் மனதால் சௌபால நாட்டு மன்னர் சால்வனை வரித்து விட்டேன். அவரையன்றி எவரும் என்னை தீண்ட அனுமதிக்க மாட்டேன்.

பீஷ்மர்: (கடும் கோபத்துடன்) என்ன? (எழுந்து) என்ன பேச்சு இது?

அம்பை: பேசாமல் இருந்துவிட்டால் சரியாகி விடுமா?

பீஷ்மர்: நீ க்ஷத்ரியப் பெண்ணுக்குரிய நெறியை பின்பற்ற வேண்டும்.

அம்பை: சதுரங்கத்தில் காய். படுக்கையில் பொம்மை. வீரர்களைப் பெறும் வயிறு. இறுதியில் விதவை என்று ஏதாவது ஒரு வேடம் இல்லையா?

பீஷ்மர்: (வாயடைந்து போய்) உன் குரலில் விஷம் இருக்கிறது.

அம்பை: பாதாளத்தின் விஷம் அமுதுதான்.

நிமித்திகர்: தேவி தங்கள் கூற்று முறையல்ல.

அம்பை: இராக்கதத்தை முறை என ஒப்புக் கொள்பவை உங்கள் சாத்திரங்கள்.

பீஷ்மர்: (தன்னை திரட்டிக் கொண்டு) உனக்கு என்ன தேவை?

அம்பை: விடுதலை.

பீஷ்மர்: (சிரித்து) எதிலிருந்து?

அம்பை: உங்களிடமிருந்து.

பீஷ்மர்: எந்தச் சரடு உன்னை கட்டியிருக்கிறதோ அதன் மறுபக்கமே என்னை கட்டியிருக்கிறது.

அம்பை: எனக்கு அலங்காரப் பேச்சு தேவை இல்லை. எனக்கு என் காதலரிடம் போக அனுமதி தேவை. உங்கள் யுத்தம் என்னை தடுக்கக் கூடாது.

பீஷ்மர்: நீ ஏற்கனவே கிளம்பி விட்டாய் நான் உன்னை தடுக்க வில்லை. ஆனால் நீ இன்னமும் சிறு பெண். இந்த ஆட்டத்தின் போக்கு உனக்குப் புரியவில்லை. நீ... *(தயங்கி)* நீ போகலாம்... உனக்கு நன்மைகள் வருவதாக.

(அம்பை எதுவுமே பேசாமல் திரும்பி செல்கிறாள்.)

*

2

பீஷ்மர்: *யாரங்கே.*

காரியக்காரன்: *பிரபு.*

பீஷ்மர்: *இளவரசி அவள் விரும்பிய இடத்திற்குச் செல்ல ஆவன செய்யுங்கள்.*

விசித்திரவீரியர்: *என்னை அம்மா பார்க்க வேண்டும் என்றார்கள். இப்போது இந்தத் தகவலை அவர்களிடம்...*

பீஷ்மர்: *அவர்கள் அழைத்ததே இதற்காகத்தான் செல். (பெரு மூச்சுடன்) என் வணக்கத்தை கூறுக.*

(விசித்திரவீரியர் செல்கிறார்.)

பீஷ்மர்: *யாரங்கே?*

ஒரு வீரன்: *(வந்து வணங்கி) பிரபு யாரை அழைப்பது?*

பீஷ்மர்: *வேண்டாம். நீ எனக்கு சற்று மது கொண்டுவா. நில். சற்று கடுமையான மது...*

அமாத்யர்: *நான் விடைபெறுகிறேன் பிதாமகரே.*

பீஷ்மர்: *உம் (எழுந்து அமைதியிழந்து நடை பயில்கிறார். மது வருகிறது. அருந்துகிறார். மீண்டும் அருந்துகிறார்.)*

பீஷ்மர்: *மனித நாடகம்! (கோபம் கொண்டு) பைத்தியக்காரப் பெண்... அறியாமையும் அகரங்காரமும் சேர்ந்து (மீண்டும் உலவி, மெல்ல தணிந்து) பரிதாபத்திற்குரியவள். பேதை...*

(அரங்கு ஒளி மாறுபடுகிறது. ஒரு நிழல் பீஷ்மரை நெருங்கி மெல்ல பேச முற்படுகிறது.)

நிழல்: *பீஷ்மரே, உங்கள் மனம் ஏன் அமைதியிழந்திருக்கிறது?*

இன்னொரு நிழல்: *மிக அழகான ஒரு புண். தீக்காயம் போல எரியும் ரணம்...*

பீஷ்மர்: *(நின்று)* என்ன? *(சுற்றி வந்து)* யாருமில்லை. ஆனால் எவராலோ கவனிக்கப்படுவது போலிருக்கிறது. விசித்திர மான மனப் பிம்பங்கள். *(மதுக்கிண்ணத்தை தூக்கிப் பார்த்து)* பாதாளத்து நிழல்கள் கரைந்திருக்கும் இந்தத் திரவம்

முதல் நிழல்: பீஷ்மரே, அவள் அவனைக் காதலிக்கிறாள்.

இரண்டாம் நிழல்: ஒரு வேளை அவன் அவளை ஏற்றுக்கொள்ளக் கூடும்.

முதல் நிழல்: ஒரு போதுமில்லை. அவன் என்ன மூடனா.

இரண்டாம் நிழல்: ஆனால் காதல் எல்லா நியதிகளுக்கும் அப்பாற்பட்டது.

முதல் நிழல்: அவள் அவனை விரும்புகிறாள் அவள் அவனை விரும்புகிறாள்.

பீஷ்மர்: சே! *(கிண்ணத்தை வீசுகிறார்)*

ஒரு வீரன்: *(ஓடி வந்து)* பிரபு அழைத்தீர்களா?

பீஷ்மர்: இல்லை. நீ போகலாம். *(அறையை பார்க்கிறார் அசைவற்ற தூண்கள்)* ஆம் இந்த மதுதான் காரணம். விசித்திரமான ஒரு பிரமை.

நிழல்களால் சூழப்பட்ட ஒரு போர்க்களத்தில் அம்புகள் மீது படுத்திருக்கும் ஒருவன். பிணங்கள் அழுகும் வீச்சம். மீண்டும் மீண்டும் வரும் கனவு. மிக அருகே இருக்கிறது அக்கனவு. சற்று கால் தடுக்கினால் நான் அதற்குள் விழுந்து விடுவேன் என்று படுகிறது.

(தளர்ந்து நடந்து மறைகிறார். ஒளிமாறுபட அரங்கில் உருவங்கள் கலைகின்றன. ஒரு அரண்மனைக்குரிய ஒலிகள் எழுகின்றன. வாசல் காவலர்கள். சேவகர்கள். நிமித்திகன் முன்வந்து சங்கு ஊதுகிறான்.)

நிமித்திகன்: சௌபால நாட்டு அதிபன் மகாபலன் சால்வ மன்னர் வருகை.

(வாழ்த்தொலிகள்)

சால்வன்: *(காயங்களுக்கு கட்டு போட்ட உடலுடன் வந்தபடியே)* ஆம் அமாத்யரே ஒரு வகையில் அது நல்லது தான். நான் பீஷ்மரை எதிர்த்தேன் என்பது நிறுவப்பட்டாயிற்று. அது போதும் எனக்கு. ஆனால் அஸ்தினபுரியின் படைபலத்தை எப்படி எதிர் கொண்டிருக்க முடியும்?

அமாத்யர்: *(கூட நடந்தபடி)* ஒரு போர் தவிர்க்கப்பட்டிருக்கிறது. நாமும் கோழைகளல்ல. ஆனால் போர் உக்கிரமாகும் தோறும் அழிவு அதிகம்.

சால்வன்: ஆம். விதி இம்முறை கருணையுடனிருக்கிறது.

(உள்ளிருந்து ஒரு வீரன் வருகிறான்)

வீரன்: ஜய விஜயீபவ.

சால்வன்: என்ன?

வீரன்: காசி நாட்டு இளவரசி தங்களை சந்திக்க வந்திருக்கிறார்கள்.

சால்வன்: *(குழம்பி)* யார்?

வீரன்: அம்பாதேவி

சால்வன்: தனியாகவா?

வீரன்: அஸ்தினபுர அமாத்யர் மற்றும் வீரர்களுடன்.

சால்வன்: வரச் சொல்.

(வீரன் போகிறான்)

அமாத்யர்: மன்னரே இது ஒரு சோதனை. மன்னனுக்கு அரச கடமைகளுக்கு அப்பால் எந்த உறவுகளும் இல்லை என்பதை நினைவு கூருங்கள்.

(அம்பை உள்ளே வருகிறாள்)

சால்வன்: *(அவளை கூர்ந்து பார்த்து)* இளவரசியார் மேலும் அழகு பெற்றிருக்கிறீர்கள்.

அம்பை: *(அவனுடைய கேலியை உடனே புரிந்து கொண்டு)* தங்கள் பேச்சு புரியவில்லை.

சால்வன்: அஸ்தினபுரியில் மிதமான தட்பவெப்பநிலை என்பார்கள்.

அம்பை: நான் அங்கே தங்கவில்லை. உங்களை பார்க்க வந்தேன்.

சால்வன்: தங்கள் நோக்கம்?

அம்பை: நான் இருக்க வேண்டிய இடம் இது என்று தான்.

சால்வன்: எப்படி? நீங்கள் பீஷ்மரால் கவரப்பட்டவர். விசித்திர வீரியருக்காக உறுதி செய்யப்பட்டவர்.

அம்பை: கவர்வதற்கு நான் எவருடைய சொத்துமல்ல. ஏன் ஆத்மாவும் முழுமையும் சுதந்திரமும் கொண்டதுதான்.

சால்வன்: ஆனால் ஆத்மா உறவுகளில் மரபுகளில் சிக்கியிருக்கிறதே. ஆறு கரைகளுக்கு கட்டுப்படுவது போல.

அம்பை: நான் பேச வரவில்லை. நான் தங்களை மட்டுமே எண்ணினேன். தங்களை மட்டுமே என்னால் ஏற்க முடியும்.

சால்வன்: ஆனால் நீங்கள் கைப்பற்றப்பட்டவர் பிறருடைய உடைமை.

அம்பை: அப்படியானால் நான் என்ன செய்வது?

சால்வன்: பீஷ்மருடைய உடைமை நீங்கள். அவரிடமே திரும்புங்கள். உங்களை அவரிடமிருந்து கைப்பற்றும் வல்லமை எனக்கில்லை.

அம்பை: உங்கள்மீது என் உள்ளம் கொண்ட காதலை உதறுகிறீர்களா?

சால்வன்: நான் சுயம்வரத்துக்கு வந்தேன். ஆனால் விதி நம்மை சேர்த்து வைக்கவில்லை...

அம்பை: *(குரோதத்துடன்)* விதியல்ல, உங்கள் கோழைத்தனம்.

சால்வன்: *(கோபம் கொண்டு)* ஆமாம். கோழைத்தனம்தான். பீஷ்மரின் அம்பால் மரணமடைய நான் மூடனில்லை.

அம்பை: (கசப்புடன்) மிகப்பெரிய புத்திசாலி.

சால்வன்: உன் குறிப்பு எனக்குப் புரியாமலில்லை பெண்ணே. (சட்டென்று சிரித்து) நீ மிகப்பெரிய முட்டாள். காசி மன்னன் மகளாக உன்னை ஏற்க மாமன்னர்கள் வரிசையில் நிற்பார்கள். பீஷ்மரின் பிச்சையாக உன்னை யார் ஏற்க முன் வருவார்?

அம்பை: (அதிர்ச்சியுடன்) சால்வ மன்னரே. அப்படியானால் நீங்கள் என்னிடம் கண்டது என் தந்தையின் செல்வமும் படைபலமும் மட்டும் தானா?

சால்வன்: இதில் என்ன ஐயம்? உன்னைவிட பத்து மடங்கு பெரிய அழகிகள் என் அந்தபுரத்தில் நிரம்பியிருக்கிறார்கள். (குரலை தணித்து) காசி மன்னன் மகளாக அன்றி, பட்டத்தரசி பட்டம் இன்றி, நீ என் அந்தபுரத்தில் வாழ முடியுமென்றால்...

அம்பை: சீ, நீ ஓர் ஆண் மகனா? உன் மீதா என் காதலை வைத்தேன்?

சால்வன்: கன்னியருக்கு காதல்கள் கை வளைகள்போல. ஒன்று உடைந்தால் இன்னொன்று. உடல் வளர வளர வேறு வேறு – என்றான் என் அரசவைக் கவிஞன் ஒருவன்.

அம்பை: எத்தனை குருடியாக இருந்திருக்கிறேன். உன் உடலும் மனமும் கூசுகின்றன. இந்தக் கணமே என் உடல் எரிந்து சாம்பலாகி விடலாகாதா என ஏங்குகிறேன்.

சால்வன்: கற்பெனும் தீ! நல்ல கற்பனை. நான் மருத்துவரைப் பார்க்கும் நேரம் இது. நீ என் அந்தபுரத்தையோ பீஷ்ம ரையோ தேர்வு செய்யலாம். (சிரித்து) சாபச் சொற்களால் சௌபாலத்தை எரித்துவிடாதே...

(போகிறான். அமாத்யரும் தொடர்கிறார். அம்பை தனியாக நிற்கிளாள். அவளைச் சுற்றி நிழல்கள் மெல்ல அசைகின்றன. நிழல்களின் நடனம் அதிகரிக்கிறது. வேகம் கொள்கிறது. வெறி கொண்டு சுழன்றாடும் நிழல்கள். அம்பைக்கு தலை சுழல்கிறது. கால்கள் தள்ளாடுகின்றன. தடுமாறி விழுகிறாள். நிழல்கள்

நிலைகொள்கின்றன. ஒளி குவிய நிழல்கள் கூடி இணைந்து நான்குமரங்கள்கொண்ட தேவதைகள் ஆகின்றன)

தேவதை: அம்பை!

அம்பை: யார் நீ?

தேவதை: நான் உன்னை பிரியும் நேரம் வந்துவிட்டது. இத்தனை நாள் உன்னுடன் இருந்தவள்.

அம்பை: உன்னை நான் பார்த்திருக்கிறேன் நீ...

தேவதை: நான் கன்னிமையின் அதி தேவதை. ஐந்து வருடம் முன்பு நீ பருவமடைந்த நாளில் உன்னிடம் வந்தேன்.

அம்பை: (முகம் மலந்து) ஆம். நினைவிருக்கிறது.

தேவதை: உன் உடலிலும் உள்ளத்திலும் எத்தனை மொட்டுகளை மலர வைத்தேன் இல்லையா? நீ பார்த்த மலர்களிளெல் லாம் ஒளியை நிரப்பினேன். உன் தனிமையில் தொலை தூரத்து இசையானேன். நிலவு பொழிந்த இரவின் குளிரில் வினோதமான நறுமணமாக வந்து உன் ஆத்மாவிடம் உரையாடினேன்.

அம்பை: (குதூகலத்துடன்) ஆம். கனவும் இனிமையும் நிரம்பிய வருடங்கள்.

தேவதை: இது வாழ்வில் வசந்தம் அம்பை. பருவங்களிலேயே குறுகியது. வானவில் போல தோன்றும்போதே அழிந்து கொண்டிருப்பது. நான் உனக்களித்த இனிமைகள் உன் நினைவில் இறுதிக்கணம் வரை இருக்கும். முதிர்ந்து உதிரும் பருவத்திலும் என்னை நினைக்கும்போது உன் மனம் ஏங்கி கண்களில் நீர் துளிர்க்கும்.

அம்பை: நீ ஏன் என்னை விட்டுப் போக வேண்டும்? ஏன் என்னுடன் இருக்்கக் கூடாது?

தேவதை: நான் விட்டுச் சென்றாக வேண்டும். அதுதான் இந்த நாடகத்தின் கதையின் விதி. பலர் வாழ்வில் நான் மௌன மாக அவர்களே அறியாமல் விடைபெற்று கொள்வேன்.

சிலருக்கு அப்படி ஆவதில்லை. ஓர் அதிர்ச்சி, ஓர் அவமானம், நெஞ்சில் எப்போதும் கரையாமல் கிடக்கும் ஒரு கடும் கசப்பு... அந்தஒரு கணத்தில் என்னுடனான உறவு அறுபட்டு விடுகிறது.

அம்பை: ஆம். நான் இப்போது உணர்வதுபோல அற்பமான வளாக என்னை என்றுமே உணர்ந்ததில்லை. என் உடலும் உயிரும் இத்தனை கனமாக என்றுமே இருந்ததில்லை.

தேவதை: இனி உன்னால் துள்ளி குதித்து ஓட முடியாது. இனிமேல் நீ கூவிச் சிரிக்க முடியாது. இனி உன்னால் எவரையுமே முழு மனதுடன் நம்ப முடியாது.

அம்பை: ஆம். சிறகுகள் உதிர்ந்துவிட்டன.

தேவதை: வருகிறேன் அம்பை. உன் மகிழ்ச்சிக்காக என் அழகுகள் இனிமைகள் அனைத்தையுமே அளித்திருக்கிறேன். உன் நினைவுகளில் என்றுமிருப்பேன்.

அம்பை: (கண்ணீருடன்) ஆம். உன் நினைவுகள் மட்டுமே எனக்குள் எஞ்சியிருக்கும்.

(தேவதை கலைந்து மறைகிறது. அம்பை குனிந்து அமர்ந்து விசும்புகிறாள். மறுபக்கம் இன்னொரு தேவதை மெல்ல உருக்கொள்கிறது. நான்கு கரங்கள். கனிகளினாலான மாலை அணிந்திருக்கிறது.)

தேவதை: அம்பை. அழாதே விழித்துக்கொள். உன் நாட்கள் இனிமேல்தான் துவங்குகின்றன.

அம்பை: (திடுக்கிட்டு) யார்?

தேவதை: என்னை நீ அறியமாட்டாய். சற்று முன் உன்னிடம் விடைபெற்றாளே அவளுடைய தமக்கை நான். என்னை பெண்மையின் அதிதேவதை என்பார்கள். அவள் விடை பெற்ற கணமே நான் உன்னருகே வந்துவிட்டேன். இதுவும் இயற்கையின் நியதிதான்.

அம்பை: (பெருமூச்சுடன்) நியதி! அதற்கு அடிபணிவதன்றி வேறு வழியில்லை.

தேவதை: சென்ற ஐந்து வருடங்களாக நீ ஒரு பொய்யான உலகில் வாழ்ந்தாய். என் தங்கைதான் பிரம்மன் இவ்வுலகுக்கு அனுப்பிய தேவதைகளிலேயே மிகப் பெரிய ஜாலக்காரி. அவளுடைய விளையாட்டுகளுக்கு எல்லையேயில்லை. உன் குழந்தை நாட்களில் உன் தந்தைக்கு காணிக்கை வந்த பாண்டிநாட்டு செம்பவள பளிங்கு வழியாக பார்த்து அக்காட்சியின் விசித்திரத்தில் நீ குதூகலித்ததுண்டல்லவா?

அம்பை: ஆம். ஒவ்வொரு காட்சியும் செம்பிழம்பாக எரிந்தும் குழைந்தும் ததும்பிக்கொண்டிருந்தது...

தேவதை: அதுபோன்ற ஒரு மாயமே நீ சென்ற ஐந்து வருடங்களாக கண்டவை அனைத்துமே...

அம்பை: அந்த அழகிய மலர்கள்?

தேவதை: அவை ஒளிவிடுவது காயாகி கனியாகி விதைகளை உதிர்த்து நெற்றாக மாறுவதற்காகவே. அதை நீ காண வில்லை.

அம்பை: (ஆதுரத்துடன்) இசை? அந்த இசை?

தேவதை: கோடானுகோடி ஒலிகளினாலானது இப்பிரபஞ்சம். ஒலிகள் உன் உணர்வுகளுடன் ஒத்திசைவுகொள்ளும் சில கணங்களை மட்டுமே நீ இசை என அறிகிறாய்...

அம்பை: (தளர்ந்து) உண்மை. இப்போது அது தெளிவாக தெரிகிறது

தேவதை: மிகத்துல்லியமாக சமன் செய்யப்பட்ட ஒன்று இப்பிரபஞ்சம். அழகு குரூரத்தால். இனிமை கசப்பால். நன்மை தீமையால். பகல் இரவால். தர்மம் அதர்மத்தால். வாழ்வு மரணத்தால்...

அம்பை: மிகக் குரூரமாக...

தேவதை: (சிரித்து) துல்லியம் என்பது குரூரத்தாலேயே சாத்தியமாவது.

அம்பை: இந்த அற்பனை நான் ஆண்களில் முதல்வனாக எண்ணியதும் இந்த மனமயக்கத்தால்தான் போலும்.

தேவதை: நிச்சயமாக. முதற்காதலே மனித வாழவின் மிகப்பெரிய அசட்டுத்தனம். அதைப் பெறாதவர்கள் உண்மையான காதலின் அழுத்தத்தை ஒருபோதும் உணர்வதில்லை. பெற்று இழந்தவர்களே அதிர்ஷ்டசாலிகள். இனிய வலியாக அந்நினைவு அவர்களிடம் தங்கிவிடும். வசந்தம் விட்டுச்சென்ற நறுமணம் போல.

அம்பை: ஆயினும்... எத்தகைய அற்பன். எத்தகைய மூடன். அந்தத் திரை கிழிபட்டு அவளைக் காணநேர்ந்த கணங்கள்... என் உடல் கூசுகிறது.

தேவதை: அந்தத் திரை மிக மிக விந்தையானது. அது நீ விரும்பாததை விரும்புவதாகச் சொன்னது. விரும்புவதை மறைத்தது.

அம்பை: விரும்புவதையா?

தேவதை: ஆம். வீரத்தை. தன் புஜங்கள் மீது நம்பிக்கைக் கொண்ட ஆண்மகனை. நீ அவனை விரும்புகிறாய்.

அம்பை: யாரை?

தேவதை: பீஷ்மரை.

அம்பை: *(சீறி எழுந்து)* சீ! நீயும் பசப்புக்காரிதானா?

தேவதை: *(யோசித்துப்பார்)* தான் விரும்பியதை தயக்கமின்றி சென்று கைப்பற்றுபவனை பெண்கள் விரும்புவது இயற்கை.

அம்பை: ஒரு வேட்டைமிருகம் போல என்னை கைப்பற்றியவன்; இழுத்துச் சென்றவன்...

தேவதை: ஆம். அது உண்மை. அவன் உன்னை அவமதித்தான். உன் ஆத்மாவை அவன் பொருட்படுத்தவேயில்லை. ஆயினும் நீ அவனை விரும்புகிறாய். அவ்விருப்பத்தைக் கண்டு அஞ்சுகிறாய். அதை எண்ணி அருவருப்பும்

கொள்கிறாய். ஆயினும் விரும்புகிறாய். விரும்பாமலிருக்க உன்னால் முடியவில்லை.

அம்பை: நான் அத்தனை இழிந்தவளா? பிறவியிலேயே அடிமைத்தனம் கொண்டவளா?

தேவதை: இல்லை. ஆனால் பெண். அவரை விரும்புவது உன் கருப்பை.

அம்பை: (கோபத்துடன்) இல்லை.

தேவதை: உனக்குத் தெரியும். கருப்பையின் தாபம் வேறு வகையானது. அது வலிமைக்காக ஏங்குகிறது. வலிமையை மட்டுமே அது பொருட்படுத்துகிறது. உடல் வலிமை, உள்ளத்தின் வலிமை, ஆத்மாவின் வலிமை.

அம்பை: என் கருப்பையை சுமப்பதுதான் ஆத்மாவின் கடமையா?

தேவதை: இல்லை ஆத்மாவையும் கருப்பைதான் சுமக்கிறதா? யாரறிவார்? ஆத்மா கண்ணுக்குத் தெரியாத எஜமானன் ஒருவனின் வளர்ப்பு நாய். அதை நம்மால் புரிந்து கொள்ள முடியாது.

அம்பை: (மெல்ல தணிந்து) ஆனால் நான் தோற்க விரும்பவில்லை. என்னை நானே...

தேவதை: உண்மையில் இந்த ஆட்டத்தில் தோற்பது யார் என்று யாரும் கூற முடியாது. நீ அவரை உண்ணப் போகிறாய். அவரை வெறும் விதையாக மாற்றிவிடுகிறாய். அந்த விதை முளைத்து பேருருவம் கொள்கையில் இவர் உதிர்ந்து நெற்றாகி மறைவதைக் காண்பாய். அப்போது நீ அந்த வலிமையை உன் மடியில் கட்டி வைத்திருப்பவளாக இருப்பாய்...

அம்பை: இதே நாடகம்தான். மீண்டும் மீண்டும்.

தேவதை: ஆம் மீண்டும் மீண்டும். சலிப்பே இன்றி. ஓய்வே யின்றி. (சிரிக்கிறது)

அம்பை: நான் எப்படி பீஷ்மரிடம் திரும்ப முடியும், எந்த அடிப்படையில்?

தேவதை: ஏனெனில் அவர் உன்னை விரும்புகிறார்.

அம்பை: அவரா? அவரிடம் வெறுப்பல்லவா கொதித்தது?

தேவதை: அன்பை வேறு எப்படி மறைக்க முடியும். ஆனால் கண்களுக்கு திரை போட மனிதனால் முடியாது.

அம்பை: நான் கவனிக்கவில்லை.

தேவதை: உன் மனம் கவனிக்கவில்லை. உன் ஆத்மா கவனித்தது. எந்தப் பெண்ணின் ஆத்மாவும் அதை தவறவிடாது.

அம்பை: ஆம். (வெட்கி முகம் மலர்கிறாள்)

தேவதை: எழுந்துகொள். கண்களை துடை. நான் உன்னுடன் இருப்பேன்.

(தேவதை மறைகிறது. அம்பை எழுந்து புடவையை திருத்திக் கொண்டு வெளியே செல்கிறாள். வெளியே புரவிகள் கனைத்து சகட ஒலியுடன் ரதங்கள் கிளம்புகின்றன. அரங்கு மெல்ல ஒளியும் அசைவும் மாறி அஸ்தினபுரியின் அரண்மனையாகிறது.)

3

அஸ்தினபுரியின் அரண்மனை

பீஷ்மர்: *(உள்ளிருந்து வந்தபடியே)* அமாத்யரே.

அமாத்யர்: அடியேன்.

பீஷ்மர்: காசிநாட்டு இளவரசி திரும்பி வருவதாகச் சொன்னார்கள். அவளை நேராக இங்கு இட்டுவரச் சொல்லுங்கள்.

அமாத்யர்: உத்தரவு *(செல்கிறார்)*

பீஷ்மர்: நாடகத்தின் மறுபக்கம் இனிமேல்தான் போலும்.

(வெளியே குரல்: "காசி நாட்டு இளவரசி அம்பாதேவி வருகை")

பீஷ்மர்: புயல் வருவது போல! ஆம் அப்படித்தான். அவள் இயல்பு அது.

(ஆனால் அம்பை மென்மையாக வெட்கி உள்ளே வருகிறாள்)

பீஷ்மர்: இளவரசிக்கு வணக்கம்.

அம்பை: *(மெல்லிய குரலில்)* தங்களுக்கு என் வணக்கம்.

பீஷ்மர்: தாங்கள் போன விஷயம்?

அம்பை: அது பூர்வ ஜென்மம் போல. முடிந்த கதை.

பீஷ்மர்: *(வியப்புடன்)* சால்வனிடம் நான் பேசி...

அம்பை: வேண்டாம்.

பீஷ்மர்: சால்வன் அஞ்சியிருக்கக் கூடும்.

அம்பை: அந்தப் பேடியின் பெயரை மறுமுறை நான் கேட்க விரும்பவில்லை.

பீஷ்மர்: இளவரசி ! *(மேலே பேச முடியாமல்)* ஆனால் *(ஆனால்*

பீஷ்மரின் முகம் மலர்ந்துவிடுகிறது. அதை அம்பை கவனிக்கிறாள்.)

அம்பை: நான் தங்களிடம் வந்திருக்கிறேன்.

பீஷ்மர்: தங்களை முறைப்படி சால்வனிடம் அனுப்பியமை இந்த நாடறிந்தது. இப்போது தாங்கள்... மேலும் அம்பிகையை பட்டமகிஷியாக அபிஷேகமும் செய்தாகிவிட்டது...

அம்பை: நான் வந்தது தங்களிடம்

பீஷ்மர்: தேவி!

அம்பை: தங்கள் ஆத்மாவுக்கும் என் ஆத்மாவுக்கும் நன்கறிந்த விஷயம் எதுவோ அதைப்பேச நான் வந்திருக்கிறேன்.

பீஷ்மர்: புரியவில்லை

அம்பை: உங்கள் ஆத்மாவுக்கு புரியும்

பீஷ்மர்: உங்கள் குறிப்பு புரிகிறது. ஆனால் நான் எப்படி உங்களை?

அம்பை: நீங்கள் என்னை கவர்ந்து வந்தவர். சாத்திர முறைப்படி நீங்கள் என் கணவர்.

பீஷ்மர்: தேவி... நான் என் தாய்க்கும் தந்தைக்கும் அளித்த வாக்குறுதி ஒன்று உள்ளது. அதனை நான் மீற முடியாது.

அம்பை: என்றென்றும் பிரம்மசாரியாக இல்லையா?

பீஷ்மர்: ஆம். அது என் சபதம்

அம்பை: எதற்கு?

பீஷ்மர்: அது விதி

அம்பை: விதியல்ல, அது ராஜதந்திரம். மன்னர் சந்தனுவின் காலத்தில் இந்த அஸ்தினபுரம் ஒரு சிற்றூர்தான். இதைச் சுற்றி காசியும் அங்கமும் பாஞ்சாலமும் பெரும் வலிமை யுடனிருந்தன. படைபலத்தையும் உறவு பலத்தையும் பெருக்கிக் கொள்ளும் பொருட்டு சந்தனு மகாராஜா கங்கர் குல இளவரசி கங்கா தேவியை மணந்து உங்களைப்

பெற்றார். பின்பு பாஞ்சாலத்தின் வலிமையைக் கண்ட போது படகுப்பலம் மிக்க பரதவர் குலத்தின் இளவரசி சத்தியவதியுடன் மண உறவு கொள்ள அவர் விரும்பினார். பரதவர் குல மன்னன் உங்களைக் கண்டு அஞ்சினான். ஆகவே சத்யவதி பட்டமகிஷியாக வேண்டும். என்றும் அவள் பெறும் பிள்ளைகள் மன்னர்களாக வேண்டும் என்றும் நிபந்தனை விதித்தான். நிபந்தனையை மீற முடியாது. ஆனால் பரதவர் குலத்தின் படகுப்படை அஸ்தினபுரிக்கு தவிர்க்க முடியாத தேவை. மன்னருக்கு வேறுவழி இருக்கவில்லை...

பீஷ்மர்: இது நானே எடுத்த விரதம்.

அம்பை: ஆம். இல்லையேல் சந்தனு மன்னர் உங்களை தவிர்த்திருக்கக்கூடும்.

பீஷ்மர்: *(ஏளனமாக சிரித்து)* என்னால் மன்னனாக முடியா தென்கிறாயா?

அம்பை: நிச்சயமாக ஆக முடியும். ஆனால் அஸ்தினபுரியின் மக்கள் உங்களை முழு மனதுடன் ஏற்றுக் கொண்டிருக்க மாட்டார்கள். உங்களுக்கும் தம்பியருக்கும் போர் நடந்திருக்கும். அதில் பாரத வர்ஷத்து மன்னர்கள் பங்கு கொண்டிருப்பார்கள். போரும் அழிவும்தான் எஞ்சும். ஆனால் இன்று அஸ்தினபுரமே உங்கள் காலடியில் கிடக்கிறது. பாரதவர்ஷமே உங்களை மகாவிரதர் என்று போற்றுகிறது...

பீஷ்மர்: நான் என்றுமே போரைத் தவிர்ப்பவன்.

அம்பை: ஆம்; ஏனெனில் நீங்கள் ஆயுதங்களை அறிந்தவர்.

பீஷ்மர்: என்ன காரணத்துக்காக என்றாலும் நான் எடுத்த விரதம் எனக்கு முக்கியமானது. என் தந்தை மீதும் தாயின் குலம் மீதும் எடுத்த சத்தியம் அது. அதை நான் மீறவே முடியாது.

அம்பை: ஏன்? இன்று அந்த விரதத்திற்கான தேவை எதுவுமே இல்லையே.

பீஷ்மர்: நான் சொல்லிவிட்டேன். அது என் விரதம்.

அம்பை: மகாவிரதர் என்ற பட்டத்தை நீங்கள் இழக்க வேண்டியிருக்கும் என்பதற்காகவா...

பீஷ்மர்: நான் அரசுப்பட்டத்தையே பெரிதாக எண்ணவில்லை.

அம்பை: ஏனெனில் அது உங்களுக்கு எளிது. ஆகவே அதில் அறைகூவல் ஏதுமில்லை. மகாவிரதர் பட்டம் உங்களை ரிஷியாக்குகிறது. தலைமுறைகள் தோறும் நீளும் பெரும் புராணக் கதாபாத்திரமாக்குகிறது...

பீஷ்மர்: (*சிரித்து*) பெண்ணே நீ இப்போது செய்து கொண்டிருப்பதென்ன என்று உனக்கே தெளிவிருக்கிறதா? நீ அன்புக்காக வாதிடுகிறாய். உலகிலேயே இதற்குச் சமானமான மூடத்தனம் ஏதுமில்லை.

அம்பை: (*சீற்றத்துடன்*) நான் கெஞ்ச வேண்டுமா?

பீஷ்மர்: அது பெண்களின் இயல்பு. ஆனால் அது உன்னால் முடியாது.

அம்பை: நான் ஏன் கெஞ்ச வேண்டும்? நீங்கள் சொல்வது சாத்திரம் என்றால் அதன் உள்ளுறை என்ன என்று நான் கூறுகிறேன். அதில் என்ன பிழை?

பீஷ்மர்: உன்னால் இதிலுள்ள பிழையை உணரவே முடியாது. (*கடுமையாக*) விவாதிக்கும் தோறும் நீ என்னிலிருந்து விலகி விலகிச் செல்கிறாய்...

அம்பை: (*சொல்லிழந்து*) நான்... நான்... (*குரல் தணித்து*) நான் தங்களிடம்... தங்கள்மீது...

பீஷ்மர்: (*கடுமை மேலும் அதிகரித்து*) உன் எண்ணம் எனக்குப் புரிகிறது. அது நடவாது.

அம்பை: ஏன்? (*அவள் முகம் உணர்ச்சி மிகுதியால் நெளிகிறது*)

பீஷ்மர்: ஏனெனில் என் விரதம்...

அம்பை: (*ஆக்ரோஷக் கூக்குரலாக*) நிறுத்துங்கள். விரதமாம்... (*மூச்சிளைக்க, தவித்து*) வெறும் அகங்காரம். பிறருக்காக

போடும் வேடம். சூதர்களுக்காக வாழும் வேடதாரி நீங்கள்.

பீஷ்மர்: நாம் இனிமேல் பேச ஏதுமில்லை என்று நினைக்கிறேன். *(திரும்புகிறார்)*

அம்பை: *(சட்டென்று உடைந்து)* தேவ விரதரே...

பீஷ்மர்: *(அம்புபட்டவர் போல நின்று)* என்ன?

அம்பை: *(தழுதழுத்த குரலில்)* என்னை ஏற்றுக் கொள்ளுங்கள். உங்களை இழந்தால் நான் அனைத்தையுமே இழந்தவளாவேன். *(மண்டியிட்டு முகம் பொத்தி)* நான் உங்கள் அடிமை. நான் சொன்ன அத்தனை சொற்களையும் மறந்து விடுங்கள். என் தாபத்தால் உளறி விட்டேன்... நான் உங்கள் தாசி. உங்கள் முன்...

பீஷ்மர்: *(சிலை போல நின்று)* நான் என் சொற்களை மீறுவதில்லை.

(அம்பை துடித்து தலைநிமிர்கிறாள். கண்ணீர் வழியும் கண்களுடன் அவரையே நம்ப முடியாமல் வெறித்துப் பார்க்கிறாள். முகத்தை மூடியிருந்த கரம் கீழிறங்கி வணங்குவது போல, பிரார்த்திப்பது போல மார்பில் இருக்கிறது.)

பீஷ்மர்: நீ போகலாம். உன்னை இனிமேல் நான் காண விரும்பவில்லை

(பீஷ்மருக்குப் பின்னால் இருண்ட மூலையில் அம்புப் படுக்கை மீது அவரது நிழல் தவிக்கிறது. எழ முயல்கிறது. அம்பை கண்களை பெருமூச்சுடன் துடைக்கிறாள் நிழல் தன் உடல் முழுக்க அம்புகளுடன் எழுந்து பீஷ்மரை நெருங்குகிறது. பதைபதைப்புமிக்க உடலசைவுகளுடன் பீஷ்மர் பின் நின்று பேச முற்படுகிறது.)

நிழல்: அவளுடன் பேசு. அவளை அழை. இது தான் தருணம். சில கணங்கள்தான். இனி மீண்டும் இத்தருணம் வரப் போவதில்லை. *(பீஷ்மர் அதை கேட்கவில்லை. சிலையாக நிற்கிறார்.)*

பத்ம வியூகம் ✖ 221

நிழல்: சொல். ஒரே வார்த்தைதான். சொல்லி விடு. இனி ஒரே ஒரு கணம்தான்... *(பீஷ்மர் கேட்கவில்லை.)*

நிழல்: *(கோபத்துடன்)* முட்டாள். இவள் நெருப்பு போன்றவள். உன்னை சுட்டெரித்து விடுவாள். அவமதிக்கப்பட்ட பிரியம் கடும் விஷமாக மாறிவிடும் என்றறியாதவனா நீ?

(பீஷ்மர் மெல்ல, தர்ம சங்கடமாக அசைகிறார்.)

நிழல்: சொல். சொல்லி விடு. வேண்டாம் வேறு எதையும் சொல்ல வேண்டாம். நில் அம்பை என்று சொல். எவ்வளவு அழகான வார்த்தை. உலகிலேயே அழகிய ஒலியல்லவா அது. சொல்லிவிடு. அம்பை என்று மட்டும் சொல்.

(அம்பை எழுந்து முந்தானையை சரி செய்து தலைமயிரை, ஒதுக்குகிறாள்.)

நிழல்: *(பரிதவித்து)* சொல். தேவவிரதா தயங்காதே. இந்த கணநேரத் தயக்கத்திற்காக உன் வாழ்நாள் முழுக்க தனிமையில் கண்ணீர் விடுவாய்

அம்பை: *(அடைத்த குரலில்)* நான் வருகிறேன். இனி தங்களைப் பார்க்க மாட்டேன்.

பீஷ்மர்: உனக்கு மங்கலம் நிறைவதாக!

அம்பை: *(கடும் சீற்றத்துடன் தலை தூக்கி)* என்ன?

பீஷ்மர்: உனக்கு அனைத்து நலன்களும் நிகழட்டும்.

அம்பை: *(கோபத்தில், ஆங்காரத்தில் முகம் கொந்தளிக்க)* தங்கள் ஆசிக்கு நன்றி.

(அம்பை திரும்பிச் செல்கிறாள். நிழல் தலித்து சுற்றி வருகிறது.)

நிழல்: அவள் போகிறாள். அழை அழை. அம்பை என்று மட்டும் கூறு. *(உரக்க)* அம்பை நில்!

அம்பை: *(நின்று திரும்பி)* அழைத்தீர்களா?

பீஷ்மர்: இல்லையே.

அம்பை: நான் ஒன்று சொல்லலாமா? அதைச் சொல்லாமல்

சென்றால் அச்சொற்கள் நெருப்பாகி என்னை எரித்து விடும். நீங்கள் என்னை மண்டியிட வைத்தீர்கள். என் ஆத்மாவை நெளியும் புழுவாக உணரச் செய்தீர்கள். அந்தக் கணம் உங்கள் அகங்காரம் தருக்கி நிமிர்ந்தது. *(மிக அமைதியாக)* அந்தக் கீழ்மைக்காக உங்களை நான் வெறுக்கிறேன். சால்வனைவிட உங்களை வெறுக்கிறேன். நானறிந்த மானுடர்களிலேயே கீழ்மகன் என்று உங்களை எண்ணுகிறேன். நீங்கள்...

பீஷ்மர்: *(உக்கிரமாக சினம் கொண்டு)* நிறுத்து! ஆம் நான் உன்னை ஏற்கவில்லை. ஏனெனில் நீ பெண்ணே அல்ல. எந்தப் பெண்ணும் தன் காதலை இப்படி அறிக்கையிடமாட்டாள். அதற்காக வாதிட மாட்டாள். நீ பெண்ணல்ல ஆண். போ, போய் கவசமும் கச்சையும் சல்லடமும் அணிந்து கொள். *(தணிந்து, குரலிலும் கண்களிலும் மட்டும் குரோதமும் குரூரமும் எஞ்சியிருக்க)* ஒன்று தெரிந்து கொள், பேடியான ஆணை பெண்கள் வெறுப்பது போலவே ஆண் தன்மை கொண்ட பெண்ணை ஆண்களும் வெறுக்கிறார்கள்.

(அம்பை ஒரு கணம் உறைந்து நின்று பிறகு வெளியே விரைகிறாள். பீஷ்மர் சட்டென்று தளர்ந்து நின்று, அவள் போன வழியே ஒரு அடி எடுத்து வைத்து, தயங்கி பின்னகர்கிறார். அவரது நிழல் சென்று அடங்குகிறது. வெளியே ஒரு வீரன் கூறும் வாழ்த்தொலி. பீஷ்மர் "உள்ளே வா" என்கிறான்.)

வீரன்: *(வந்து வணங்கி)* பிரபு நான் தெற்குக் கோட்டைக் காவலன்.

பீஷ்மர்: சொல்.

வீரன்: காசி நாட்டு இளவரசி இப்போதுதான் சென்றார்கள். ரதம் எங்கும் நிற்காது புண்பட்ட பன்றி போல சென்றது.

வீரன்: அவர்களுடைய ரதம் ஒரு உப மண்டபத்தைத் தாண்டிய போது அங்கே தூங்கிக் கொண்டிருந்தஒரு பரதேசித் துறவி எழுந்து நின்று கைகளை வான் நோக்கி விரித்து

அபசகுனமாக சில சொற்களைக் கூறியதாக சொல்கிறார்கள். அவனை நம் வீரர்கள் உடனே கைதுசெய்துவிட்டார்கள்...

பீஷ்மர்: என்ன சொன்னார் அவர்?

வீரன்: தங்களைப்பற்றி...

பீஷ்மர்: உம்

வீரன்: தங்களுக்கு இறுதி நாள் குறிக்கப்பட்டு விட்டதாக.

பீஷ்மர்: பிறகு?

வீரன்: (தயங்கி) பிறகு என்னவோ பித்துச் சொற்கள்... அதை நானும் கேட்டேன்.

பீஷ்மர்: என்ன?

வீரன்: பேடி என்பவன் வாழ்க்கைக்கு ஒரு பார்வையாளன் மட்டுமே என்றான். கடவுள்களும் பிசாசுக்களும் பேடிகள் என்றான். பிறகு மிக அபத்தமாக ஒரு வரி...

பீஷ்மர்: சொல்.

வீரன்: தன் ஆடிப் பிம்பத்தாலேயே ஒருவன் கொல்லப்பட முடியும் என்றான்.

பீஷ்மர்: அப்படியா சொன்னான். மீண்டும் சொல்...

வீரன்: தன் ஆடிப் பிம்பத்தாலேயே ஒருவன் கொல்லப்பட முடியும்.

பீஷ்மர்: அவர் எங்கே?

வீரன்: இழுத்து வருகிறேன்.

பீஷ்மர்: வேண்டாம். அவரை உரிய மரியாதைகளுடன் நமது விருந்தினர் இல்லத்துக்கு இட்டுச் செல். மாலை விசித்திர வீரியனின் சபையில் அவர் எழுந்தருளட்டும். நம் நாட்டுக்கு வரும் ரிஷிகளுக்கு அளிக்கப்படும் எல்லா உபச்சாரங்களும் மரியாதைகளும் அவருக்கு அளிக்கப்பட வேண்டும். விசித்திர வீரியன் அவருக்கு பாதபூஜை செய்து அவர் ஆசியை பெற வேண்டும்.

வீரன்: *(குழப்பத்துடன்)* உத்தரவு.

பீஷ்மர்: நீ போகலாம்.

(வீரன் தலை வணங்கி திரும்புகிறான்)

பீஷ்மர்: நில். *(குரல் தழைய)* அவரை நான் சந்திக்க விரும்பவில்லை.

வீரன்: அப்படியே

(வீரன் செல்கிறான் பீஷ்மர் கனத்த நடையுடன் திரும்பி மெல்ல அரங்கில் உலவி உறைந்து நிற்கிறார். அவரது அவர் தோளைத் தொடுகிறது.)

*

4

(பீஷ்மரது நிழல் அவர் தோளைத் தொடுகிறது.)

நிழல்: உன் உடைகள். உன்னுடைய முகம் இதோ.

பீஷ்மர்: உம் *(பெருமூச்சுடன் கை நீட்டுகிறார்)*

நிழல்: எந்த வேடங்களும் சீக்கிரமே நம் இயல்புகளாக மாறி விடுகின்றன.

(பீஷ்மர் பதில் கூறாமல் மெல்ல தன்னுடைய உத்தரீயம் கச்சை ஆகியவற்றை களைந்து நிழலுக்கு தருகிறார். இன்னொரு நிழல் அவரது நரை முடியையும் தாடியையும் அளிக்கிறது. வயோதிக நடையுடன் மீண்டும் வந்து தன் அம்புப்படுக்கைமீது படுத்துக் கொள்கிறார். நிழல்கள் கலைந்தாடுகின்றன. போர்க்களத்து ஒலிகள் தொலைவில் முழங்குகின்றன.)

பீஷ்மர்: கனவுகள்! அல்லது பிரமைகளா? ஒரு கணத்தில் ஒரு முழு வாழ்வே நிகழ்ந்து முடிந்துவிடுகிறது. *(பெரு மூச்சுடன்)* அப்படியென்றால் மொத்த வாழ்வே ஒரு கண நேரப் பிரமைதானா? யாருடைய பிரமை? முடிவற்ற காலப் பிரவாகம்... அதுவும் ஒரு கணம்தான்? தேங்கி உறையும்போது காலத்தின் பெயர் என்ன? என் மனத்தில் எதுவுமில்லை இந்த அர்த்தமற்ற சொற்கள் தவிர. எண்ணங்கள் எல்லைமீறும்போது மொழி இல்லாம லாகிறது. மொழியற்ற வெளியில் நாமறிந்த எதுவுமே இல்லை...

(நிழல்கள் மிக மெல்ல அசைந்தாடுகின்றன.)

பீஷ்மர்: ஆனால் ஒரு முகம்... ஒரு சொல்... கரையாமல் எஞ்சுகிறது...

நிழல்கள்: *(கிசுகிசுப்பாக)* அம்பை... அம்பை...

பீஷ்மர்: கோடானுகோடிமுறை நெஞ்சுக்குள் சொல்லிக் கொண்டாயிற்று. ஆனால் உதடுகள் அச்சொல்லை மறுக்கின்றன.

நிழல்கள்: அம்பை... அம்பை...

பீஷ்மர்: இது என்ன நாள்? விடியப் போகிறது போலும் நட்சத்தி ரங்கள் இடம் மாறிவிட்டனர். ஆனால் நாள் என்றால் என்ன பொருள்? இந்தப் படுக்கையில்...

(ஒலிகள் மாறுபடுகின்றன. மணியோசை முழங்க ஒரு புரவிவீரன் செந்நிறக் கொடி பறக்க அரங்கை மெல்ல கடந்து செல்கின்றான். பறவைகளின் ஒலிகள். கோழி கூவும் ஒலி. புலர்காலைச் சங்கொலிகள். முரசங்களின் ஒலிகள். பின்பு மஞ்சள் நிற கொடியுடன் ஒரு குதிரைவீரன் அரங்கை கடந்து செல்கிறான். போர் வீரர்கள் போடும் பலவிதமான ஒலிகள் எழுகின்றன. ஆயுதங்கள் தயாரா கின்றன. குதிரைகள் கனைத்தும் யானைகள் பிளிறியும் ஒலியெழுப்புகின்றன. குதிரைவீரன் ஒருவன் வெண் கொடியுடன் செல்கிறான். போர்முரசு தம் தம் என ஒலிக்கிறது. சங்குகள் இரைகின்றன. கொம்புகள் பிளிற போர்க்களப் பேரோசை எழுந்து உச்சத்தை எட்டி அரங்கை நிரப்புகிறது.)

பீஷ்மர்: அத்தனை ஒலிகளும் இணைந்து ஒற்றைப் பேரொலி யாக... ஒரே குரல் என வீரிடுகின்றன... எதையோ கூவிச் சொல்கின்றன... எதை? எதை?

(ஒலிகள் குவிந்து ஒரே ஒலியாக மாறி, ஆனால் இனம் தெரியாமல், கூச்சல் போல ஒலிக்கின்றன)

பீஷ்மர்: எங்கேயோ கேட்ட குரல்... நன்கு பழக்கமான வார்த்தை...

(ஒலி உருவம் பெறுகிறது. அந்த ஒலிக்கு நிதானமாக நிழல்கள் நடனமிடுகின்றன)

குரல்: ரத்- தம்! ரத் – தம்! ரத் – தம்! (நிழல்கள் வெறிநடன மாடுகின்றன. நடனம் வேகம் பெற்று ஒரு தருணத்தில்

பின்னணிகூடக் குரல்களை வெல்கிறது) ரத்- தம்! ரத் – தம்! (மௌன மந்திரமாக) ரத் – தம்! ரத் – தம்!

பீஷ்மர்: *நிழல்களின் குரல் (பெருமூச்சுடன்) கேட்ட குரல். கூரிய அம்புகளின் நுனிகளில் இச்சொல் ஒளிர்வதை கண்டதுண்டு. ராஜதந்திர உரைகளின் மென்மையில் இது மின்னுவதைக் கண்டதுண்டு. வேள்விப் புகையிலும், களஞ்சியத்தின் தானியங்களின் ஆவியிலும் இச்சொல்லே மணக்கிறது... பொன்னில், பெண் விழியில்... எத்தனை பயங்கரமான சொல்!*

நிழல்கள்: *(மௌன மந்திரமாக) ரத் – தம்! ரத் – தம்!*

பீஷ்மர்: *சமாதான காலங்களில்கூட கொல்லரின் உலைகள் ஓய்வதில்லை. துருத்திகள் சீற சம்மட்டிகள் அறைபட இரும்பு கூர்மை கொண்டபடியே இருக்கிறது. மண்ணின் ஆழத்தில் கொதிக்கும் எரிகுழம்பு அது. ரத்தத்தில் மூழ்கிச் சிவக்கும்போது அதன் பயணம் நிறைவு பெறுகிறது போலும். உலைச்சுடரின் செஞ்சீறலை இப்போது நினைவுறுகிறேன். எத்தனை குரோதம்! எத்தனை வேகம்! யாருடைய குரோதம் அது? யார் மீது?*

(நிழல் ஒன்று பீஷ்மரின் அருகே நெருங்கி குனிந்து நடனமிடுகிறது)

நிழல்: *நான்! நான்! நான்!*

பீஷ்மர்: *என்ன சொல்கிறாய்?*

நிழல்: *நான் உயிருடனிருந்தபோதும் சரி நிழலாக மாறிய பிறகும் சரி இந்தச் சொல்லை என் அகம் ஓயாது சொன்னபடியே இருந்தது.*

பீஷ்மர்: *அது மனதின் இயல்பு. ஆனால் இதோ கூத்தாடும் மற்ற நிழல்கள்...*

நிழல்: *அத்தனை பேரும் ஒரே சொல்லையே சொல்கிறோம். நான்! நான்! நான்! (சிரித்து) ஆனால் அவை இணையும்போது ரத்தம் ரத்தம் என்று ஒலிக்கின்றன.*

பீஷ்மர்: *உன்னால் எப்படி என்னுடன் உரையாட முடிகிறது? நானும் நிழலாகி விட்டேனா?*

நிழல்: *இன்னமும் இல்லை. (உரக்கச் சிரித்து) ஆகவேதான் உனக்கு இத்தனை கேள்விகள்.*

(அலறியபடி ஒரு நிழல் ஓடிவருகிறது)

பீஷ்மர்: *யார் அது?*

ஓடிவந்த நிழல்: *நான் என் உடலில் இருந்து விடுவிக்கப்பட்டு விட்டேன். இதோ சற்றுமுன்புதான். என் உடல் அங்கே மண்ணை அணைத்து குப்புறக் கிடக்கிறது.*

முதல் நிழல்: *ஏன் கூவுகிறாய். நிழலாட்டத்தில் எந்த நிழலுக்கும் தனியடையாளம் இல்லை தெரிந்துகொள்!*

ஓடிவந்த நிழல்: *நண்பர்களே, உடலின்மையின் எடை என்னை அழுத்துகிறது. என் ஆசைகள் கோபங்கள் குரோதங்கள் பற்றுகள் அனைத்தும் அங்கே விழுந்து கிடக்கின்றன. இனி எனக்கு என்ன பொருள் இருக்கிறது?*

இன்னொரு நிழல்: *நீ எஞ்சுவதே ஒரு பொருள் இருப்பதற்கான ஆதாரமல்லவா நண்பனே?*

ஓடிவந்த நிழல்: *ஆம். (குழம்பி) நான் என்று எப்போதுமே என்னை உணர்ந்த ஒரு பிரக்ஞை... அதுதான் இப்போது மிஞ்சியிருக்கிறது. எல்லாவற்றையும் வேடிக்கை பார்த்தபடி...*

முதல் நிழல்: *அது எப்போதுமே வேடிக்கைதான் பார்த்தது. அதற்கு வேறெதுவுமே தெரியாது.*

ஓடிவந்த நிழல்: *ஏன், நண்பர்களே ஏன்?*

முதல் நிழல்: *இன்னும் சில கணங்கள் தான் பிறகு நீ கேள்விகள் கேட்க மாட்டாய். நிழல் என்றால் என்ன என்று எண்ணு கிறாய்.? இந்த அரங்கில் சிறு பகுதியிலேயே ஒளி விழுகிறது. இந்த நாடகம் நடக்கிறது. மீதியெல்லாம் நிழல். முடிவேயில்லாத நிழல்...*

(பின்னணியில் பேரொலி. வாழ்த்துக்கள். அலறல்கள்...)

பீஷ்மர்: என்ன? என்ன அது?

நிழல்: ஒரு மகாரதன் வீழ்ந்திருப்பான். அவன் சற்று நேரத்தில் இங்கு வந்து விடுவான். அவன் சடலம் மட்டும் உங்கள் மொழியில் அழுகாமல் மிதந்து கிடக்கும்.

(கலகலவென்ற ஒலியுடன் பறவைகள் சில கடந்து செல்கின்றன)

நிழல்: *(அண்ணாந்து)* அவை என்ன தெரிகிறதா?

பீஷ்மர்: பறவைகள் – ஆனால் கண்ணுக்குத் தெரியவில்லை.

நிழல்: நீங்கள் தொடுக்கும் அம்புகளின் ஆத்மாக்கள் அவை. காலகாலமாக அவை கட்டுண்டு கிடந்தன. ஒற்றை இலக்குக்காக தவம் கிடந்தன. இலக்கு என்ற பெரும் சுமையில் அவற்றின் சிறகுகள் நசுங்கின. இலக்கை எட்டியவை எட்டாதவை அனைத்துமே இப்போது விடுதலை பெற்றுவிட்டன. இலக்கின்றிப் பறத்தலின் இன்பத்தில் அவை திளைக்கின்றன.

பீஷ்மர்: ஆமாம். இலக்கின்றி...

நிழல்: என்ன சொல்ல வருகிறாய்?

பீஷ்மர்: ஒன்றுமில்லை.

(சிவப்புக் கொடிபறக்க ஒரு குதிரைவீரன் கடந்து செல்கிறான். நகரா முழங்குகிறது. கொம்புகள் ஆர்க்கின்றன.)

பீஷ்மர்: இன்று முடிவது எத்தனை நாளின் போர்?

நிழல்: உனக்கென்ன நாளும் கணமும்? நீ மரணத்தை தொட்டாயிற்று.

(போர் ஓயும் ஒலிகள். ஒரு குதிரை வீரன் கரிய கொடியுடன் செல்கிறான்.)

பீஷ்மர்: இரவு செல்கிறது. காலத்தின் கரியகடலுக்கு ஒரு சிற்றோடை போல

நிழல்: நிழல்களின் உலகு!

(பெண்குரல் ஒன்று வலியுடன் முனகுகிறது)

பீஷ்மர்: *யார், யாரது?*

நிழல்: *(நகைத்து)* கேட்டதில்லையா இந்த ஒலியை? தாலாட்டை யார் நினைவில் வைத்திருக்கிறார்கள் இல்லையா?

பீஷ்மர்: *யார்?*

நிழல்: பிரித்வி. உன்னை தாங்குவதனால் தரித்ரி. பூமாதேவி... *(வலிமிக்க முனகல்)*

பீஷ்மர்: *ஏன்?*

நிழல்: இக்களத்தில் இலக்கு தவறிய எத்தனை லட்சம் அம்புகள் அவள் உடலில் தைத்தன என்று யோசித்துப்பார்...

பீஷ்மர்: உண்மை.அதை நான் எண்ணியதேயில்லை

நிழல்: பாண்டவர்களும் கௌரவர்களும் இப்போது போரிட்டுக் கொண்டிருப்பது அவளுடன்தான். பெற்று முலையூட்டி தென்றலாய் தழுவி நறுமணங்களால் தாலாட்டி வளர்த்த பூமியுடன். ஆண்கள் விண்ணையே பார்க்கிறார்கள். மண்ணைப்பார்ப்பவர்கள் பெண்கள் மட்டும்தான்.

*(**அரங்கின்** ஒலிகள் மாறுபடுகின்றன. இரவுக்குரிய ஒலிகள். கழுதைப்புலிகளும் நாய் நரிகளும் எழுப்பும் ஒலிகள். நிழல்கள் இருளில் கரைகின்றன.)*

பீஷ்மர்: விண்மீன்கள் வெளிவரத் தொடங்கி விட்டன. மின்னும் கோடானு கோடி விழிகள். வானம் இன்று தெளிவு போலும். வானம் தெளிவுற தெளிவுற அவை வந்தபடியே உள்ளன. *(சற்று நேர இடைவெளிக்குபின்)* வானமே ஒற்றைவிண்மீனின் ஒளிபரப்பாக மாறக்கூடிய பூரணத் தெளிவு என ஒன்று உண்டா என்ன?

(காலடிகள்)

பீஷ்மர்: அஞ்சலி செலுத்த வருகிறார்கள் போலும்.

(இரவின் ஒலிகளை மீறி ஒரு தொலைதூரக் கதறல் எழுகிறது.

பெண் குரல். இழந்துவிட்ட மகனுக்காக அது மனம் சிதறிக் கூவி அரற்றுகிறது.)

பீஷ்மர்: கௌரவர்களும் பாண்டவர்களும் சேர்ந்து போர் தொடுத்தது இந்த அன்னையரிடமும் தான்.

நிழல்: மண்ணை மட்டுமே பார்க்கும் பேதைகள்; இல்லையா?

(கர்ணன் அரங்கில் நுழைகிறான்)

*

5

(கர்ணன் அரங்கில் நுழைகிறான்)

கர்ணன்: பிதாமகரை வணங்குகிறேன்.

பீஷ்மர்: உனக்கு புகழ் உண்டாவதாக.

கர்ணன்: *(அருகே வந்து)* தாங்கள் என்னை ஒருபோதும் ஆயுளுடையவனாக இருக்கும்படி வாழ்த்தியதில்லை.

பீஷ்மர்: அது ஏன் என உனக்கே தெரியும்.

கர்ணன்: இங்கு வந்து தங்களை சந்திக்கலாமா கூடாதா என்று என் மனம் ஊசலாடியது.

பீஷ்மர்: உனக்கு மகிழ்ச்சி குறைந்திருக்கும். இந்த அம்புகள் அர்ச்சுனனுக்குரியவை.

கர்ணன்: பிதாமகரே.

பீஷ்மர்: இனி நீ ஆயுதமேந்தலாம் அர்ஜுனனை வென்று அஸ்தினபுரியை கைப்பற்றலாம்...

கர்ணன்: பிதாமகரே நான் இங்கு வந்தது தங்களை வணங்க. தங்கள் ஆசி எனக்கு இல்லை என நான் நன்கு அறிவேன். தேரோட்டியின் மகன் அரியணையில் அமர்ந்ததை நீங்கள் ஏற்கவேயில்லை. உங்கள் ஏளனத்தையும் வெஞ்சொற் களையும் ஏற்றுத்தான் இந்நாள் வரை வாழ்ந்திருக்கிறேன். ஆயினும் உங்களை வந்து வணங்கவேண்டும் என்று என் மனம் சொன்னது. ஏனெனில்...

பீஷ்மர்: வணங்கி விட்டாயல்லவா? நீ போகலாம்.

கர்ணன்: பிதாமகரே, இதைச் சொல்லாமல் இருந்தால் என்னால் எஞ்சிய வாழ்நாளை பெருஞ்சுமையுடன்தான் கழிக்க முடியும்... நான் உங்களை என்றுமே என் தந்தையின் இடத்தில்தான் வைத்திருந்தேன். உங்கள் வசைகள்

பத்ம வியூகம் ❋ 233

எனக்குள் உள்ளூர ஆனந்தத்தை அளித்தன. அவை என்மீது படியும் உங்கள் கவனத்தின் தடயங்கள் என்று எண்ணுவேன். இந்தப் பிரபஞ்சத்தில் எனக்கென யாரும் இல்லை என்று உணரும் தருணங்கள் உங்கள் வசைச் சொற்களுக்காக அடங்காத தாகத்துடன் நான் அங்க நாட்டி லிருந்து வருவதுண்டு.

பீஷ்மர்: உன் மீதிருந்து நீங்காத பிரியம் கொண்ட இன்னொருவர் இவ்வுலகில் உண்டு கர்ணா. அதை நீ அறிவாயா?

கர்ணன்: *(பீஷ்மரின் குரல் மாறுபாட்டை உணர்ந்து)* பிதாமகரே நீங்கள்...

பீஷ்மர்: குந்தி உன் தாய் என உனக்குத்தெரியுமா?

கர்ணன்: தெரியும். ஆனால் சில நாட்களுக்கு முன்புதான்... பிதாமகரே உங்களுக்கு எப்போது இது தெரியும்?

பீஷ்மர்: தேரோட்டி மகனாக நீ வந்து நின்ற கணமே எனக்குத் தெரியும். நீ, உன்முகம். உன் தந்தையையும் நான் அறிவேன்.

கர்ணன்: யார் அது?

பீஷ்மர்: அதை நீ அறியவே போவதில்லை. ஐதீகங்களின்படி நீ சூரியனின் புதல்வன்.

கர்ணன்: பிதாமகரே... நெறிமீறிப் பிறந்தவன் என்பதனாலா என்னை வெறுத்தீர்கள்...

பீஷ்மர்: *(கோபத்துடன்)* நிறுத்து.

கர்ணன்: *(பதைப்புடன்)* பிதாமகரே...

பீஷ்மர்: யார் வெறுத்தது உன்னை? *(குரல் உடைய)* கர்ணா என் வாழ்நாள் முழுக்க கனிவையும் காதலையும் வெறுப்பின் வடிவில் மட்டுமே வெளிப்படுத்த முடிந்திருக்கிறது எனக்கு... நான் சபிக்கப்பட்டவன். பெரும் சாபத்துடன் இவ் வுலகுக்கு வந்தவன். இந்தக் கரங்களில் ஒரு குழந்தையை நான் இதுவரை ஏந்தியதில்லை. *(எழ முயன்று)* அருகே வா *(கை நீட்டுகிறார்)*

கர்ணன்: *பிதாமகரே என்னை மன்னியுங்கள் நான் உங்களைப் புரிந்து கொள்ளவில்லை.*

பீஷ்மர்: *(தொடாமல்) இல்லையில்லை... வேண்டாம். இந்தக் கரங்களால் உன்னைத் தொட வேண்டாம்.*

கர்ணன்: *உங்கள் ஆசி கிடைத்தால் இப்பூமியில் நான் இழந்தவை முழுக்க சமன் பெற்று விடும்...*

பீஷ்மர்: *உன் தலைமீது கரம் வைத்து நான் என்ன சொல்வது? நீண்ட ஆயுளா? அரச போகமா? புகழா? – கர்ணா உனக்கென காத்திருப்பது என்ன? நீ தலைமுறை நினைவுகளில் ஓயாத குற்ற உணர்வு மட்டும்தானா? குழந்தை, உன்னைக் காணும்போதெல்லாம் என் அடிவயிறு பதைபதைத்தது எதனால் என்று நீ இப்போதாவது அறிகிறாயா? உன்னைப் பார்க்கையில் என்மீதும் நான் சுமக்கும் இந்த வம்ச பரம்பரை அடையாளங்கள்மீதும் கடும் துவேஷம் என்னில் நுரைத்தெழும். அதை உன்மீதே உமிழத்தான் நான் பழகியிருக்கிறேன். பின்பு ஆயுதசாலைக்குத் திரும்பி என் நெஞ்சின் மையமெனத் தெரியும். சரபிந்துமீது அம்புகளை ஏவுவேன். ரத்தம் வடிய, நிணம் சிதற...*

கர்ணன்: *அதிலெனக்கு இம்மியும் துயரம் இல்லை பிதாமகரே. பிறப்பில் ஒரு பிழை நிகழ்வது எளிய விஷயம்தானே? உடல் ஊனம், மன ஊனம்... இந்தப் பிழைபட்ட கதா பாத்திரத்தில் இருந்து கொண்டு மிகச்சிறந்த நடிப்பை நான் வழங்கியிருக்கிறேன். அது போதும்.*

பீஷ்மர்: *மீண்டும் மீண்டும் நீ உன்னைச் சூழ்ந்திருப்பவர்களை உன் பெருந்தன்மையால் வென்று முன் செல்கிறாய். அவர்களை மேலும் சிறுமையாக்குகிறாய். குழந்தை, அதிரதனின் பின்னால் கையில் சம்மட்டியுடன் நீ வந்து நின்ற அந்த முதல் கணத்தில் உன் ஒளிமிக்க பார்வை யாலேயே என்னை நீ வென்றுவிட்டாய். என்னை ஒரு புழுவாக உணரச் செய்தாய். இதோ இறுதியில் உன் அன்னையை. இனி களத்தில் உன் சகோதரர்கள் அனைவரையும்...*

ஆனால் உன் உள் மனதில் ஒரு தழல் துளி மிச்சமில்லையா என்ன?

கர்ணன்: நீங்கள் கூறுவது என்ன என்று எனக்குப் புரியவில்லை பிதாகமரே

பீஷ்மர்: பற்பல வருடங்களுக்கு முன்பு கங்கை நதிக்கரையில் பரதவர் குலத்தலைவனும் என் தந்தையும் சாட்சி நிற்க நான் ஒரு சபதம் எடுத்தேன். எனக்குரிய அனைத்தையும், பிற்பாடு எனக்கு கிடைக்கவிருந்த அனைத்தையும் அந்தக் கணத்தில் துறந்தேன். ஆனால் அந்தச் செயல் மூலம் என்னைச் சுற்றியிருந்த அனைவரை விடவும் நான் உயர்ந்தேன். எந்த தருணத்திலும் அவர்களால் புறக்கணித்து விட முடியாத அறத்தின் உருவமாக மாறினேன். ஆம், ஒரு வகையில் துறந்தவற்றைவிட பலமடங்கு அடைந்தேன். ஆனால் அன்றிரவு – குழந்தை, இதை என் வாழ்நாளில் முதன்முறையாக உன்னிடம் கூறுகிறேன் – நான் இழந்த மணிமுடிக்காக அன்று கண்ணீர் விட்டேன். இழக்க நேர்ந்த பெண்ணுக்காக பிறகு. வயது ஏற ஏற அச்சுமை பெருகியது. என் பிறக்காத குழந்தைகளுக்காக இந்தக் கரங்கள் ஏங்கின. பிறக்க நியாயமேயில்லாத பேரக்குழந்தைகளுக்காக இந்த முதியதோள்கள் எத்தனையோ தனித்த, கதைத்த, இருண்ட இரவுகளில் கண்ணீருடன் குலுங்கியிருக்கின்றன. (குரல் ஓங்க) நான் அடைந்தவை எல்லாம் வெற்றுப் பிரமைகள் என்று எண்ணியிருக்கிறேன். என் தோள்களில் எஞ்சும் இந்த வெறுமையுணர்வு... இலைகளும் பூக்களும் கால்களும் இல்லாத வெற்று மரக்கிளைகள் போன்ற இக்கரங்கள்... ஒரு பேரக்குழந்தையை தோளிலேற்றி அதன் மென்சருமத்தை உணர்ந்திருந்தால் என் ஆத்மா நிறைவுற்றி ருக்குமா? தெரியவில்லை. வெறும் உணர்வெழுச்சிகள்...

கர்ணன்: பிதாமகரே தங்கள் உணர்வுகள் தங்களிடமில்லை.

பீஷ்மர்: ஆம். எத்தனையோ வருடம் நான் போட்டு, காத்த அரண்கள் இன்று என்னிடமில்லை. நான் ஒரு மரமே அல்ல. முளைக்காது போன விதை மட்டும்தான்.

வானின் ஒலியும் மண்ணின் ஈரமும் காற்றின் மணமும் அறியாமல் கெட்டியான ஓட்டுக்குள் தனக்குள் தான் எனச்சுருங்கி ஒண்டிய வெற்று விதை. அதனால்தான் எனக்கு மனிதர்களின் கண்ணீர் புரியாமல் போயிற்றா? என் உதிரத்தில் பிறந்த குழந்தைகள் இவர்கள் என்றால் ஒருவேளை இப்படி போர் புரிந்து அழிய விட்டிருக்க மாட்டேனா?

கர்ணன்: இதில் நீங்கள் என்ன செய்திருக்க முடியும்?

பீஷ்மர்: உண்மை. நான் என்ன செய்திருக்க முடியும்? ஆனால் நான் இன்னமும் கனிந்திருக்கலாம். இன்னமும் கண்ணீர் விட்டிருக்கலாம்.

கர்ணன்: தங்கள் கண்ணீர் என்னை துன்புறுத்துகிறது பிதாமகரே.

பீஷ்மர்: நீ ஒரு கணமேனும் இதே உணர்வுகளை அடைந்த தில்லையா? ஒவ்வொருமுறையும் நீ அர்ச்சுனன் முன் தோல்வியை ஏற்றுக் கொண்டாய்.

கர்ணன்: நேர்மாறாக, பிதாமகரே. நான் வெளியே எரிந்து கொண்டிருக்கும்போதும் உள்ளே குளிர்ந்தடங்கிக் கொண்டிருந்தேன். கொடுக்கும்போது நான் பெற்ற மகிழ்வை அடையும் போது பெற்றதேயில்லை.

பீஷ்மர்: நீ வள்ளல். வள்ளலாகவே பிறந்தவன்.

கர்ணன்: அனைத்தையும் நான் பிறருக்கு அளிக்கும் நேரம் வரும் பிதாமகரே. வம்சத்தையும் குலத்தையும் அளித்து விட்டேன். குந்தி வந்து கேட்டபோது வெற்றியை அளித்து விட்டேன். இந்திரன் வந்து கேட்டபோது உயிரையும்... இனி எஞ்சுவது ஒரு கடன். அதை துரியோதனனுக்கு அளித்துவிட்டால் என் வருகை நிறைவு பெறுகிறது...

பீஷ்மர்: ஏன் உன் அருகாமை என் உணர்வுகளை கூசிச் சுருங்க வைத்தது என்று இப்போது புரிகிறது. உன்னிடமிருந்து விடுபட்டவையெல்லாம் கனிகள் மரங்களை விட்டுச் செல்வது போல சென்றன. என்னை விட்டுச் சென்றவை பிஞ்சுகள் போல கசியும் காயங்களை விட்டு விட்டு...

பத்ம வியூகம்

கர்ணன்: *தங்களை வணங்கிச் செல்ல வந்தேன்.*

பீஷ்மர்: *உனக்கு என் ஆசிகள்.*

(கர்ணன் வணங்கி விடைபெறுகிறான்)

பீஷ்மர்: *ஒரு முள் விலகியது போலிருக்கிறது. (வலியுடன் அசைந்து) அம்மா...*

(நிழல்கள் திடுக்கிட்டு ஏறிட்டுப் பார்க்கின்றன. இரவுக் களத்தில் ஒலிகளில் வெகு தொலைவில் வேறு ஒரு மரண முனகல்)

பீஷ்மர்: *பூச்சிகள் எங்கும் நிரம்பி விட்டன. ஈசல்களா? ஈசல்கள் எப்படி வரும், மழை பெய்யாமல்? (கைகளை வீசி) ஆம் ஈசல்கள் தான். ஆனால் மழை...! உதிர மழையில் எழுந்தவையா இவை?*

(ஒரு நிழல் எழுந்து ஏளனமாகச் சிரித்து அவர் அருகே வருகிறது)

நிழல்: *அவை ஈசல்களல்ல மூடா. அவற்றை தர்மங்கள் நியாயங்கள் என்பர் அறிவுடையோர். பார், அவற்றின் இறகுகளில் உதிரத்தின் செந்நிற ஒளியை...*

(நிழல்கள் கூவிச் சிரிக்கின்றன)

பீஷ்மர்: *போதும் நிறுத்துங்கள்.*

(நிழல்கள் அமைதியடைகின்றன)

பீஷ்மர்: *எத்தனை சிறிய வாழ்வு. ஒருநாள் புழு. மறுநாள் பறவை. அவ்வளவுதான். அவற்றின் உலகில் உணர்வுகளும் ஏக்கங்களும்கூட. அத்தனை சிறியவையாக இருக்கக் கூடும்... மிகச் சிறியவையாக. ஓர் இமைப்புக்குள் ஓடி மறைபவையாக...*

(மிக மௌனமாக குதிரை வீரன் ஒருவன் செந்நிறக் கொடி யுடன் செல்கிறான். அவனைத் தொடர்ந்து வெண்ணிறக் கொடி. மீண்டும் சிவப்பு. மீண்டும் கரிய கொடி.)

பீஷ்மர்: *(தொடர்ந்து) சிறியவை என்றால் காலம் சிறிதாகிவிடுமா? யானையின் காலம் என் காலத்தைவிடப் பெரிதா? இந்த*

விண்மீன்களின் காலம் எது? காலம் எத்தனை இருண்ட, எடைமிக்க சொல்!

*(**மீண்டும்** கொடிகள் ஓடி மறைகின்றன)*

பீஷ்மர்: இதே சொற்களை முன்பொருமுறை சொன்னேன். வெகுநாள் முன்பு... வபுஷ்டி நதியின் கரையில்...

(பீஷ்மரை அவரது நிழல் நெருங்கி வருகிறது)

துல்லியமான நதி நீரின் ஓட்டத்தைப் பார்த்து நின்ற போது... ஆம் இதே சொற்களை! இந்த நதியின் காலம் எது என... அப்போது நீரிலிருந்து என் ஆடிப்பிம்பம் எழுந்து வந்தது.

நிழல்: பீஷ்மா இதோ உன்னருகே மிக அருகே உள்ளது அந்த இடம். அந்த தருணம்... மீண்டும் ஒரு வாய்ப்பு.

பீஷ்மர்: எங்கே?

நிழல்: எழுக.

பீஷ்மர்: *(எழுந்து)* எங்கே?

நிழல்: இதோ... *(பீஷ்மர் தன் உடைகளை களைகிறார். தாடியையும் தலை மயிரையும் களைந்து நிழலிடம் தந்து பட்டாடையும் கச்சையும் நகைகளும் அணிந்து இளமைத் தோற்றம் கொள்கிறார்)*

நிழல்: இதோ இந்த மெல்லிய திரைக்கு அப்பால் உள்ளது வபுஷ்டி நதியின் கரை. நீ மீண்டும் அங்கே செல்ல முடியும் நீ உன் வாழ்வில் தவறவிட்ட கணங்களில் ஒன்று அது...

*(**பீஷ்மர்** ஒரு காலடி எடுத்து வைக்க அரங்கின் ஒளி மாறுபடுகிறது. நீரின் கலகல ஒலி. ஒளியின் நடனம்)*

பீஷ்மர்: இந்த நதிக்கரையில் இப்படி நின்றது நாற்பது வருடங்களுக்கு முன்பு. அன்று தோள்களில் நான் அடையப் போகும் வெற்றிகள் திமிறிக் கொண்டிருந்தன. இன்று அடைந்த வெற்றிகளின் பாரம் *(குனிந்து)* அதே நதி. அதே மென்நீல நீரோட்டம். நிழல்களாடும் ஆழம். நதிக்கு காலம் இல்லையா என்ன? ஒவ்வொரு கணமும்

காலமின்மைதான் அதில் ஓடிக்கொண்டிருக்கிறதா? என் முகம். அது நான் விரும்பியது போல இல்லை. நான் சொல்லாத சொற்களாலானதாக மாறிவிட்டிருக்கிறது அது.

(எதிரே நீர் பிளக்கும் ஒலியுடன் ஒருவன் எழுகிறான்)

பீஷ்மர்: யார், நில் *(அம்பை உருவுகிறார்)*

எழுந்தவன்: என் பெயர் சிகண்டி. பாஞ்சால மன்னனின் வளர்ப்பு மகன்.

பீஷ்மர்: அப்படி ஒரு வளர்ப்பு மகனைப் பற்றி கேள்விப் பட்டதேயில்லையே...

சிகண்டி: மகள் என்று கேள்விப்பட்டிருப்பீர்கள்.

பீஷ்மர்: நீதானா அது? இங்கு என்ன செய்கிறாய்?

சிகண்டி: இங்குதான் நான் என் நாட்களைக் கழிக்கிறேன். இந்தக் காட்டிலுள்ள பழங்குடி மக்கள் சிறந்த வில்லாளிகள். இவர்களிடம் பயிற்சி பெறுகிறேன்.

பீஷ்மர்: *(இகழ்ச்சியுடன்)* நீ களம் புகுந்தால் எந்த ஆண்மகன் எதிர்க்க முன்வருவான்?

சிகண்டி: என் எதிரியும் என்னைப்போலத்தான்.

பீஷ்மர்: அப்படியென்றால் சரி *(சிரித்தபடி)* யார் அவன்?

சிகண்டி: அவன் பெயர் பீஷ்மன். அஸ்தினபுரியின் பிதாமகன் அவன் என்கிறார்கள்.

பீஷ்மர்: *(ஒரு கணம் திகைத்து)* உன் தாயின் பெயர் என்ன?

சிகண்டி: அம்பை. காசி மன்னன் மகள்.

பீஷ்மர்: அவளுக்கு மணமாயிற்றா என்ன?

சிகண்டி: இல்லை. தாங்கள் யார்?

பீஷ்மர்: நான் ஒரு ஆயுதப்பயிற்சியாளன்.

சிகண்டி: யாருக்கு?

பீஷ்மர்: அஸ்தினபுரியின் இளவரசர்களுக்கு.

சிகண்டி: *ஆம். தங்களைப் பார்த்தபோதே தெரிந்தது, பெரும் வீரர் என்று. தாங்கள் எனக்கு திருணதாரண அஸ்திர வித்தையை கற்றுத்தர இயலுமா? தங்களுக்கு அடிமையாகிறேன்.*

பீஷ்மர்: *எதற்கு?*

சிகண்டி: *அது மிக அபூர்வமானது என்றார்கள். நான் அத்தனை விற்பயிற்சிகளையும் பெற்றாக வேண்டும். ஒரு போர் வரும். அன்று நான் பீஷ்மனின் மார்பை பிளப்பேன்.*

பீஷ்மர்: *நீயா? பீஷ்மரையா?*

சிகண்டி: *ஆம். ஏனெனில் நான் பிறந்ததே அதற்காகத்தான். நான் எய்யப்பட்டுவிட்ட அம்புதான் உத்தமரே. என்னை எய்தவள் என் அன்னை. அவள் இன்றில்லை.*

பீஷ்மர்: *என்ன ஆயிற்று?*

சிகண்டி: *(சாதாரணமாக) எரி புகுந்துவிட்டாள்.*

பீஷ்மர்: *அவள் உன்னிடம் என்ன சொன்னாள்?*

சிகண்டி: *நீங்கள் அஸ்தினபுரிக்காரர் என்பதனால் அறிந்திருப்பீர்கள். அம்பையின் ஆத்மாவை எள்ளி நகையாடினான் பீஷ்மன். எரியும் நெஞ்சுடன் அவள் முதலில் பாஞ்சால மன்னனை நாடி வந்தாள். காசியில் சுயம்வரத்திற்கு வந்த பெரிய மன்னன் அவன்தான். தன்னை ஏற்கும்படி அவனிடம் மன்றாடினாள். பீஷ்மர் மீதுள்ள அச்சத்தால் அவன் அவளை ஏற்கப் பயந்தான். பிறகு அன்று சுயம் வரத்திற்கு மன்னர்கள் ஒவ்வொருவரிடமும் சென்று யாசித்தாள். அவள் வேண்டியது ஒரு குழந்தையை. தன் நெஞ்சின் நெருப்பை வளர்த்து அதில் பீஷ்மனை பலியாக்கும் ஒரு வாரிசை. எவருமே அதற்கு முன் வர வில்லை. ஏனெனில் பீஷ்மன் எதையுமே மன்னிக்காதவன். நிகரே இல்லாத வில்லாளி.*

பீஷ்மர்: *ஆம் அப்படித்தான் கேள்விப்பட்டேன்.*

சிகண்டி: *உடைந்த நெஞ்சுடன் அவள் காட்டுக்குச் சென்றாள். அவள் தலைமயிர் சடையாயிற்று. உடல் கறுத்து*

செதில்களேறின. நகங்கள் நீண்டு வளர்ந்தன. அவள் கண்கள் மட்டும் இரவில் சிறுத்தையின் கண்கள் போல சுடர்விட்டன...

பீஷ்மர்: *உன் தந்தை யார்? (பொறுமையின்மையை மறைக்க சகஜபாலனை காட்டி) சூதர்கள் பாடாத கதாநாயகன்?*

சிகண்டி: *யாரோ... ஒருவேளை ஏதோ காட்டு மிராண்டி. அவர்களிடம்தான் ஒருபோதும் அணையாத வன்மம் உறங்குகிறது... தர்மங்களாலும் கருணையாலும் நனைய விடப்படாத உக்கிரமான வன்மம். நான் பிறந்தபோது என் தாய்க்கு பித்து மிகவும் முற்றியிருந்தது. ஊர் ஊராக என்னை தூக்கிக் கொண்டு அலைந்தாள். மிருகங்கள் குட்டிகளை வளர்ப்பதுபோல ஊட்டினாள், பாதுகாத்தாள். அவள் காசி மன்னன் மகள் என யாருக்கும் தெரிந்திருக்க வில்லை. தெருக்களில் பிச்சையாக கிடைத்ததை உண்டாள், புழுதியில் படுத்து தூங்கினாள். நான் பெண் என்று அவள் அறிந்ததே வெகுநாள் கழித்து எனக்கு ஆறு வயது இருக்கும் போதுதான். அந்த நாள் எனக்கு நன்றாக நினைவிருக்கிறது. முழு நிலவு நாள் அது. கிராமத்துக்கு வெளியே சுடுகாட்டின் ஓரம் ஓர் இடிந்த கல்மண்டபத்தில் அவள் இருந்தாள். ஊருக்குள் பிச்சையாக பெற்ற உணவுடன் நான் திரும்பி வந்தேன். அவள் மெல்ல தனக்குள் முனகியபடி முன்னும் பின்னும் ஆடிக்கொண்டிருந்தாள். சன்னதம் கொள்ளப் போகிறவள் போல...*

(சிகண்டிக்கு பின்னால் ஒளி விழும் இடத்தில் அம்பை தள்ளாடியபடி வந்து அமர்வதை பீஷ்மர் காண்கிறார். சிகண்டி அதை அறிவதில்லை. அம்பை பயங்கரக் கோலத்திலிருக்கிறாள். முகத்தின்மீது சடைமுடிக் கற்றைகள் தொங்கியாடுகின்றன. கண்கள் சுடர்கின்றன.)

சிகண்டி: *அவள் அப்படி இருப்பதுண்டு. விறகை கருக்கி நொறுக்கி உண்ணும் தீ போன்றது அவளில் எரியும் அந்தக் குரோதம்.*

(அம்பை கைகளை முஷ்டி பிடித்து நெரிக்கிறாள். உறுமுகிறாள். முனகிக் கொள்கிறாள். இடைவிடாது பெருமூச்சு விடுகிறாள். ஒரு வனதெய்வம் போலிருக்கிறாள்)

சிகண்டி: அன்று நான் உணவை அவளருகே வைத்துவிட்டு மெல்ல விலகினேன்.

அம்பை: *(தலைதூக்கி சிகண்டியை உற்றுப் பார்க்கிறாள்)* யார் நீ?

சிகண்டி: நான் சிகண்டி...

அம்பை: *(கூவலாக)* யார்?

சிகண்டி: ஆம், இப்பெயர் அவளறிந்ததல்ல. அவள் போட்டதல்ல... பிச்சை அளிக்கும் ஊர்க்காரர்கள் போட்டபெயர்...

அம்பை: *(சட்டென்று கனிந்து)* மகனே...

சிகண்டி: *(குழம்பி)* அம்மா நான்...

அம்பை: மகனே நீ யார் தெரியுமா? நீ காசி மன்னனின் மகள் வயிற்றில் பிறந்தவன்.

சிகண்டி: அம்மா நான் உன் பெண்.

அம்பை: இல்லை நீ ஆண். நான் சொல்கிறேன் நீ ஆண் *(வெறி ஏற)* நீ ஆண்தான். நீ ஆண்தான். நீ ஆண்தான்...

சிகண்டி: ஆம் அன்னையே நான் ஆண்தான்.

அம்பை: மகனே நீ செய்ய வேண்டிய கடன் ஒன்று உள்ளது. உன் பிறவி நோக்கமே அதுதான்.

சிகண்டி: சொல்லுங்கள் அன்னையே; காத்திருக்கிறேன்.

அம்பை: *(தணிந்த மெல்லிய குரலில்)* இருபது வருடங்களாக முயல்கிறேன். என்னுள் எரியும் இந்த நெருப்பை அணைக்க என்னால் முடியவில்லை. இதை அணைக்க வேண்டுமென்றால் நான் காலத்தில் பின்னால் நகர வேண்டும். நான் அவன்முன் மண்டியிட்ட அந்தக் கணத்திற்கு மீண்டும் சென்று அக்கணமே அங்கேயே செத்து உதிர வேண்டும். இல்லை. இந்த நெருப்பு அப்போதும் அணையாது. இது

எனக்குரிய அனைத்தையுமே எரித்து விட்டது. உடலையும் உயிரையும் ஆத்மாவையும் சாம்பலாக்கி விட்டது. என் மறுபிறப்பிலாவது இதிலிருந்து எனக்கு விடுதலை வேண்டும். (தழுதழுத்து) என் விடுதலை உன் கரங்களில் இருக்கிறது...

சிகண்டி: நான் என்ன செய்ய வேண்டும் அன்னையே.

அம்பை: நீ அஸ்தினபுரியின் பிதாமகன் பீஷ்மனை கொல்ல வேண்டும்.

சிகண்டி: கொல்கிறேன்.

அம்பை: (திடுக்கிட்டு ஏறிட்டுப் பார்த்து) நீயா? நீ... உனக்கு அவர் யாரென தெரியுமா?

சிகண்டி: யாராக இருந்தாலும் சரி... உங்கள் சொல் எனக்குக் கட்டளை... நீங்கள் என்னிடம் பேசிய முதல் சொற்கள் இவை...

அம்பை: உன்னால் முடியுமா? உன்... ஆனால் உன்னால் முடிந்தாக வேண்டும்... எனக்கு வேறு எவரும் இல்லை.

சிகண்டி: நான் அதற்காக மட்டுமே வாழ்வேன்.

அம்பை: நீ அவனை களத்தில் கொல்ல வேண்டும். அவனுடைய கவசங்கள் மூடிய மார்பை உன் அம்புகள் பிளக்க வேண்டும்.

சிகண்டி: ஆம் அது நடக்கும்.

அம்பை: மகனே... நீ

சிகண்டி: ஐயமே தேவையில்லை அன்னையே. அது நடக்கும். விண்ணில் நிறைந்துள்ள தெய்வங்கள் அறிக. மண்ணில் நிரம்பியுள்ள மூதாதையர் அறிக. பஞ்சபூதங்கள் அறிக. இது உண்மை.

அம்பை: (ஆழ்ந்த அமைதியுடன்) ஆம். நீ அதை செய்வாய். (பெருமூச்சுடன் எழுந்து) நீ பாஞ்சால மன்னனிடம் செல். இதோ இந்த மோதிரத்தைக் காட்டு. உன்னை அவர் தன் குழந்தையாக ஏற்பார். (ஒரு மோதிரத்தை நீட்ட சிகண்டி

பெற்றுக் கொள்கிறான்) மீதிக் கதைகளை சூதர் பாடல்களே உனக்குக் கூறும்.

சிகண்டி: நான் உங்களுக்கு வேறு என்ன செய்ய வேண்டும் அன்னையே.

அம்பை: இந்தப் பிறவியை நீ எனக்காக அளிக்கிறாய் மகனே. கடன் இனி என்னுடையதுதான். வரும் ஏழு பிறவிகளில் நான் உனக்கு சேயாகி இந்தக் கடனை கழிப்பேன். அதுவன்றி உனக்குத்தர இந்த அன்னையிடம் என்ன இருக்கிறது? (விம்மி அழுகிறாள். அழுகை வலுத்து உக்கிரமான ஓசையற்ற குலுங்கல்களாக நீடிக்கிறது.)

சிகண்டி: (ஆறுதல் கூறும்விதமாக) பாஞ்சாலத்திற்கு தாங்கள் வருகிறீர்களல்லவா?

அம்பை: (மெல்ல அமைதியாகி) இல்லை. என் பயணம் இங்கே முடிகிறது. (கை சுட்டி) இது காட்டாளர்களின் மயானம். சற்றுமுன் அந்தச் சிதையில் எரிபவன் முகத்தைப் பார்த்தேன். அவனுடன் நானும் எரிந்தாக வேண்டும்.

சிகண்டி: அம்மா!

அம்பை: உனக்கு வெற்றி கிடைக்கட்டும். என்னை மன்னித்து விடு குழந்தை. (நடந்து செல்கிறாள். சிகண்டி பதற்றமும் பதைப்புமாக நிற்கிறான். ஆனால் பின் தொடர்வதில்லை. அம்பை சென்று மறைந்த திசையில் தீ சுடர் விட்டெழும் ஒலி. பெண் குரல் கதறல். பின் அமைதி.)

சிகண்டி: பாஞ்சாலனின் வளர்ப்பு மகள் ஆனேன். ஆனால் எவரும் எனக்கு வில்வித்தை கற்பிக்கவில்லை. எனவே இந்த காட்டுக்கு ஆண் வேடமிட்டு வந்து இவர்களிடம் வில்வித்தை பயின்றேன். அவர்கள் என்னை கண்டடைய லாகாது என்பதனால் வைத்தியர் ஸ்தூனகர்ணருக்கு பெரும் பணம் தந்து என்னை ஆணாக்கிக் கொண்டேன்.

பீஷ்மர்: உன் இலக்கு நிறைவேறட்டும்!

சிகண்டி: தங்கள் ஆசி. சற்றுமுன் தாங்கள் ஓர் அம்பின் வால்

பத்ம வியூகம் ✖ 245

நுனிமீது மறு அம்பை எய்து நிறுத்தக் கண்டேன். அதன் பெயர் திருணதாரண அஸ்திரம். அது மிக அபூர்வமானது. பரசுராமர் உருவாக்கியது. அதை நீங்கள் எனக்கு கற்பிக்க வேண்டும்.

பீஷ்மர்: நீ எப்படி அதைக் கோரலாம்?

சிகண்டி: நியாயத்தின் பெயரால். அதைக் கொண்டே நான் பீஷ்மரைக் கொல்ல முடியும் என்று என் மனம் கூறுகிறது. என் கதையை உங்களிடம் நான் கூறியது இதற்காகத்தான்.

பீஷ்மர்: நியாயம். அதன் பெயரில் கேட்டால் நான் மறுக்க முடியாது. வா.

சிகண்டி: *(பாதங்களை வணங்கி)* வணங்குகிறேன் ஆசாரியரே.

பீஷ்மர்: *(குலைந்து அவனை தொடப் போய் தவிர்த்து)* உனக்கு வெற்றி கிடைக்கட்டும்

நிழல்: *(பீஷ்மரை தோளில் தொட்டு)* அவனிடம் சொல். நீ யாரென்று சொல்...

பீஷ்மர்: உன் அம்புகளை எடுத்துக் கொள்.

நிழல்: அவன் உன் மகன். உன் மகன். அவனைத் தொட்டால் உன் உதிரத்தில் பூக்கள் மலரும். மூடா தொடு அவனை.

சிகண்டி: *(வில்லை தொடுத்து)* சரி.

பீஷ்மர்: திருணதாரணம் என்பது புற்சரடுகளைப் போல அம்புகளை தொடுக்கும் கலை. இது உன் கட்டை விரலில் உள்ளது. உன் கட்டை விரலைக் கொண்டு நாணில் தெறித்து நிற்கும் அம்பின் சாய்வை கணிக்க வேண்டும்.

(அம்புப் பயிற்சியின் பலவிதமான அசைவுகள்)

பீஷ்மர்: ஒரே இலக்கை அணுகூட மாறாமல் மீண்டும் மீண்டும் தாக்கும் வித்தை இது. இதன் சூத்திரம் இதுதான் *(காதில் கூறுகிறார்)* இம்மந்திரத்தின் ஒவ்வொரு எழுத்தும் ஒன்றைக் குறிக்கும். முதல் எழுத்து அம்பின் பின்னிறகு.

இரண்டாமெழுத்து கட்டைவிரல். மூன்றாம் எழுத்து காற்று. நான்காம் எழுத்து நாணின் ஒலிபேதம்...

நிழல்: மூடா சொல். இப்போதாவது சொல். நீ என் மகள் என அவளை மார்போடணைத்துக் கொள்...

பீஷ்மர்: எங்கே அம்பை விடு பார்க்கலாம்.

சிகண்டி: *(அம்பை எடுத்து கண்மூடி தியானித்து எய்கிறான்)* சரிதானே குருநாதரே *(மீண்டும் மீண்டும் மீண்டும் அம்புகள்)*

பீஷ்மர்: மிகச்சரி *(ஒரு பெரும் மரம் முறிந்து பேரோலத்துடன் விழும் ஒலி)* உன் இஷ்ட தெய்வம் நீ வில்லேந்துகையில் வந்து விடுகிறதுபோலும். முதல் முறையாக இதை இத்தனை துல்லியமாக செய்தவன் பார்த்தன் மட்டுமே.

சிகண்டி: என் இஷ்ட தெய்வம் என் அன்னைதான். உன் உடலில் பெண்மையின் வடிவாக அவள் குடியிருக்கிறாள்.

பீஷ்மர்: உனக்கு வெற்றி கிடைக்கும். இந்த அம்புமுறையை நீ பீஷ்மரின் மார்பை பிளப்பாய்.

(சிகண்டி வணங்கி விடைபெறுகிறான்)

*

6

நிழல்: மீண்டும் நீ தவறவிட்டு விட்டாய்.

பீஷ்மர்: (மெதுவாக திரும்பி நிழல்கள் அளித்த தன் முதிய வேடத்தை எடுத்து அணிந்தபடி) ஆம். ஆனால் அது மட்டுமே சாத்தியம்.

நிழல்: ஏன்?

பீஷ்மர்: ஏனெனில் இது காலத்தின் இக்கரை. இங்கு இருந்து நாம் கூவும் எதுவும் மறுகரையில் ஒலிக்காது. (அம்புப் படுக்கையில் கால்களை நீட்டிக் கொள்கிறார்) ஆனால் இந்த அம்புகளின் எரியும் வலியை நான் என் உடல் முழுக்க உணர்ந்து கொண்டிருந்தேன் அப்போது.

நிழல்: நான் கூறுவது எதுவுமே உனக்குப் புரியவில்லை. உணர்வுகளின் போது மனிதர்கள் மூடர்களாகிறார்கள்.

பீஷ்மர்: உணர்வுகள் இல்லாதபோது அவர்களிடம் இருப்பவை வெறும் சொற்கள். அர்த்தமற்ற சொற்கள்.

நிழல்: எழுந்திரு. நீ கூற வேண்டிய சொற்களை கூறிவிடு. இல்லையேல் இந்த அம்புப்படுக்கையில் நீ மரணமின்றி கிடப்பாய்.

பீஷ்மர்: அதோ அங்கு... யார் அது?

நிழல்: யார்?

பீஷ்மர்: (எழுந்து) ஒரு சூதன். ஆனால் வேறு வகையாக உடையணிந்தவன்.

நிழல்: ஆம் அவன் சூதன்தான். அவனைப் பார்த்தால்...

பீஷ்மர்: அவன் பாடுவது ஓர் ஆடுகளத்தில் அவனைச் சுற்றி நடனமிடுகிறார்கள். அது ஏதோ திருவிழா.

(அரங்குக்கு வெளியே திருவிழா ஒலிகள். சிரிப்புகள் மத்தளம் முழங்க இருவர் மெல்ல நடனமிட ஒரு சூதன் கையில் தாளக் கோலை மெல்ல குலுக்கியபடி பாடிக் கொண்டு வருகிறான்.)

சூதன்: *குருகுல பீஷ்மன் – அவன்*

இணையிலா வீரன்.

குருகுல பீஷ்மன் – அவன்

இணையிலா வீரன்.

(கை தூக்கி காட்ட அமைதி)

ஆகவேதான் பீஷ்ம பிதாமகர் தன் வில்லை மடியின்மீது வைத்து இருகரங்களையும் கட்டியபடி அமைதியாக தேர்த்தட்டின்மீது அமர்ந்திருந்தார். மேகங்கள் இல்லாத தூய வானம் போன்றிருந்தது அவர் மனம். அந்த வானம் தெளிந்த குளிர்ந்த தடாகத்தில் பிரதிபலிப்பது போலிருந்தது அவர் முகம். அர்ச்சுனன் காண்டீபத்தை வைத்து விட்டு அவரை கை கூப்பி வணங்கினான். பின்பு காண்டீபத்தின் நாண்களை ஏற்றி அம்புகளை எய்யத் தொடங்கினான். அம்புகள் முதிர்ந்த மரத்தில் மாலையில் அணையும் பறவைகள் போல பிதாமர் பீஷ்மரின் அகன்ற மார்பிலும் புஜங்களிலும் சென்று தைத்தன... பாட்டன் மீது ஏறிவிளையாடும் குழந்தைகள்போல அவை அவரை மொய்த்துக் கொண்டிருந்தன...

(பாடல் தொடர்கிறது)

குருகுல பீஷ்மன் – அவன்

இணையிலா வீரன்

இமய மலைச் சிகரம் – அவன்

சடை விரித்த பேராலம்...

(பாடியபடி சூதர்கள் கடந்து செல்கிறார்கள்)

பீஷ்மர்: வேறு ஏதோ காலம். வேறு ஏதோ சூதர்கள். மனிதர்கள் மறைகிறார்கள். கதைகள் மறைவதில்லை.

நிழல்: நீ இந்தக் கதைகளில் ஒன்றில் நீ சொல்லாமல் போன சொற்களை சேர்த்து விடலாம்.

பீஷ்மர்: காலத்தின் ஒரு கணத்தில் தவறவிடப்பட்டவை; காலம் முழுக்க சென்றபடியே இருக்கட்டும் என்கிறாயா?

நிழல்: பிறகு எப்படி நீ இறப்பது?

பீஷ்மர்: அச்சொற்களுக்கு சமானமான வேறு எவற்றையோ நான் சொல்லும்போது.

நிழல்: யாரிடம்? எங்கே? எதைப்பற்றி?

நிழல் 2: வீண்! வீண்! எல்லாம் வீண்!

பீஷ்மர்: இல்லை. என் உள்ளுணர்வு சொல்கிறது. இந்த எண்ணம் எழுகையிலேயே எனக்குள் ஒரு முகம் தெளிவுறத் தெரிகிறது அது அவன் முகம்.

நிழல்: யார்?

பீஷ்மர்: அந்த யாதவன். கண்ணன்.

நிழல்: துவாரகை மன்னன்...

பீஷ்மர்: ஆம். ஆனால் அவனுக்கு மட்டுமே இந்த உதிர வெறியாட்டை மாபெரும் மனித நாடகமாக மட்டும் பார்க்க முடிகிறது. அன்று அம்பு மழை பொழிந்த களத்தில் இள வெயிலில் கண்டேன், அவன் முகத்தில் ஒரு புன்னகை மலர்ந்திருப்பதை.

நிழல்: அவன் சதி செய்பவன். போரிடுபவனல்ல.

பீஷ்மர்: வெல்பவனாகவும் தோற்பவனாகவும் ஒரே சமயம் உணர்பவன் அவன். நான் இருக்கும் இந்தப் பித்து வெளிக்கு வந்தால் பிறர் மனம் சிதறி அழிவார்கள். அவன் மட்டுமே சிரிப்பான்.

நிழல்: கொல்லும் சிரிப்பு.

பீஷ்மர்: காலத்தின் சிரிப்பு அது. அவன் இங்கு வரக்கூடும். அவனிடம் நான் எதையோ கூறக்கூடும்...

நிழல்: பாவனைகளில் உன்னை நீ தாலாட்டுகிறாய்.

பீஷ்மர்: இல்லை. அவன் அனைத்தும் அறிந்தவன். என்னைக் கொல்லும் வழியென்ன என்று கேட்டு யுதிஷ்டிரனை என்னிடம் அனுப்பியவன். யுதிஷ்டிரன் ஒரு தூதுப்புறா போல அசட்டுத்தனமான பணிவுடன் என்முன் வந்து நின்றபோது நான் அவன் சிரிப்பைக் கேட்டேன்.

நிழல்: உனக்கு மீண்டும் ஒரு தருணம் வாய்த்தது.

பீஷ்மர்: ஆம். அப்போதும் நான் அதைக் கூறவில்லை. ஆனால் அந்தத் தருணத்தில் நான் சொன்னவை எதுவும் தருமனிடம் கூறப்பட்டவை அல்ல.

நிழல்: என்ன கூறினாய்? ஒருவேளை அச்சொற்களில் நீ தேடும் அந்த மாற்றுச் சொற்கள் இருக்கலாம்.

பீஷ்மர்: ஆம். ஆனால் நான் களைத்துவிட்டேன். என் உடலை ஒரு திரவம் போல பூமியின்மீது படரச் செய்து படுத்துவிட வேண்டுமென்று மட்டுமே விழைகிறேன்.

நிழல்: எழுந்திரு. நீ சென்றாக வேண்டும். அந்தச் சொற்களை மீண்டும் தொட்டு அளைந்து தேடிப் பார்த்தாக வேண்டும்.

பீஷ்மர்: என்னை விட்டுவிடு.

நிழல்: உனக்கு மரணம் மட்டுமே ஓய்வாக அமைய முடியும்...

பீஷ்மர்: ஆமாம். மரணம். அதையன்றி வேறு எதையுமே நான் இக்கணம் விழையவில்லை.

நிழல்: எழுந்திரு.

*(**பீஷ்மர்** "ஆ" என்று முனகியபடி எழுகிறார். வயோதிக உடையை மாற்றாமலேயே தள்ளாடி நடக்கிறார்)*

நிழல்: அதோ பாடி வீடு. போர் ஓய்ந்து வீரர்கள் காயங்களை கழுவிக்கொண்டிருக்கும் மாலை நேரம்.

(காயமடைந்த வீரர்கள் தூக்கிச் செல்லப்படுகிறார்கள். குதிரைகள் நடக்க கொண்டு செல்லப்படுகின்றன. உணவு சமைக்கப்படும் ஒலிகள். வீரர்கள் சிலர் ஒரு பெரிய அண்டாவுடன்

செல்கிறார்கள். வளைந்த ஆயுதங்களை அள்ளி ஒருவன் செல்கிறான். அனைவரும் பீஷ்மரை வணங்கி செல்கின்றனர்)

பீஷ்மர்: போர்க்களத்து மாலை நேரத்திற்கே ஓர் அமைதி இருக்கிறது. தீராத கடும் நோய் இடைவெளி விடுகையில் வரும் உல்லாசம் போல.

ஒரு வீரன்: பிதாமகரே விட எல்லையில் எழுபது யானைகள் காயம்பட்டு விட்டன.

பீஷ்மர்: துதிக்கைக் காயம் எவ்வளவு?

வீரன்: பதினெட்டு.

பீஷ்மர்: அவற்றை மட்டும் விலக்கி மூலைக்கு கொண்டு செல். நாளை போரின்போது அவற்றுக்குப் பின்னால் நிற்கும் நமது படைகளிடம் எரியும் பந்தங்கள். இருக்கட்டும். தீயால் சுடப்பட்டு அவை பாண்டவர் படைகளுக்குள் விரட்டப்படட்டும்.

வீரன்: உத்தரவு

(இன்னொரு வீரன் உள்ளே வந்து வணங்குகிறான்.)

பீஷ்மர்: யார் வந்திருப்பது.

வீரன்: இந்திரப்பிரஸ்த மன்னர், குருவம்சத் தோன்றல், பாண்டவர் களில் முதல்வர்...

பீஷ்மர்: வரச்சொல் – தனியாக

(*பீஷ்மரின்* முகத்தில் குழப்பம் பரவுகிறது. தாடியை உருவியபடி நடக்கிறார். தருமன் எளிய உடையில் ஒரு சால்வையை மட்டும் போர்த்தியபடி வருகிறான்.)

தருமன்: (*வணங்கி*) பிதாமகருக்கு வணக்கம்.

பீஷ்மர்: தருமம் வெல்க. (*ஆசியளிக்கிறார்*)

தருமன்: எந்தையே இந்தப் போர் என்னை கவலைக்குள்ளாக்கு கிறது. வெல்ல முடியாத பிதாமகர்களும் வித்தையே கற்பித்த குருநாதர்களும் எதிரே அணிவகுக்கையில்...

பீஷ்மர்: நீ பார்த்தசாரதியின் உபதேச மொழிகளை கேட்கவில்லை போலும்.

தருமன்: அது வில்லாளிகளுக்குரியது பிதாமகரே. நான் எளிய மனிதன்.

பீஷ்மர்: நாளை பாரத வர்ஷத்தை ஆளவிருப்பவன்.

தருமன்: அந்த ஆசை எனக்கில்லை என்பதை தாங்கள் அறிவீர்கள். இந்தப் போர் எப்படித் தொடங்கியது என்பதை இப்போது எண்ணியே பார்க்க முடியவில்லை. சிந்திக்கும் தோறும் அந்த துவக்கப்புள்ளி காலத்தில் பின்னகர்ந்து போகிறது. எங்கள் இளமைப்பருவத்திற்கு... அதற்கும் முன்னால்... எங்கள் தந்தையர் வாழ்வுக்கு... ஒரு வேளை எங்கள் குலத்தின் விதையிலேயே இந்தப் போர் பொறிக்கப்பட்டிருக்கலாம் என்று படுகிறது.

பீஷ்மர்: (இகழ்ச்சியுடன்) களத்திலும் உனக்கு தத்துவ விசாரம் தானா?

தருமன்: நான் கோழையாக இருக்கலாம். ஒரு போதும் நான் அதை மறைத்ததில்லை. பிதாமகரே வீரம் என்பது என்ன? சுயநலம் நிரம்பிய வன்முறை அவ்வளவுதானே?

பீஷ்மர்: இல்லை அதன் மறுபெயர் துணிவு.

தருமன்: துணிவு என்று எதுவும் இல்லை. அச்சம் இல்லாத மனிதன் யோகி. அவன் ஒருபோதும் போரிடுவதில்லை. அவனுக்கு எதிரிகள் இல்லை

பீஷ்மர்: விதுரநீதி உன் மூளைக்குள் நிரம்பிவிட்டது.

தருமன்: பிதாமகரே உங்களிடம் விவாதிக்க நான் வரவில்லை. இந்தப் போர் என்னை மீறி தொடங்கிவிட்டது. என்னை மீறி நடந்து கொண்டிருக்கிறது. அதன் தலைமை இடத்தில் நான் அமர்ந்திருக்கிறேன். கோபுரம் மீது அமர்ந்த எளிய பறவை போல. என்னைச் சுற்றி அழியும் துயரமும் துயரமும் பெருகுகின்றன. இன்று நான் விரும்புவதெல் லாம் ஒன்றுதான், இந்தப் போர் எத்தனை சீக்கிரம்

பத்ம வியூகம் ❋ 253

முடியுமோ அத்தனை சீக்கிரம் முடிந்துவிட வேண்டும். வெற்றியோ தோல்வியோ சீக்கிரம் அது நிகழும் என்றால் அழிவு குறையும் அவ்வளவுதான்.

பீஷ்மர்: நீ தோல்வியை ஏற்கலாமே.

தருமன்: உங்களுக்குத் தெரியும். நான் இங்கு எதையும் தீர்மானிக்க முடியாது.

பீஷ்மர்: வேறு யார் யாதவ மன்னனா?

தருமன்: இல்லை குந்தியும் திரௌபதியும்.

பீஷ்மர்: *(சட்டென்று இறுகி)* ஆம். இப்போது உனக்கு என்ன தேவை?

தருமன்: போர் நாட்கணக்கில் நீள்கிறது. உங்களை வெல்ல அர்ச்சுனனால் முடியவில்லை. இருபுறமும் படைகள்தான் அழிகின்றன.

பீஷ்மர்: ஆம் அவனால் என்னை கொல்ல முடியாது. நான் அவனை கொல்லமாட்டேன்.

தருமன்: பிறகு எப்படி போர் முடிவது?

பீஷ்மர்: அதுதான் விஷயமா? உன்னை அனுப்பியவன் யார்?

தருமன்: உங்களுக்குத் தெரியும்...

பீஷ்மர்: அவன் என்ன கேட்கச் சொன்னான்.

தருமன்: உங்கள் மரணம் எப்படி நிகழும் என்று... அதற்கு நாங்கள் செய்ய வேண்டியது என்ன என்று கேட்டு வரச் சொன்னார்.

பீஷ்மர்: *(உரக்கச் சிரித்து)* அப்படியல்ல. அவன் சொன்ன வார்த்தைகள் வேறு.

தருமன்: *(யோசித்து)* ஆம்... நீங்கள் இறக்க விரும்பும் விதம் என்ன என்று கேட்கச் சொன்னான்.

பீஷ்மர்: எவர்முன் நான் தோற்பேன் என்று இல்லையா?

தருமன்: ஆம்.

பீஷ்மர்: என்னைக் கொல்பவன் ஒருபோதும் தீராத அவப் பெயரை, அதன் முடிவிலா நரகத்தை அடைவான் என்றால் கூட அதைச் செய்யத் துணிபவன் உங்களில் யார்?

தருமன்: பிதாமகரே...

பீஷ்மர்: என்னைக் கொல்வதன்றி அதன்மூலம் அவன் எதையுமே அடையமாட்டான் என்றாலும் அதற்குத்துணிபவன்...

தருமன்: வெற்றியில்லாத போருக்கு எந்த சத்திரியன் முன் வருவான்.

பீஷ்மர்: வருபவன் உண்டு. யாதவன் உன்னிடம் சொன்னது என்ன?

தருமன்: இதைப்பற்றி ஏதும் கூறவில்லை.

பீஷ்மர்: அவன் சொன்ன சொற்களையெல்லாம் நினைவுகூர்.

தருமன்: எவ்வளவோ சொற்கள்.

பீஷ்மர்: இந்தத் தருணத்திற்குப் பொருந்தாத எதையோ அவன் சொன்னான். அதுதான் மிகப்பொருந்துவது...

தருமன்: இல்லையே... (நின்று) ஆம், அவன் சிகண்டியைப் பற்றி சொன்னான்.

பீஷ்மர்: சிகண்டியா, யார் அது?

தருமன்: பாஞ்சாலனின் வளர்ப்பு மகன் அல்லது மகள். அவனை யாதவன் இருபிறப்பாளன் என்று இளநகையுடன் கூறினான்.

பீஷ்மர்: அவன் என்ன செய்ய வேண்டும் என்றான்?

தருமன்: ஒரு செயலின் பொருட்டு மறுபிறப்பு கொள்பவன் அதை செய்து முடிக்காமல் விடுவதில்லை என்றான்.

பீஷ்மன்: (பெருமூச்சுடன்) அதைத்தான் எதிர்பார்த்தேன். தருமா என்னை உன் தம்பியால் கொல்ல முடியாது. இந்த சிகண்டி என்னைக் கொல்வான். அவனை முன்னிறுத்தி போர் புரியச் சொல்.

தருமன்: ஏன்?

பீஷ்மர்: பெண்கள், பிராமணர், அலிகள் ஆகியோரிடம் நான் போரிடமாட்டேன். ஆயுதத்தை இறக்கி விடுவேன்.

தருமன்: உங்கள் கவசங்களைப் பிளக்கும் அம்பு வலிமை அவனிடம் உண்டா.

பீஷ்மர்: பாறையை புல் பிளக்கும்.

தருமன்: புரியவில்லை பிதாமகரே.

பீஷ்மர்: உன் தம்பிக்கும் யாதவனுக்கும் புரியும். சிகண்டிக்குத் தெரியும். நான் இதைச் சொன்னதாக மட்டும் அவர்களிடம் சொல்.

தருமன்: (பெருமூச்சுடன்) நானறியாத இந்த ஆட்டத்தில் வெறும் பகடையாக உணர்கிறேன்.

பீஷ்மர்: (நகைத்து) அல்லது திருவிழாவை பதைத்துப் பார்க்கும் உற்சவ மூர்த்தி

தருமன்: போதும் பிதாமகரே, இதெல்லாம் என்ன? ஏன் அந்தப் பேடி உங்களைக் கொல்ல வேண்டும்? என்ன அர்த்தம் அதற்கு? அவனுக்கும் உங்களுக்கும் என்ன உறவு?

பீஷ்மர்: அவன்... (திடுக்கிட்டு அமைதியாகி) இது ஒரு கேலிக்கூத்து மட்டும்தான் தருமா. உனக்கு இது புரியாது.

தருமர்: ஆம். புரியாததனால்தான் நான் இன்னும் தர்மத்தில் நம்பிக்கையுடனிருக்கிறேன் போலும்.

பீஷ்மர்: யாதவனிடம் கூறு (நிதானித்து) உடைந்த ஆடியில் முகம் பார்ப்பவன் தன் மரணத்தைக் காண்கிறான்.

தருமர்: சொல்கிறேன்.

(வணங்கி விடைபெறுகிறான். நிழல் நெருங்கி வருகிறது)

நிழல்: என்ன சொன்னாய்?

பீஷ்மர்: உடைந்த ஆடியில் முகம்பார்ப்பவன் தன் மரணத்தைக் காண்கிறான். ஏன் அதைச் சொன்னேன்?

நிழல்: அதில் உள்ளது உன் மரணத்தின் ரகசியம்.

பீஷ்மர்: நான் சொன்ன சொற்கள்தான். ஆனால் வேறு ஏதோ நாடகத்தில் நான் கேட்டவை போலிருக்கின்றன. எனக்கு புரியவில்லை. ஒருவேளை யாதவனுக்குப் புரிந்திருக்கும் அவனுக்குத் தெரியும்...

நிழல்: உனது மனம் அவனையே நாடுகிறது.

பீஷ்மர்: அவனுக்குத் தெரியாதது இல்லை.

(வெளியே இசை, நடன ஒலிகள். சிப்ளாக்கட்டை ஒலிக்க ஒரு கிழக்குரல் கதை சொல்கிறது)

குரல்: இவ்வாறாகவே யோகபுருஷனான பீஷ்மர் தன் முடிவு நெருங்கிவிட்டதை அறிந்தார். சூரியன் உத்தராயணத்தை அடைந்துவிட்டது. மகாபாரதப் போரின் ஐம்பத்திரண்டு நாட்கள் ஐம்பத்திரண்டாயிரம் கொடும் கனவுகளைப் போல கடந்து சென்றன. ஆச்சாரியரான துரோணர் மறைந்தார். மகாரதனான கர்ணன் தேரடியில் விழுந்தான். சல்லியனும் ஐயத்ரதனும் மறைந்தார்கள். அபிமன்யுவின் பிஞ்சு உடல் குருஷேத்ர ரணபூமியில் விழுந்தது. முடி மன்னர் வணங்கிய மாமன்னனாகிய சுயோதனன் தொடை பிளந்து துடித்து துடித்திறந்தான். அவனது சகோதரர்கள் அனைவருமே கொலையுண்டனர். லட்சோப லட்சம் உயிர்கள் அந்த ரணபூமியில் தங்களை பலி தந்தன. அது போன்ற ஒரு பெரும்போர் முன்பு நடந்ததில்லை. பின்பு நடக்கவில்லை. இனி நடக்கப் போவதும் இல்லை. தர்மமும் அதர்மமும் எல்லைகள் அழிந்து மோதிய பெரும் போர்.

(பேசியபடியே பாகவதர் மேடைக்கு வருகிறார். கூடவே சில கேள்வியாளர்கள்.)

அன்பர்களே அந்தப் போரின் இறுதியில் எஞ்சியதென்ன? விதவைகளின் கண்ணீர். குருதி படிந்த சிம்மாசனம். வெறுமை நிறைந்த வீதிகளுடன் பாழடைந்த நகரம். நீர்க்கடன்களால் கனத்து குளிர்ந்த நீர்நிலைகள்... மகத்தான

விஷயங்களுக்காகவே பெரும் போர்கள் துவங்குகின்றன. ஏனெனில் மகத்தானவையே மக்களை போரை நோக்கி கவர்ந்திழுக்கின்றன. ஆனால் போர் முடியும்போது கீழ்மைகள் மட்டுமே எஞ்சுகின்றன.

எத்தனை பெரும்போர். மரணமே காற்றாக திசைகளை மூடியிருந்த ஐம்பத்திரண்டு நாட்கள்...

தர்மம் வென்றதா? வென்றதெனில் இன்று ஏன் இன்னமும் அதர்மம் வீற்றிருக்கிறது?

வென்றது எது? அன்பர்களே, வென்றது வல்லமை. வில் வல்லமை, சொல் வல்லமை. எங்கு வில்லும் சொல்லும் முயங்குகின்றதோ அங்கு வெற்றி உள்ளது என்று காட்டியது அந்த பெரும்போர்.

(பார்வையாளர் "ஆகா" என்கிறார்கள்.)

அந்த ரணகளத்தின் நடுவே இன்னும் பொருள் தெரியாத ஒரு சொல் எனக் கிடந்தார் பிதாமகர் பீஷ்மர். தன் குழந்தைகளை ஒருவரை ஒருவர் கொன்றொழிப்பதைக் கண்டு படுத்திருந்தார். பேரர்கள் விளையாடக் கண்டு முன்றில் மஞ்சத்தில் ஓய்வு கொள்ளும் பாட்டனைப் போல. வம்ச பரம்பரைகள் கருகிய வெம்மையிலிருந்து மெய்ஞானத்தின் சாரத்தை அவர் கற்றார். அன்பர்களே அந்த மெய்ஞானம் எத்தனை மகத்தானதாக இருக்க வேண்டும்!

(பார்வையாளர் சிரிக்கிறார்கள்)

அந்த மெய்ஞானத்தை அவர் தன் வாரிசு அர்ச்சுனனுக்குச் சொன்னார். பீஷ்மகீதை! வென்றவனின் கீதைக்கு பதிலாக அமைந்த தோற்றவனின் கீதை.

(சிரிப்பு)

பிறகென்ன? உயிர்த்தியாகம்தானே? உத்தராயண நாள் முழுமை பெற்றது. சூரியன் வடதிசைக் கோட்டில் பொருந்தி னான். மகாபுருஷனான பீஷ்மர் தன் உடலை

யோகத்தில் அமர்த்தினார். ஒவ்வொரு உறுப்பாக யோகத்தில் மூழ்கும் போது அவற்றில் தைத்திருந்த அம்புகள் உதிர்ந்து அப்பகுதி அழகு பெற்றது கைகள். தோள்கள் மார்பு தொடைகள். பிறகு அவரது மனம் யோகத்தில் ஆழ்ந்தது. அதிலிருந்து எத்தனை அம்புகள் உதிர்ந்தன என யார் அறிவார்.

பின்பு அவரது சிரம் உடைந்து தெறித்தது. அவரது உயிர்ப் பறவை விண்ணை நோக்கிப் பாய்ந்தது. நாளில்லா நாழிகை யில்லா நொடியில்லா பெரும் கால வெளி நோக்கி...

(பீஷ்மர் நெளிந்து துடிக்க ஆரம்பித்து உடல் உதறி வலிப்பு கொள்கிறார். ஆ!! என அலறுகிறார். அவரைச் சுற்றி நிழல்கள் நடமிடுகின்றன. வெண்கொடிகளும் செந்நிறக் கொடிகளும் கருநிறக் கொடிகளும் ஏந்திய வீரர்கள் சுழன்று வருகின்றனர். அவர்களுடன் பாகவதரும் கலந்து கொள்கிறார். அர்த்தமற்ற ஒரு ஒலிச்சூழல், உடற்சுழல்)

பீஷ்மர்: *அம்மா! அம்மா!*

*(**நிழல்** நடனம் அடங்குகிறது)*

பீஷ்மர்: *தாகம்! தாகம்!*

*(**தருமரும்** அர்ச்சுனனும் முன்வர பீமன் தொடர பாண்டவர்கள் வருகிறார்கள்.)*

பீஷ்மர்: *யார்? யார் நீங்கள்?*

தருமன்: *தாத்தா இது நான் தருமன்!*

பீஷ்மர்: *யார்? தருமனா? யார் நீ?*

தருமன்: *தாத்தா?*

அர்ச்சுனன்: *(கோபத்துடன்)* பிதாமகரே இவர் இந்திரப் பிரஸ்தத்தின் அதிபர். இவர் பெயர் தருமசேனர். இவரது பிரஜை நீர்.

பீஷ்மர்: *தண்ணீர்.*

தருமன்: தம்பி சற்று சும்மா இரு. *(குவளை நீரை நீட்டுகிறான்)*

பீஷ்மர்: *(பதறி) ரத்தம்! (உடல் வெடவெடக்க எழ முயல்கிறார்)*

பீமன்: *(அவரைப் பற்றி)* பிதாமகரே... இதோ பாருங்கள். தண்ணீர்... *(உரக்க) கங்கை நீர்.*

பீஷ்மர்: இது அவளுடைய உதிரம் !அவளுடைய உதிரம்... சிவப்பு நிறம்...

தருமர்: *(வலுக்கட்டாயமாக நீரை புகட்டியபடி)* தளர்ந்து விட்டார்.

பீஷ்மர்: *(நீர் அருந்தியதும் புத்துணர்ச்சி பெற்று மெல்ல நிதானமாகி)* தருமா நீயா?

தருமர்: ஆம் தந்தையே

பீஷ்மர்: இது எத்தனை நாள்?

பீமன்: போர் முடிந்துவிட்டது.

பீஷ்மர்: *(கணநேரத்தில் அனைத்தையும் ஊகித்து)* சுயோதனன்?

பீமன்: மாண்டான்

பீஷ்மர்: *(பரிதவிப்புடன்)* என் மகன் திருதராஷ்ட்ரன். அவன் எப்படியிருக்கிறான்.

*(**அனைவரும்** அமைதியடைந்து தங்களுக்குள் பார்க்கிறார்கள்)*

பீஷ்மர்: எப்படி இருக்கிறான் அவன்? என் குழந்தை. அவன் என்ன செய்கிறான்?

பீமன்: *(மூர்க்கமாக)* இப்போது சற்று பார்க்க ஆரம்பித்திருக்கிறார். விரைவில் தெளிவடைவார்.

பீஷ்மர்: *(அவனை பரிதவிப்புடன் பார்த்து)* நீ... நீ குலாந்தகன். குருகுலத்தின் எமன்...

பீமன்: ஆம், அது என் மெய்கீர்த்தி

பீஷ்மர்: *(வாயடைந்து)* இதற்காகத்தானா? *(மனம் உடைந்து வீரிடுகிறார்)* இதற்காகத்தானா? எம்பிரானே எல்லாம் இதற்காகத்தானா?

(பாண்டவர்கள் அவர் அழுவதை பரிதவிப்புடன் பார்த்து நிற்கிறார்கள்.)

அர்ச்சுனன்: பிதாமகரே, தாங்கள் தர்மம் என்ன என்பதை அறிந்தவர்.

பீஷ்மர்: இல்லை. என் அகந்தை அது. நான் தர்மத்தை அறிந்ததே இல்லை. அதன் பாதை என் கற்பனைகளுக்கு அப்பாற்பட்டது. அதன் பாதத் தடங்களைக்கூட நான் கண்டதில்லை. நானறிந்ததெல்லாம் என் அகங்காரத்தை மட்டும்தான்.

அர்ச்சுனன்: இங்கு தங்களிடம் தர்மஞானம் பெறுவதற்காக வந்திருக்கிறோம்.

பீஷ்மர்: எனக்கு சொல்வதற்கு ஏதுமில்லை. *(கண்ணீருடன்)* என் துயரை சொல்லி அழுவதற்குக்கூட என்னிடம் மொழியில்லை.

தருமன்: உங்களிடம் தர்ம உபதேசம் பெற்று வரும்படி யாதவ கிருஷ்ணன் எங்களை அனுப்பினான்.

பீஷ்மர்: *(பிரமித்து)* யார் யாதவனா? என்னிடமா?

தருமன்: ஆம்.

பீஷ்மர்: தர்ம உபதேசம் என்றா சொன்னான்.

தருமன்: இல்லை. தங்கள் சொற்களை கேட்டு வரும்படி கூறினான்.

பீஷ்மர்: சொற்களை? வெறும் சொற்களையா? *(மெதுவாக அமைதி கொண்டு)* ஆம் சொற்கள் மட்டும்தான்.

அர்ச்சுனன்: ஆம் பிதாமகரே.

பீஷ்மர்: நான் உணர்பவற்றைச் சொல்கிறேன். இவை தர்மங்களா என்று எனக்குத் தெரியாது. ஒரு வயோதிகன் மரணத்தை முன்னிறுத்திச் சொல்பவை இவை.

தருமன்: சொல்லுங்கள் பிதாமகரே

பீஷ்மர்: எப்போதும் தலையில் மணிமுடியுடனும் கவசங்

களுடனும் இருந்த ஒரு மன்னன் இருந்தான். அவனை எவராலும் வெல்ல முடியவில்லை. ஆனால் தன் குழந்தையின் மென்மையான சருமத்தை அவன் உணர்ந்ததே இல்லை. அந்த கவசத்திற்குள் அவன் இறந்தான். மட்கி அழிந்தான். ஆயினும் அக்கவசம் தன் பழக்கத்தால் நடமாடியது. நாட்டை ஆண்டது. அதை தர்மம் தவறாத மன்னர் என்றனர் சூதர்கள்.

தருமன்: புரிகிறது தந்தையே.

பீஷ்மர்: நியமங்களில் கடுமையான ஒரு உபாத்யாயன் இருந்தான். தன் சீடர்களை தண்டிக்க அவன் வாளை வைத்திருந்தான். அவனுடைய நூல்களிலெல்லாம் உதிரம் படர்ந்திருந்தது.

தருமன்: ஆம் தந்தையே.

பீஷ்மர்: களத்தில் உதிரத்துடன் உடைந்து விழுந்த ஒரு கதை மீது மண் படிந்தது. அதில் விதைகள் முளைத்து மெல்லிய மலர்கள் விரிந்தன. அவற்றைத்தேடி மென்மையான பட்டாம்பூச்சிகள் வருவதைக் காண்கிறேன்...

தருமன்: ஆம் தந்தையே. மலர்களால் கைவிடப்பட்ட இடம் ஏதும் எங்கும் இல்லை.

பீஷ்மர்: நீ போகலாம். *(கண்களை மூடிக் கொள்கிறார்.)*

பீமன்: என்ன சொல்கிறார்? உளறுகிறாரா?

அர்ச்சுனன்: ஏதோ தர்ம விசாரம். அதற்குத்தான் இங்கு பஞ்சமே இல்லை.

(போகிறார்கள்)

பீஷ்மர்: அம்மா!

(நிழல் எழுந்து வருகிறது)

நிழல்: சொல்லி முடிக்கவில்லையா? உன்னுள் எரியும் அந்த ரணம் எந்த அம்பின் நுனியில்?

பீஷ்மர்: இல்லை. இன்னுமில்லை.

நிழல்: உத்தராயணம் முழுமை பெற்றாகிவிட்டது. இன்னும் என்ன?

பீஷ்மர்: தெரியவில்லை. ஆனால் இன்னும் என் மறுகரை தெரியவில்லை...

நிழல்: *(பொறுமையிழந்து)* நீ விளையாடுகிறாய். மனங்களையும் உணர்ச்சிகளையும் வைத்து விளையாடும் மாபெரும் தெய்வங்களை சதுரங்கத்திற்கு அழைக்கிறாய்.

(செந்நிறக் கொடியுடன் வீரன் செல்கிறான். தொடர்ந்து களைத்து துவண்டு விழுந்து உடலை இழுத்தபடி கரிய கொடி வீரன்)

பீஷ்மர்: கனத்த இரவு. குளிர்ந்த இரவு. இந்த இரவுக்கு தெரியும்

(இரவின் ஒலிகள் எழுகின்றன. நாய் நரிகளின் உளைகள். கழுதைப்புலி முகர்ந்தபடி வருகிறது.)

பீஷ்மர்: போ... போ

கழுதைப்புலி: கர்ர் *(சீறி பின்வாங்கி பதுங்கி)* கர்ர்... *(பற்களை காட்டி)* ஹிஹிஹிஹி!

பீஷ்மர்: இது மிகச் சரியாக வந்துவிட்டது.

கழுதைப்புலி: *(தலைதூக்கி)* என் வயிற்றுக்குள் மரணம் குடியிருக்கிறது. என் நாசியில் வாயு அதற்கு சேவை செய்கிறது.

பீஷ்மர்: இன்றிரவா?

கழுதைப்புலி: ஆம், இன்றிரவு. இன்றிரவு உன் உடலை நான் உண்பேன்.

பீஷ்மர்: உனக்கு சாந்தி கிடைப்பதாக!

(நிழல்கள் மெல்ல இணைந்து மரணதேவி பிறந்து வருகிறாள்.)

மரணதேவி: குழந்தை!

பீஷ்மர்: தாயே...

மரணதேவி: இன்னும் சில நாழிகைகளுக்குள் உன் ஆத்மா தயாராகிவிடும்.

பீஷ்மர்: தாயே என் மனம் இன்னும் அதே தத்தளிப்புடன் இருக்கிறது.

மரணதேவி: உனக்கு சுற்றும் எப்போதும் விடைகள் கனிந்து காத்திருந்தன குழந்தை. நீ அவற்றை காணவில்லை. ஏனெனில் உனக்குப் பசியில்லை. இன்று உன் பசி கனிந்துவிட்டது.

பீஷ்மர்: தாயே, நீயே ஏன் எனக்கு பதில் கூறக்கூடாது? நீயறியாத பதில்களா இந்த வாழ்வில்?

மரணதேவி: (சிரித்து) நான் வாழ்வின் மறுகரை. உன்னைப் பொறுத்தவரை குளிர்ந்த மென்மையான ஒரு தொடுகை. ஒரு இதமான அணைப்பு. அவ்வளவுதான். எனக்கென வடிவோ மொழியோ இல்லை. கணந்தோறும் பிறக்கும் முடிவற்ற தேவதை நான்.

(கலைந்து மறைகிறது)

பீஷ்மர்: விண்மீன்கள் நடுங்குகின்றன. இரவு மூச்சடக்கி காத்து நிற்கிறது. அரங்கு தயாராகிவிட்டது. வரப்போவது யார்?

(காலடியோசைகள்)

பீஷ்மர்: அவன்தான். விடையே வடிவானவன். விஸ்வரூபன்.

(ஓங்கும் சங்கொலி. மணியோசை. அரங்குக்கு வருபவன் சிகண்டி)

பீஷ்மர்: (அவனை கவனித்து கோபத்துடன்) நீயா, இங்கு ஏன் வந்தாய்?

சிகண்டி: இங்கு வரவேண்டுமென்று பட்டது. மன்னிக்க வேண்டும்.

பீஷ்மர்: (ஏமாற்றமும் ஆற்றாமையும் வெறிகூட்ட) போ. போய்விடு... உன்னைப் பார்க்க நான் விரும்பவில்லை.

சிகண்டி: உங்களை நேரில் வந்து சந்திக்க வேண்டுமென நான்

எண்ண ஆரம்பித்து எத்தனையோ வருடங்களாகின்றன. அன்று ஆற்றின் கரையில் நீங்கள் எனக்கு அம்பு வித்தை கற்றுத்தந்து மீண்ட மறுவருடமே உங்கள் முகத்தை அறிந்துகொண்டேன். அஸ்தினபுரிக்கு வருவது குறித்து கனவு கண்டு கனவு கண்டு நாட்களை கழித்தேன். கால்கள் துணியவில்லை.

பீஷ்மர்: இப்போது மட்டும் ஏன் வந்தாய்?

சிகண்டி: நேராக களத்தில் உங்களை சந்தித்தேன். உங்களை வீழ்த்தினேன். (தயங்கி) உங்கள் மீதான அம்புகள் எல்லாமே என்னிலும் எங்கோ வந்து தைத்தன. நான் என் ஆடிப்பாவையுடன் போர் புரிவதுபோன்ற பிரமைக்கு ஆளானேன்... இங்கு நீங்கள் மரணத்தை எதிர்நோக்கி கிடப்பது அறிந்து சற்று தொலைவில் உங்களை ஒவ்வொரு கணமும் எண்ணியபடி நானும் காத்திருந்தேன். நீங்கள் இறவாமல் நான் இறக்க முடியாது... இதோ இக்கணம் அமைந்தது. என் கால்கள் என்னை இங்கே கொண்டு வந்தன.

பீஷ்மர்: (எரிச்சலுடன்) உனக்கு என்ன வேண்டும்?

சிகண்டி: பிதாமகரே. என் ஆத்மாவை இப்போது அலைக் கழிக்கும் கேள்வி ஒன்று உண்டு. எங்கும் அதன் விடையை நான் கண்டடையவில்லை. இதோ இங்கு உங்களிட மிருந்து மட்டுமே அதை கண்டடைய முடியுமென எனக்குப் பட்டது...

பீஷ்மர்: (வெறுப்புடன்) நீ என்னிடம் தாங்கமுடியாத வெறுப்பையே உண்டு பண்ணுகிறாய்.

சிகண்டி: எனக்கும் உங்களைப் பற்றிய எண்ணமே நெருப்பால் சுடுவது போலத்தான் இருக்கிறது. (அருகே வந்து) ஒருவரை ஒருவர் வெறுத்தபடி, அந்த வெறுப்பினாலேயே ஒருவரை ஒருவர் எண்ணிக்கொண்டபடி இத்தனை வருடங்களைக் கழித்திருக்கிறோம்... நம் இருவருடைய விதிகளும் இணைத்துக் கட்டப்பட்டுள்ளன.

பீஷ்மர்: உன்னுடைய வீண் பேச்சைக் கேட்க நான் விரும்ப வில்லை.

சிகண்டி: நான் விஷயத்திற்கு வருகிறேன் பிதாமகரே... நீங்கள் அறிந்திருப்பீர்கள் நீங்கள் களத்தில் வீழ்ந்த அன்றே நானும் கொல்லப்பட்டேன். மாபெரும் வில்லாளியான அஸ்வத்தாமா என்னை தன் முழங்கும் அம்புகளுடன் எதிர் கொண்டார். ஆனால் குருக்ஷேத்திரமே திகைக்கும்படி நான் அவரை எதிர்த்துப் போரிட்டேன். அவரை அம்புகளால் நெளியச் செய்தேன். தேரையும் கொடியையும் உடைத்து வீசினேன். பின்பு அவரது அம்பு என் மார்பைத் துளைத்தது. தேர்த்தட்டில் நின்றிருந்த என்னை பூமியிலிருந்து கண்ணு க்குத் தெரியாத கரம் ஒன்று அள்ளி எடுத்து மார்போடு சேர்த்துகொண்டது.

பீஷ்மர்: வீரமரணம்! *(இகழ்ச்சியாக)* அது எவருக்கும் எளிதுதான்.

சிகண்டி: *(கவனிக்காமல்)* வீரர்களுக்கான மரணம். அதோ சற்று அப்பால் என் உடல் இன்னமும் கிடக்கிறது. ஏனெனில் இன்னும் என் உடலில் இருந்து முழு உயிரும் பிரிய வில்லை.

பீஷ்மர்: ஏன்?

சிகண்டி: அதமர்களுக்கு ரகசிய உறுப்புகள் வழியாக உயிர் பிரியும் என்று உபவேத விதி. என் உயிர் வழி தேட முடியாது தவிக்கிறது போலும்.

பீஷ்மர்: சீ நீசா. உன் மொழி நாற்றமெடுக்கிறது.

சிகண்டி: *(சிரித்து)* பிதாமகரே நீங்கள் பேசும் தர்மங்களும் எனக்கு அப்படித்தான் தோன்றுகின்றன. *(சற்று சிந்தனை வயப்பட்டு)* மரணம் பரவிய சிவந்த பூமியில் கிடந்தேன். நாயும் நரியும் கடித்து இழுக்கும் பிணங்களுக்கு மத்தியில் பிணமாக. அப்போது என் முன் மரணமூர்த்தி தோன்றியது மனித உடலும், பன்றியின் முகமும், இரு கரங்களிலும் உழவாரமும் கழுமுனையும் கொண்ட ஒரு விபரீத வடிவமாக.

பீஷ்மர்: *(வியப்புடன்)* மரண தேவதையா?

சிகண்டி: ஆம், கழிவுகளை அகற்றும் தெய்வத்துக்கு அது உகந்த தோற்றம்தான் என எண்ணிக்கொண்டேன்.

(சிகண்டிக்குப் பின்னால் அந்த தெய்வம் உருக்கொள்கிறது)

சிகண்டி: அதன் வாயிலிருந்து எழுந்த கடும் துர்நாற்றம் என்மீது படர்ந்தது.

(பன்றி போல அந்த தெய்வம் உறுமுகிறது.)

சிகண்டி: *(கைகளால் முகம் மறைத்து)* பிண நெடி.

தெய்வம்: நூறு நூறு யுகங்களாக செத்து மட்கிய மனிதர்களின் நெடி அது.

சிகண்டி: பிணங்கள்...

தெய்வம்: பிணங்களல்ல மூடா. பிணங்களை மண் உண்டு விடுகிறது. உப்பாக மாற்றி மரங்களுக்கும் செடிகளுக்கும் தந்துவிடுகின்றது. அவை மலர்களை நிரப்புகின்றன. நறு மணம் பொழிகின்றன. இது அம்மனிதர்களின் காமமும் குரோதமும் மோகமும் நைந்து மட்கிய சேற்றின் வீச்சம்.

சிகண்டி: என்னை எடுத்துக்கொள். என் பணி முடிந்தது.

தெய்வம்: உன்னிடம் குரோதம் இல்லையா?

சிகண்டி: இருந்தது. ஆனால் அது என்ன ஆயிற்று என்று தெரிய வில்லை. இப்போது என்னிடம் இருப்பது இலக்கை அடைந்த அம்பின் மௌனம் மட்டுமே.

தெய்வம்: நீ வீர மரணம் அடைந்தவன். வீர சுவர்க்கத்துக்கு உரிமை உடையவன். ஆனால்... *(குழப்பத்துடன்)* சொர்க்கம் என்பது என்ன? நீ என்ன நினைக்கிறாய்?

சிகண்டி: இன்பங்கள் மட்டுமே நிறைந்த ஓர் இடம்.

தெய்வம்: சரி, சொறகத்தில் நீ அடைய விழையும் இன்பங்கள் என்ன?

சிகண்டி: இந்த மண்ணில் ஒருபோதும் சாத்தியமாகாத பேரின்பங்கள்...

தெய்வம்: சரியாக சொன்னாய் (நகைத்து) அவை என்ன? (அவனைக் கூர்ந்து பார்த்து) உன் ஆசைகள் என்ன?

சிகண்டி: (திகைத்து) எனக்குத்தெரியவில்லை. என்னால் எதையுமே எனக்குள்ளிருந்து தொட்டெடுக்க இயலவில்லை.

தெய்வம்: இதுதான் பிரச்சினையே... நீ இறந்து விழுந்த போது உன்னைத்தேடி வந்த என் முதல் தூதர்கள் அதிர்ந்து போனார்கள். இங்கே அவர்கள் எதையுமே காணவில்லை. அவர்களால் உடலை காணமுடியாது. ஆத்மாவின் ஆழத்தை மட்டுமே காண்பவர்கள் அவர்கள். இங்கு அவர்கள் சூனியத்தையே கண்டார்கள்...

சிகண்டி: எனக்கு உன பேச்சு சற்றும் புரியவில்லை...

தெய்வம்: மகனே உனக்கு மனித மனங்களைப் பற்றி தெரியாது. கண்ணற்றவன் அறியும் சமுத்திரம் நீ கண்டது. ஒலிகள் அலைநுரைத்துளிகள், அவ்வளவுதான். மனிதர்களுக்குள் கொதித்துக் கொந்தளித்துக் கொண்டிருக்கும் ஆழியின்மீது சூரியன் உதிப்பதேயில்லை

சிகண்டி: நான் அதை உணர்ந்திருக்கிறேன். சில சமயம் சொற்களுக்கப்பாலிருந்து மெல்லிய கடலிரைச்சல் ஒன்று எழுவதைக் கண்டிருக்கிறேன்...

தெய்வம்: அகங்காரமும் காமமும் இரு பெரும் பாம்புகள் போல முடிவின்றி இணைசேர்கின்றன அங்கு. ஒவ்வொருவருக்கும் அவரவர் அந்தரங்கக் கனவுகளால் தனியாக சொர்க்கம் உருவாக்கப்படுகிறது என நீ அறிந்திருப்பாய். ஏனெனில் இரு மனிதர்கள் ஒருபோதும் ஒரு துளி மகிழ்ச்சியையேனும் விட்டுக் கொடுக்காமல் ஒரு இடத்தில் சேர்ந்து வாழ முடியாது...

சிகண்டி: அங்கு வேறு எவருமே இருப்பதில்லையா?

தெய்வம்: உண்மையில் இல்லை. இருப்பது அவர்களுடைய ஆசைகள் சூழ்ந்துள்ள ஆடிகளில் பட்டு பெருகும் பிம்பங்கள்தான். ஆனால் அவர்கள் அங்கு தங்களுக்கு பிடித்தமானவர்களெல்லாம் பிடித்தமான விதங்களில்

மட்டும் இருப்பதாக எண்ணிக் கொள்வார்கள். சொர்க்கம் என்பது ஒரு பெரும் பிரமை. உண்மையில் அது மனிதர்கள் இங்கு வாழும் வாழ்க்கையின் மறுபக்கம். இங்கே அவர் களுக்குள் இருக்கும் உலகம் அங்கே வெளியே விரிந்து விடுகிறது. இங்குள்ள வெளியுலகம் அங்கே உள்ளே துடித்துக்கொண்டிருக்கும்...

சிகண்டி: இத்தனை துக்கங்களும் சிக்கல்களும் கொண்ட இவ்வுலகமா? ஏன்?

தெய்வம்: பிரியமானவை மட்டும் பிரியத்துக்குரிய விதத்தில் அமைந்த உலகில் அனுபவம் எப்படி விதவிதமான வடிவங்களைக் கொள்ள முடியும்.? மனிதர்களுக்கு வெற்றி தேவை. வெற்றிக்கு எதிரி தேவை. எதிரி மீது வெறுப்பு தேவை. வெறுப்பிலிருந்தே விருப்பத்தை அடையாளம் காணமுடியும்... (தலை நிமிர்த்தி தீர்க்க தரிசன பாவனையில்) காமகுரோத மோகங்களை உள்ளிருந்து ஊறவைக்கும் மிக அந்தரங்கமான ஓர் உலகமாக இந்த மண்ணுலகம் அவர்களுக்குள் இருக்கும். அங்கு இம்மண்ணுலகுக்காக அவர்கள் அந்தரங்கத்தில் ஏங்கிக்கொண்டிருப்பார்கள்...

சிகண்டி: மனிதர்களை எண்ணி சிரிக்கத்தான் தோன்றுகிறது.

தெய்வம்: என் கடமை உன்னை உனக்குரிய சொறகத்துக்கு கொண்டு செல்வது. உன் சொர்க்கம் எதனால் ஆனது?

சிகண்டி: நான் இப்போது ஏறத்தாழ ஆண்தான்.

தெய்வம்: ஆண்களின் சொர்க்கம் மிக எளிமையானது. பெண் உடல்கள் நிரம்பி வழிவது அது. பேரழகிகள் முதல் பெரும் குரூபிகள் வரை எண்ணற்ற பெண்கள். அங்கு ஒவ்வொரு கணமும் ஒரு பெண்ணுடலால் ஆனது என்றால் நீ நம்ப மாட்டாய். முடிவில்லாத புணர்ச்சி. இடைவேளையில் இளைப்பாற ஓர் எதிரி — அவ்வளவு தான். அழகில் ஆபாசத்தையும் ஆபாசத்தில் அழகையும் கண்டு மகிழ்ந்தபடி...

சிகண்டி: நான் என்னை பெண்ணாகவும் உணர்ந்ததுண்டு.

தெய்வம்: பெண்களின் உலகம் மேலும் எளியது. இருவகை ஆண்கள். சொல்லை ஆயுதமாக்கிய அழகர்கள். லிங்கத்தை ஆயுதமாக்கிய பலசாலிகள். ஒருவரை ஒருவர் இடமாற்றம் செய்து, ஒருவன் சலிக்க மற்றவன் முன்வந்து, அவள் மனதையும் உடலையும் புணர்ந்து புணர்ந்து... சொர்க்கம் என்பது சில வேட மாற்றங்களுடன் மீண்டும் மீண்டும் நிகழும் ஒரே செயல்தான்...

சிகண்டி: போதும்!

தெய்வம்: உண்மையில் இரு சொர்க்கங்கள்தான் உள்ளன. அவற்றின் நகல்கள்தான் மாற்றி மாற்றி வினியோகிக்கப் படுகின்றன. ஒன்றில் இருக்கும் மனிதர்கள் பிறிதில் நிரம்பிக்கொள்ளத் துடிக்கிறார்கள்... இன்னொன்றில் தங்களை நிரப்பிக் கொண்டேயிருக்கிறார்கள். என்றாவது பிரம்மாவுக்கு கைத்தவறு நிகழ்ந்து இவை ஒன்றுடன் ஒன்று கலந்துவிட்டால் இரண்டுமே முடிவின்மையில் ஸ்தம்பித்துவிடும்.

சிகண்டி: என் சொர்க்கம் இது இரண்டுமல்ல.

தெய்வம்: ஆம், அதுதான் இங்கே நான் வரக் காரணம். உனக்கு சில நாட்களை அளிக்கிறேன். அதற்குள் நீ கண்டடைய முடியுமா உனது சொர்க்கம் எதுவென?

சிகண்டி: நான் என் உடலில் இருந்து மட்டும்தான் தொடங்க முடியுமா?

தெய்வம்: பெரும்பாலும் அப்படித்தான். உன் உடல்தானே நீ? பிறிதெல்லாம் அதிலிருந்து முளைப்பவைதானே?

(தெய்வம் மறைகிறது. சிகண்டி திரும்புகிறான்)

பீஷ்மர்: அருவருப்பூட்டும் ஒரு ஆபாசக்கதை. உன் மனதில் உள்ள நரகலையே உன் தெய்வங்களும் சொல்கின்றன...

சிகண்டி: ஆம், அது எப்போதுமே அப்படித்தானே? *(சிரித்து)* தெய்வங்களிடம் நாம் பொய்சொல்ல முடியாது. தெய்வங் களின் வலிமையே அதில்தான் இருக்கிறது...

பீஷ்மர்: *(வெடித்து)* போடா! *(ஆவேசத்துடன்)* போ போய்விடு நீசப்பிறவியே ...

சிகண்டி: *(பொருட்படுத்தாமல்)* ஆகவே நான் முதலில் காலத்தில் ஊடுருவி என் அன்னையைச் சென்று பார்த்தேன். அது ஒரு சுயம்வரமேடை.....

பீஷ்மர்: மூடா. நிறுத்து. நீ அங்கே நுழையக் கூடாது...

சிகண்டி: நான் எப்போதுமே அந்த எல்லைகளுக்கு அப்பாற் பட்டவன்... *(திரும்புகிறான். அரங்கில் சுயம்வரமேடை உருக்கொள்கிறது. மன்னர்கள் அணிவகுக்கிறார்கள். வெளியே மெல்ல மங்கல வாத்தியங்கள் ஒலிக்கின்றன.)*

நிமித்திகன்: ஜய விஜயீபவ!

(அரங்குக்கு வெளியே வாழ்த்தொலிகள் முழங்குகின்றன)

நிமித்திகன்: இன்று சுக்ல பஞ்சமி. மகாமங்கல நாள். பாரத வர்ஷத்தின் சரித்திரத்தில் இந்நாள் ஒரு பொன்னாள் என்று குறிக்கப்படும். ஏனெனில் கங்கையின் முடிவற்ற கருணையால் அமுதூட்டப்பட்ட காசி நாட்டின் அதிபர் தோல்வியறியா பெருங்குலத்து முதல்வர் மாமன்னர். பீமசேனரின் புதல்விகள் அம்பைதேவி, அம்பிகா தேவி, அம்பாலிகா தேவி, ஆகியோரின் சுயம்வர நாள் என இந்நாள் தேர்ந்தெடுக்கப்பட்டுள்ளது. பாரத நாட்டின் அத்தனை ஷத்ரிய குலங்களிலிருந்தும் இங்கே வீரர்கள் வந்து சேர்ந்திருக்கிறார்கள். அவர்களை காசிநாட்டு செங்கோல் பணிந்து வரவேற்கிறது.

(முரசொலி, வாழ்த்துக் கூக்குரல்கள்)

சிகண்டி: நான் என் அன்னையின் மிக அருகே சென்றேன். அது வேறு ஒரு வெளி. அங்கே நானும் அவளும் மட்டும்தான். பிற அனைவருமே சுவர் ஓவியங்கள் போல ...

(வாழ்த்தொலிகள் எழ அம்பை கோல்காரன் துணைவர கையில் மாலையுடன் அரங்கில் பிரவேசிக்கிறாள்)

சிகண்டி: இதுதான் அவள் சுமந்தலையும் சொர்க்கம் போலும். இங்கு அவளன்றி அனைத்துமே நிழல்கள்...

(அம்பையை அவள் நிழல் தொடர்கிறது)

அம்பை: *(நிழலிடம்)* இவர்களில் யார் அழகன்?

நிழல்: ஆண்களில் அழகற்றவர்கள் இல்லை. அதற்குரிய தருணம் அமையவேண்டும்... இவனைப்பார். பெண்மை கலந்தவன். இவனை வெட்கப்படச் செய்தால் அழகன்...

அம்பை: பாரதவர்ஷமே திரண்டிருக்கிறது...

நிழல்: ஆண் உடல்கள், அவ்வளவுதான்...

அம்பை: எத்தனை மன்னர்கள், எவ்வளவு மெய்கீர்த்திகள்!

நிழல்: தோள்கள்... மார்புகள்... புஜங்கள்... அடிவயிறுகள்... தொடைகள்... மீசைகள்... உதடுகள்... காமம் ஒளிரும் கண்கள்... இவன் கரிய நிறமுள்ளவன், உயர்மானவன்...

(அம்பை மாலையுடன் மன்னர்கள் வரிசையை மிக மெல்ல நடன பாவனையுடன் கடந்து செல்கிறாள். ஒவ்வொரு மன்னனும் மெல்ல எழுந்து அவளருகே நெருங்கி அவளை தொடாமல் முயங்கி பின் களைத்து மூச்சிளைத்து மெல்ல சரிந்து விழுந்து எழுந்துவந்து பழையபடி நிற்கிறார்கள்.)

அம்பை: என் கையசைவுக்கு காத்திருக்கும் உடல்கள். நான் விரும்பினால் பெற்றுக் கொள்ளக்கூடிய அவர்களுடைய குழந்தைகள்...

நிழல்: இவர்கள் உன்னை மட்டுமே புணரமுடியும்... *(சிரித்து)* என்னையும் புணர்பவனே உன்னை நிறைக்கமுடியும்...

கோல்காரன்: இவர் வங்க மன்னர் மகாபலன். இவருடைய வலிமை படகுகளில் உள்ளது. கங்கையையே தன் பாய் களால் மூடிவிடுமளவுக்கு படகுகளுக்கு உரிமையாளர். இவரது துறைமுகத்தில் திறைப்பணம் மரக்கால்களால் அள்ளப்படுகிறது என்பர் சூதர்.

நிழல்: வயிறு பருத்தவன்... குள்ளன்...

அம்பை: உன் உடல் நிழலால் ஆனது. அதை அவன் எப்படி தழுவ முடியும்?

நிழல்: ஏன் அவனது நிழல் என்னை அணுகட்டுமே?

அம்பை: நிழல்களும் நிழல்களும் புணர்ந்து உருவாவது கரிய வெளிமட்டுமே...

ஒரு மன்னன்: இவள் சாதாரணப் பெண் அல்ல. இவள் நடையில் போர்க்குதிரையின் நிமிர்வும் மிடுக்கும் உள்ளது.

இன்னொருவன்: எழுந்து படபடக்கும் தீத்தழல் போலிருக்கிறாள். அந்தபுரத்துக்குள் அடைபடும் பெண்ணல்ல இவள்.

முதல் மன்னர்: அக்கினி ஆக்கவும் செய்யும். அழிக்கவும் செய்யும்...

அம்பையின் நிழல்: நான் இவர்களை அழைக்கிறேன்...

அம்பை: சீ உனக்கு வெட்கமே இல்லை.

நிழல்: நிழல் நிழல்களுடன் சேர விரும்புகிறது. அந்த துடிப்பு மட்டுமே அதில் உள்ளது

(நிழல்கள் போல ஒவ்வொரு மன்னராக எழுந்து சென்று அந்த நிழலை முயங்கிச் களைத்துச் சரிகிறார்கள்.)

நிழல்: உண்டு முடித்த கனிகளின் ஓடுகள்...

அம்பை: உண்டு தீராத கனி உன் உள்ளே பழுத்த காமம்தான்...

நிழல்: காமமே அதுதான்... பசியை அடக்காத பெருவிருந்து...

மன்னன் ஒருவன்: காட்டை உண்டு முன்னேறும் நெருப்பு...

இரண்டாம் மன்னன்: அவள் சால்வனையே நெருங்குகிறாள்.

அம்பை: அவன் சால்வன். அவன் கண்களில் ஆசை கொதிக்கிறது. எனக்கான ஆசை. என் ஆசையை விட என்னைத் தூண்டுவது எனக்கான ஆசைதான்.....

நிழல்: அவன் உன்முன் தன்னை படைக்க காத்திருக்கிறான். அவன் நிழல் வெறுமையாக நிற்கிறது...

(வெளியே கூக்குரல்கள் எழுகின்றன. உலோகக் கதவுகள் பிளக்கும் பேரோசை)

வெளியே குரல்கள்: *பீஷ்மர்! பீஷ்மர்!*

காசிமன்னன் குரல்: பீஷ்மரே தாங்கள்...

பீஷ்மரின் குரல்: காசி மன்னரே உன் பெண்களை நான் இராட்சத மணமுறைப்படி கவர்ந்து செல்லவிருக்கிறேன். *(அம்பு அம்பையின் கையிலிருந்த மாலையை விழச் செய்கிறது.)*

அம்பை: *(அதிர்ச்சியுடன்)* இல்லை. இதை நான் அனுமதிக்க மாட்டேன். இது என் உலகம்... இங்கு எவரும் அத்து மீற முடியாது... *(கதறியபடி சால்வனை நோக்கி ஓடுகிறாள்)* அந்த... இதை தடுக்க யாருமில்லையா? *(மயங்கி விழுகிறாள் நிழல் அவளை தூக்கிச் செல்கின்றது)*

சிகண்டி: பிதாமகரே இதுதான் நான் கண்டது.

பீஷ்மர்: காலமே மனிதனுக்கு மிகப்பெரிய ஆடை. *(கோபத்துடன்)* நீ என்னை நிர்வாணமாக்க முயல்கிறாய்...

சிகண்டி: *(சிரித்து)* நிர்வாணமே முக்தி என்பார்கள்.

பீஷ்மர்: உன் இழிபிறவிக்குரிய குரூரம் உன்னிடம் இருக்கிறது.

சிகண்டி: பிதாமரே எழுங்கள். இதோ காலத்தின் சிறிய மாயத் திரை. அப்பால் உங்கள் பழைய நாட்கள். நான் உங்களை அங்கு காணவிழைகிறேன்.

*(**பீஷ்மரை** அவரது நிழல் எழுப்புகிறது. அவர் உதற முனைகிறார். ஆனால் நிழல்கள் அவரை வேடம் அணிவித்து இளைய பீஷ்மராக்குகின்றன. அஸ்தினபுரி அரண்மனை. வெளியே அரண்மனைக்குரிய ஒலிகள்.)*

பீஷ்மர்: *(அமைதியிழந்தவராக உலவி)* யாரங்கே?

*(**வீரன்** ஒருவன் வந்து பணிகிறான்)*

பீஷ்மர்: விசித்திர வீரியன் பள்ளியறைக்கு சென்று விட்டானா?

வீரன்: ஆம் ஆச்சாரியாரே

பீஷ்மர்: இளவரசிகள்...

வீரன்: ஆம். ஆனால்...

பீஷ்மர்: என்ன?

வீரன்: மூத்த இளவரசியார் அழுதுகொண்டிருக்கிறார்கள்...

பீஷ்மர்: அழட்டும்... நீ போகலாம்.

(பீஷ்மரின் நிழல் அவரை தொடர்கிறது)

நிழல்: அவள் யாரையோ எண்ணித்தான் அழுகிறாள்...

பீஷ்மர்: வெற்றிகொள்ளப்பட்டவர்கள் அழுவதுண்டு...

நிழல்: வெற்றிகொள்ளப்பட்ட பெண் அழுவதில்லை.

பீஷ்மர்: *(சற்று துணுக்குற்று)* என்ன சொல்கிறாய்?

நிழல்: அவள் உன்னை வெற்றிகொள்ள தன் ஆயுதங்களை யெல்லாம் எடுக்கவேண்டும், அதுதான் உயிர்களின் நாடகம். இவள்... இவள் உன் வெற்றியை சற்றும் பொருட் படுத்தவில்லை...

பீஷ்மர்: அவள் எனக்கு ஒரு பொருட்டல்ல...

நிழல்: தன்னைப் பொருட்படுத்தாத பெண்ணைப்பற்றி அப்படிச் சொல்லத் திராணி கொண்ட ஆண்மகன் எவனுமில்லை...

பீஷ்மர்: சரி நீ போ. இன்றிரவாவது நான் தூங்கவேண்டும்...

நிழல்: இன்றிரவு நீ தூங்க முடியாது...

பீஷ்மர்: நீ போ

நிழல்: நான் நிழலல்லவா?

பீஷ்மர்: ஆ! என்ன வதை இது.

நிழல்: ஆண்களின் காமம் ஆண்குறியிலும் அகங்காரத்திலும் குடிகொள்கிறது... நீ...

பீஷ்மர்: நிறுத்து

நிழல்: தனித்த இரவுகளில் எதையும் தடைசெய்யமுடியாது

பீஷ்மா. *(அழுத்தமாக)* உனது காமம் அகங்காரத்தில் மட்டுமே குடிகொள்கிறது. நீ கன்னி உடலில் நுழையும் லிங்கம் போல அந்த சுயம்வரப் பந்தலில் நுழைந்தாய். அப்போது உன் அகங்காரம் உயிர்த்துடிப்பு கொண்டு நின்றது...

பீஷ்மர்: என்ன அபத்தம்! நல்லவேளை இச்சொற்களை மூன்றாம் மனிதர்கள் அறிவதில்லை...

நிழல்: அந்தப்போர் ஒரு புணர்ச்சி. நீ வென்றாய். ஆனால் நீ ஆட்கொண்ட பெண் அமைதி கொள்ளவில்லை...

பீஷ்மர்: *(கண்களைமூடிக் கொண்டு)* இந்த இரவிலும் என் மனம் பித்துக்குள் செல்கிறது போலும்...

நிழல்: நீ நித்ய பிரம்மச்சாரி. மகாவிரதன். எனவே உன் காமத்துக்கு முகம் இல்லை. முகமின்மை ஒரு பெரும் சுதந்திரம் அல்லவா? அதற்கு எல்லைகளே இல்லை.

பீஷ்மர்: *(கண்களை மூடி)* இல்லை. நான் என் எண்ணங்களை வெல்வேன். என்னை மீட்டெடுப்பேன்...

நிழல்: கற்பனைகளின் காமம் கட்டுகளற்றது. உனக்குத்தெரியுமா பருவுலகின் மிருககாமம் மட்டுமே அதை கட்டுப்படுத்த முடியும். கற்பனையுலகில் அடக்கப்படாது திமிறி அலையும் ஆபாசமான அகங்காரத்தை உன்மீது மோதும் பருவுலகு மட்டுமே தடுக்கும்...

பீஷ்மர்: *(பொறுமை இழந்து)* ஆ! *(தனக்குள்)* புண்பட்ட மிருகம் போல அலறுகிறேன். புண் எங்கே?

நிழல்: *(அழுத்தமாக)* உனது வேடத்தில்

பீஷ்மர்: *(குனிந்து முகம் பொத்தி அமர்ந்து)* இந்த இரவில் நான் நூறாயிரம் முறை செத்து பிறக்கிறேன்...

நிழல்: உன்னுள் ஊன் நெடி தேடி காடுமுழுக்க முகர்ந்தலையும் ஆயிரம் வனமிருகங்கள். இவ்வரண்மனையின் அந்தப் புரங்களின் ஒவ்வொரு பொருளும் ஒவ்வொரு மணற் பருவும் உன்னை அறியும். உன் ஆத்மா உழன்றலையும்

இடங்கள் அல்லவா அவை? பெண்கள் பருவமடைந்த மறுகணமே உன் பார்வையை அடையாளம் கொண்டு கொள்கிறார்கள். பெண்குழந்தைகள் உன் கரங்களின் தொடுகையை தனித்தறிகிறார்கள்... உனது காமம் புற்றிலிருந்து வழிந்திறங்கி ஓசையின்றி பரவும் நாகம். அதன் உறக்கமில்லாத வைரமணிக் கண்கள் இருளில் ஒளிர்கின்றன. சிறு சீண்டலிலும் அது வெருண்டு படமெடுக்கிறது...

பீஷ்மர்: (சரேலென எழுந்து அறையை பார்த்து) யார்? யார் இதற்குள்?

நிழல்: யாருமில்லை. நான் உனது நிழல். உன் ஆத்மா ஓல மிடுகிறது நான் நான் என. நீ அதை தர்மம் தர்மம் என சொல்லக் கற்றுக் கொண்டாய். ஆனால் அந்தரங்கத்தில் அச்சொல் போகம் போகம் என்று ஒலிக்கக் கேட்டாய்...

(பீஷ்மர் பித்து தெரியும் பார்வையுடன் சுற்றி வருகிறார். பதறுகிறார். தடுமாறுகிறார்)

நிழல்: உன்னுடைய தேவைதான் என்ன பீஷ்மா? ஒரு...

(பீஷ்மர் அலறியபடி நிழல் மீது பாய்கிறார். அது சிக்கவில்லை. பிடிக்கு கிடைப்பவன் சிகண்டி)

சிகண்டி: பிதாமகரே என்ன இது?

பீஷ்மர்: (அடையாளம் காணாமல்) யார்? (காய்ச்சல் கண்டவர் போல நடுங்குகிறார்)

சிகண்டி: இது நான். சிகண்டி.

பீஷ்மர்: நிழல் நிழல்கள்... (பிரமைகொண்டவர் போல) நிழல்கள் எங்குமே... அவைதான்

சிகண்டி: பிதாமகரே...

பீஷ்மர்: நீயா? நீ? அங்கே, என் இருண்ட சயன அறையில்...

சிகண்டி: நமக்கு இப்போது காலமில்லை, இடமில்லை. நாம் வெறும் கருத்துக்கள் மட்டுமே...

பீஷ்மர்: நீ என்னை இருண்ட பாதாளங்களுக்கு இட்டுச் செல்கிறாய். என் ஆத்மாவில் இருளையும் விஷத்தையும் நிரப்புகிறாய்...

சிகண்டி: அவை ஆத்மாவின் பாதாளங்கள்... (நிமிர்ந்து இருண்ட மூலை ஒன்றை நோக்கி தியான பாவம் கொண்டு நின்றபடி) அவளை நான் மீண்டும் கண்டேன்... அவள் ஒரு ரதத்தில் உங்களை நோக்கி வந்துகொண்டிருந்தாள். கூந்தல் அவிழ்ந்து பறக்க, ஆடைகள் படபடக்க...

(அரங்கிற்கு அப்பால் குதிரைகளின் ஒலிகள்.)

சிகண்டி: குதிரைகளின் தசைத்திரட்சிகள் மீதே அவள் பார்வை லயித்திருந்தது. இறுக்கமான திரண்ட தசைநார்கள்...

(அரங்கில் அம்பை ரதத்திலேறியவளாக பிரவேசிக்கிறாள்)

சிகண்டி: அவள் முகம் வியர்த்திருந்தது. அங்கே எந்த பாவனை களும் இல்லாமல் காமம் சிவந்து ஒளிவிட்டது...

(குதிரை ஒன்று எழுகிறது. தன் முகமூடியை கழற்றுகிறது)

அம்பை: யார் நீ?

குதிரை: நான் ஹயக்ரீவன். நீ என்னை காமத்துடன் பார்த்தாய்...

அம்பை: (தடுமாறி) இல்லை...

ஹயக்ரீவன்: நீ எதையுமே என்னிடம் ஒளிக்க முடியாது. என் தசைகளைக் கண்டு காமம்கொள்ளாத பெண்கள் எவருமே இன்னும் பிறக்கவில்லை... உனக்கு இக்கணம் வேண்டும் முகம் என்ன (ஒரு உத்தரீயத்தை வாங்கி அணிந்து) இதோ நான் சால்வன்...

அம்பை: அவன் எனக்கு ஒரு பொருட்டல்ல. ஏனெனில் நான் பீஷ்மரை அடைந்தபிறகு அவனை பீஷ்மர் என் பாதங்களில் வீழ்த்துவார். அவன் தலையை நான் என் பாதங்களால் தொடுவேன். அப்போது எனக்கு நான் விரும்பும் போகத்தின் உச்சம் கிடைக்கும்

ஹயக்ரீவன்: (ஏளனமாக) ஆ. உன் மனம் முதிர்ந்துவிட்டது.

காமத்தில் தன்னகங்காரம் கலந்துவிட்டது (தாடியை அணிந்துகொண்டு) அப்படியானால் நான் இப்போது பீஷ்மன்...

அம்பை: நான் வெல்வது வரைத்தான் பீஷ்மர் என் ஆண்மகன். அதன் பிறகு என்னை சிரிக்கவைக்காத, என் உடலில் அலைகளை விரியவைக்காத, முதியவன்...

ஹயக்ரீவன்: பெண்ணே உனது தேவை என்ன?

அம்பை: உனது தொடைச் சதைகளில் திமிறும் அந்த வல்லமை மட்டும்... மனித உருக்கொள்ளாத வெற்றுத்தசை...

ஹயக்ரீவன்: ஆம். அதுதான். உயிரின் ஆதிதாகம்... (பயங்கர கனைப்பொலியுடன் குதிரை எழுகிறது. அதன் பின் இன்னொரு குதிரை முகமூடியுடன் வருகிறது. குதிரைகள் சூழ்ந்து நடனமிடுகின்றன. நடுவே விரித்த கூந்தலுடன் நெளிந்தாடும் அம்பை ஆடியபடியே அவர்கள் சென்று மறைகின்றனர்)

சிகண்டி: அவள் ஒரு பயங்கர வனதெய்வம் போலிருந்தாள்...

பீஷ்மர்: (பெருமூச்சுடன்) நாம் காண்பதெல்லாம் நமது விருப்பு களையும் வெறுப்புகளையும்தான்...

சிகண்டி: உண்மைகளை ஊனக்கண் காண்பதேயில்லை. அகக்கண் தவறவிடுவதுமில்லை...

பீஷ்மர்: (கண்களைப்பொத்தி) போதும். இதற்குமேல் என்னால் தாங்கமுடியாது...

சிகண்டி: அதன் பிறகு அவள் உங்கள் அரண்மனைக்கு வந்தாள்.

பீஷ்மர்: சால்வன் அவளை ஏற்கமாட்டான் என நான அறிவேன்... அவள் என் முன் வந்தபோது என் மனம் குதூகலித்தது... அன்று அஸ்தினபுரியின் அரண்மனையில்...

(பீஷ்மர் திரும்புகிறார். ஒளியும் ஒலியும் மாறுகின்றன)

பீஷ்மர்: அவள் சால்வனை விரும்புவதை என் முன் சொன்ன போது என் ஆத்மாவில் எரியம்பு ஒன்று தைத்தது. அதை

அவளுடைய கண்ணீரே அணைத்து மருந்தாக முடியும் என்று அறிந்தேன். வன்மம் முறுகிய மனம் ஒரு கணம்கூட தூங்கவில்லை. அவளிடம் சொல்லவேண்டிய சொற்களை பல்லாயிரம் முறை உள்ளூர மீண்டும் மீண்டும் சொல்லிச் சொல்லி இருநாட்கள் சென்றன. அதன் பின் அவள் வந்தாள்...

(அஸ்தினபுரியின் அரண்மனைத்தோற்றம் உருவாகிறது)

பீஷ்மர்: அமாத்யரே.

அமாத்யர்: *(வந்து)* அடியேன்.

பீஷ்மர்: காசிநாட்டு இளவரசி திரும்பி வருவதாகச் சொன்னார்கள். அவளை நேராக இங்கு இட்டுவரச் சொல்லுங்கள்.

அமாத்யர்: உத்தரவு *(செல்கிறார்)*

பீஷ்மர்: நாடகத்தின் மறுபக்கம் இனிமேல்தான் போலும்.

(வெளியே குரல்: காசி நாட்டு இளவரசி அம்பாதேவி வருகை)

பீஷ்மர்: புயல் வருவது போல! ஆம் அப்படித்தான். அவள் இயல்பு அது

(கதவு படாரென திறந்து அம்பை வந்து பீஷ்மர் முன் நிற்கிறாள்)

பீஷ்மர்: இளவரசிக்கு வணக்கம்.

அம்பை: *(கடூரமாக)* நான் வணக்கங்கள் கொள்ள வரவில்லை. *(அழுகையும் ஆங்காரமுமாக கைநீட்டி)* நீங்கள் தர்மம் என்ற பேரில் அகங்காரத்தை திரையிட்டு மறைத்த கோழை. என்னை தீராத அவமானத்துக்குத் தள்ளிவிட்டீர்கள்... என்னை அந்த அற்பன் முன் புழுவென உணரச்செய்தீர்கள்...

பீஷ்மர்: *(அமைதியாக)* அது நீங்கள் தேர்ந்தெடுத்த பாதை...

அம்பை: *(உரக்க)* நிறுத்துங்கள்! உங்களுக்கு மிக நன்றாக தெரியும், பாரதவர்ஷத்தில் எந்த மன்னனும் உங்களை எதிர்க்கத் துணியமாட்டான் என்று. நீங்கள் என் ஆத்மாவை பகடையாக்கி விளையாடினீர்கள். என்னை என் ஒவ்வொரு அணுவையும் அருவருக்கச் செய்தீர்கள்...*(கிரீச்சிட்டு*

கத்தி) நீங்கள் என்னை கொன்று விட்டீர்கள்... உங்கள் முன் இக்கணமே செத்துவிழவேண்டுமென்றே இங்கே வந்தேன்... (குறுவாளை உருவுகிறாள்) பலமுறை இறந்து நைந்த என் ஆத்மா இங்கே விடுதலைகொள்ளட்டும். என் பிணம் உங்கள் காலடியில் விழட்டும்... (குத்தப்போகிறாள்)

பீஷ்மர்: *(அவள் கரங்களைப்பற்றி தழுவி திடமான குரலில்)* அதற்கு உனக்கு உரிமை இல்லை. ஏனெனில் நீ நான் வென்ற உடைமை.

அம்பை: *(மகிழ்ச்சியின் ஆவேசத்துடன் உடல் நடுங்க)* என்ன சொல்கிறீர்கள்?

பீஷ்மர்: ஆம்

அம்பை: *(அவர் காலடியில் சரிந்து)* என் தெய்வமே! என் குருவே! *(குமுறி அழுகிறாள்)*

பீஷ்மர்: *(கம்பீரமாக)* எழுந்திரு. இக்கணம் முதல் நீ எதற்கும் அழமாட்டாய் *(அவளை தொட்டெழுப்பி கனிவாக சிரித்தபடி.)* பேதைத்தனமே பெண்களுக்கு பேரழகைத் தருகிறது...

அம்பை: *(வெட்கி சிரித்து)* விளையாடும்போதுதான் ஆண்கள் அழகர்களாகிறார்கள்... *(இருவரும் சிரிக்கிறார்கள்)*

(ஒளி மாறுபடுகிறது.)

பீஷ்மர்: நான் உன் அடிமை. நீ போடும் கட்டளைகளை நிறைவேற்றுகையில் மட்டுமே முழுமை அடைபவன்.

அம்பை: உங்களுக்கு அஸ்வசாஸ்திரம் தெரியுமல்லவா?

பீஷ்மர்: நன்றாகவே...

அம்பை: பரிகளில் குறுஞ்சுழியும் நீள்முகமும் கொண்டது ஒரு போதும் சளைப்பதில்லை. ஏனெனில் அது எப்போதுமே தன் முழு சக்தியையும் செலவழித்துவிடுவதில்லை. அது மட்டுமே முதுமையிலும் வல்லமை இழக்காதது...

(வெட்கி) நான் உங்களை அப்படி எண்ணிக் கொள்வ துண்டு...

பீஷ்மர்: ஆகா! *(சிரித்து)* பெண்களின் உலகில் இப்படிப்பட்ட கற்பனைகள் உண்டெனெ நான் அறிந்ததேயில்லை.

(நிழல் பீஷ்மருக்கு ஒரு குதிரைமுகமூடியை அளிக்கிறது. அதை அவர் அணிந்து கொள்கிறார். குதிரை ஒன்றின் கனைப்பு அப்பால் கேட்கிறது)

பீஷ்மர்: குதிரையின் முதுகு அமரப்படுவதற்காகவே உருவானது தேவி...

அம்பை: *(குதூகலித்து சிரித்தபடி)* வேண்டாம்

பீஷ்மர்: *ஏறிக்கொள்!*

(அம்பை பீஷ்மரின் தோள்களை அணைத்துக் கொள்கிறாள். தன் முந்தானையால் சுழற்றி வீச சவுக்கு அடிபடும் ஓசை எழுகிறது. பீஷ்மர் சிரிக்கிறார். அவள் சிரிப்பும் அதனுடன் சேர்ந்துகொள்கிறது)

அம்பை: அங்கே அந்த திசை நோக்கி... உங்களால் முடியுமென்றால்...

பீஷ்மர்: நீ கைசுட்டினால் தூரங்கள் ஒரு பொருட்டேயல்ல... *(சவுக்கொலி. சிரிப்புகள்)*

சிகண்டி: *(உரத்த குரலில் வெடித்து)* நிறுத்துங்கள் *(கடும் குரோதத் துடன் வாளை உருவி அவர்கள் நடுவே நீட்டி)* போதும் இந்த ஆபாச நாடகம்!

(இருவரும் திடுக்கிட்டு பிரிந்து விலகிக் கொள்கிறார்கள்.)

அம்பை: *(குழப்பத்துடன்)* இது யாருடைய கனவு? நான் எப்படி இங்கே வந்தேன்?

பீஷ்மர்: *(திடுக்கிட்டு)* என்ன நடந்தது? *(கூசி)* ஆ! கனவா அது? நானா? எத்தனை கீழ்மை!

சிகண்டி: *(உடைந்த குரலில்)* நான் யார் என இப்போது தெரிந்து கொண்டேன். காமங்கள் முயங்கும்போது மனிதர்கள்

பிறக்கிறார்கள். நான் அகங்காரங்கள் முயங்கிப் பிறந்த அர்த்தமற்ற பிண்டம்... காமங்களினாலானது சொர்க்கம். என்னுடையதோ மோதி அசைவற்று காலத்தில் உறைந்த இரு அகங்காரங்களின் சூனிய மையம்... அங்கு சலனமே இல்லை.

அம்பை: மகனே...

சிகண்டி: *(அருவருத்து)* சீ விலகு... நான் உன் மகனல்ல.

பீஷ்மர்: நீ என் மகள்

சிகண்டி: விலகி நில்லுங்கள். இது வெறும் தசை. உங்களில் பாதி, அவளில் பாதி... என் இரு உடல்களின் நடுவே தூர்க்கமுடியாத பெரும்பாழ்வெளி ஒன்றை உணர்கிறேன். *(சிகண்டி மெல்ல முன்னகர அவனுக்கு பின்னால் நிழல்கள் அணிவகுக்கின்றன)* இந்த வெற்றிடம் எது தெரிகிறதா? கோடானுகோடி ஆண்களும் பெண்களும் இப்பூமியில் அன்றாடம் புணர்கிறார்கள். எங்கே? தங்கள் தன்னகங்காரங்கள் சமரசம் செய்து கண்டடைந்த சிறுவெளியில். கொந்தளிக்கும் கரியகடல் நடுவே சிறு தீவில் ஒதுங்கிய இருவர்போல. அங்கே ஒருவரை ஒருவர் கண்டு ஒரு கணம் பிரமித்து, அருவருத்து, அஞ்சி, சுருங்கி மீண்டும் தங்கள் அகங்காரங்களின் எல்லைகளுக்குள் வந்து மூடிக் கொள்கிறார்கள். *(உரக்க)* உங்களுக்கு அந்த வெளி வாய்க்கவேயில்லை. உங்களுக்கிடையே எப்போதுமிருந்தது அந்த தூரம். கரிய இருளால் நிரப்பப் பட்ட பேரழுத்தம் நிரம்பிய வெறுமை...

(நிழல்கள் மெல்ல நடனமிட ஆரம்பிக்கின்றன)

சிகண்டி: நான் பிறந்த இடம் அதுதான். என் உடலின் நடுவே அது உள்ளது. ஆறாத காயம்போல. எதையும் பார்க்காத துடிக்கும் கண்போல. எதையும் சுட்டாத விரல்போல. ஒரு கரிய இடைவெளி... இந்த உடல் ஒரு புதிர் போல என்னை எப்போதும் வதைக்கிறது...

அம்பை: *(துயரத்துடன்)* அது என் தவறுதான் குழந்தை. என்னை மன்னித்துவிடு...

சிகண்டி: *(ஆங்காரத்துடன் கைகளை உரசியபடி)* யார் நீங்கள்? நீ பெண்ணாகவில்லை. அவர் ஆணாகவில்லை. சொல்லப் படாத ஒரே ஒரு சொல்லால் உடலை ஊமையாக்கிக் கொண்ட இருபால் வடிவங்கள்...

பீஷ்மர்: *(கடும் கோபத்துடன்)* அடேய்...

சிகண்டி: உங்கள் வில் அதோ கிடக்கிறது... *(உரக்கச் சிரித்து)* பிணத்தைக் கொல்ல முடியாதல்லவா? மறந்து விட்டேன். நீங்கள் சொல்லை ஏவலாம்...

பீஷ்மர்: சீ, விலகு...

சிகண்டி: நீங்கள் உணர்வது என்ன தெரியுமா? இயலாமை. காலமெல்லாம் நீங்கள் உணர்ந்த இயலாமை. உறுப்பின் இயலாமை அல்ல உங்கள் பால்திரிபுக்கு காரணம். உணர்வுகளின் இயலாமை... பேடி பேடி *(வெறிகொண்டு சிரித்து)* பேடிகள் காற்றில் புணர்ந்து பெற்ற பெரும்பேடி... பேடிகளுக்கென ஒரு சொர்க்கம் செய்யசொல்வோம். அங்கு சொல்லப்பட முடியாத சொற்கள் உண்ணப்பட முடியாத உணவுகள் தழுவப்பட முடியாத பெண்கள்... அங்கே நாம் மூவரும் செல்லலாம்... நமக்காக காத்திருப்பது அதுதான். இதோ எனக்குப் பின்னால்...

(பின்னணியில் நிழல்கள் வெறித்த பார்வையுடன் நடன மிடுகின்றன)

சிகண்டி: *(கைநீட்டி)* வருக... இதுதான் தருணம். இனி இது வாய்க்கப்போவதில்லை... ஒருபோதும்.....

(நிழல்கள் அழைக்கின்றன. "வருக!" "வருக!")

அம்பை: இல்லை! *(பயந்து பின்னகர ஒரு நிழல் அவளைப் பிடித்து முன்னே தள்ளுகிறது)* ஆ! விட்டு விடு! இல்லை...

(நிழல்களால் தள்ளப்பட்ட பீஷ்மர் இணைந்துகொள்ள, ஒரு நடனம் ஆரம்பிக்கிறது. புணர்ச்சியின் நிலைகள். பாம்பு

நெளிவுகள். உக்கிரமான தாபம் மிக்க அசைவுகள். ஒளி மாறி மாறிவிரிய, பின்னால் பேரண்டங்கள் வெடித்து பிறந்து ஒளிர்ந்து எரிந்தழிய, காலம் நாட்களாக யுகங்களாக ஓடிமறைய, பெருகிப் பெருகி உச்சம் கொள்ளும் சிவசக்தித் தாண்டவம். பிளந்து சரியும் இடியோசைகள். துடிதுடிக்கும் மின்னல்கள். பின்பு பெருமழை. நனையும் எரிமலைகள். பின்பு ஓயும் அலைகளில் எஞ்சித் தத்தளிக்கும் கரிய சிற்றொளி. பின்பு தூய மணியோசையாக முளைத்தெழும் காலத்தின் முதல் சுழி. தொலைவில் நரி ஒன்று ஊளையிடுகிறது. நிழல்கள் அடங்குகின்றன.)

பீஷ்மரும் அம்பையும் இரு முனைகளிலாக சிதறி விழுகிறார்கள். அரங்கில் இருள் நிறைகிறது. பிறந்த குழந்தையின் முதல் அழுகுரல். மென்மையும் கருணையும் கொண்ட அன்னையின் தாலாட்டு. சொற்களில்லை. "ரூரூரூ... லூலூலூ" குழந்தை அழுகை மெல்ல மழலை ஒலிகளாக மாறுகிறது.

அரங்கில் ஒரு மெல்லிய தீபச்சுடர் மட்டும் எழுகிறது.

குழந்தைக் குரல் "அம்மா"

தாய்மை மிக்க பதில் "என்னடா கண்ணா? இங்கே வா"

குழந்தைக் குரல் "அம்மா எனக்கு பயமாக இருக்கிறது"

தாயின்குரல்: *அம்மா இருக்கிறேனல்லவா? என்ன பயன் என் ராஜாவுக்கு? அருகே வா (கொஞ்சும் ஒலிகள்)*

(ஒளி விரிகிறது. காலை ஒளி. மரங்களின் கிளைகள் இளங் காற்றிலாடுகின்றன. பறவைகள் கலைசலாக ஒலிக்க நீரில் ஓசை.

பீஷ்மரும் அம்பையும் இரு திசைகளிலிருந்து மரக்கிளைகளை விலக்கி, நீரைத்தாண்டி வருகிறார்கள்.

மென்மையான மணியோசையுடன் அவர்கள் ஒருவரை ஒருவர் கண்டுகொள்கிறார்கள்.)

பீஷ்மர்: *(கனிந்த குரலில்) உன்பெயர் என்ன?*

அம்பை: *(வெட்கி) அம்பை. நீங்கள் யார்?*

பீஷ்மர்: நான் பீஷ்மன். *(அவளை நெருங்கி)* என் மனதில் வினோதமான ஒரு உத்வேகம் எழுகிறது. நான் உன்னை முன்பே கண்டிருக்கிறேன். உன்னை நன்கு அறிவேன்... *(பெரு மூச்சுடன்)* இதே இடத்தில் இதேபோல எத்தனையோ முறை நாம் நின்றிருப்பதாக என் மனம் பிரமை கொள்கிறது.

அம்பை: *(தலைகுனிந்து)* ஆம். எனக்கும்தான். இதே சொற்களை நீங்கள் என்னிடம் எத்தனையோமுறை சொன்னதுபோல...

(பீஷ்மர் அவளருகே சென்று மெல்ல அவளை தீண்டுகிறார். மரங்களிலெல்லாம் மலர்கள் எழுகின்றன. அவர்கள் தழுவிக் கொள்கிறார்கள்.)

மரங்கள்: நீங்கள் யார்?

பீஷ்மர்: நான் ஓர் ஆண்

அம்பை: நான் ஒரு பெண்

மரங்கள்: இந்தப்பதிலன்றி வேறு எந்த சொல்லை நீங்கள் சொல்லியிருந்தாலும் நாங்கள் கற்பாறைகளாக மாறி மௌனம் கொண்டிருப்போம். காலகாலங்களாக இக்கேள்விக்கு மட்டும் ஒரே விடைதான்.

(மரங்கள் விலகி குழந்தைகளாகின்றன. கலகலவென குழந்தைகளின் குரல்கள். சிரிப்பு. "அம்மா" என்று கூவியபடி ஒரு குழந்தை அவள்மீது மோதுகிறது)

குழந்தை: அம்மா அவன் என்னைபிடிக்க வருகிறான்!

குழந்தை: போடி என்னுடைய அம்மா!

அம்பை: ஓடாதே விழுந்துவிடுவாய்!

குழந்தை: அம்மா பக்கத்திலே நான்தான் நிற்பேன்

குழந்தை: போடி நான்தான்

குழந்தை: அம்மா இவனைப்பார்

அம்பை: *(பூரிப்புடன்)* இதோபார், சண்டை போடக்கூடாது...

(குழந்தைகள் ஆடி கூத்தடிக்கின்றன. மெல்ல அவ்வொலி மங்கி அகல்கிறது. குழந்தைகள் விலகி மரங்களாகின்றன. பீஷ்மரும் அம்பையும் இரு மரங்களாக மாறி கைகளை காற்றுக்கு வீசி நிற்கின்றனர். அரங்கு மாலை ஒளி கொள்கிறது.

மரக்கூட்டங்களை விலக்கி ஒரு இளைஞனும் இளம் பெண்ணும் இரு திசைகளிலிருந்து வருகிறார்கள். ஒருவரை யொருவர் மணியோசை ஒலிக்க கண்டுகொள்கிறார்கள்.)

இளைஞன்: உன்பெயர் என்ன?

பெண்: அம்பை. நீங்கள்?

இளைஞன்: என் பெயர் பீஷ்மன்

(பீஷ்மரும் அம்பையும் சிரித்தபடி மலர்களை உதிர்க்கிறார்கள். இளைஞனும் இளம்பெண்ணும் செல்கிறார்கள்)

அம்பை: *(விலகி வந்து)* எத்தனை எளிமையான நாடகம்

பீஷ்மர்: ஆம். இலைகளைப்போல, சருகுகளைப்போல...

(மரங்கள் கலைந்து மறைகின்றன. அவர்கள் மட்டும் அரங்கில் எஞ்சுகிறார்கள். நிழல்கள் முன்வந்து அவர்களுடைய நரை முடிகளை முதுமையை அளிக்கின்றன.)

பீஷ்மர்: *(அணிந்தபடி)* இலைகளை உதிர்த்துவிட்டு வசந்தத்தை எதிர்கொள்ளும் மரங்கள் போல் ஒவ்வொன்றையும் அப்போதே உதிர்த்துவிட்டு முன்னகர்கையில் முதுமையும் இனிமையாக மாறிவிடுகிறது.

அம்பை: ஆம். *(கனிந்து சிரித்து)* உதிரும் சருகுகள் புது மலர் களுக்கு உப்பாகும் என்பார்கள்...

(இருவரும் பிரிகிறார்கள். பீஷ்மர் மீண்டும் வந்து படுக்கிறார்)

நிழல்: என்ன ஆயிற்று உன் வினாக்கள்...

பீஷ்மர்: *(சிரித்து)* வினாக்களா? இந்த காடுமுழுக்க கோடானு கோடி மலர்கள் மலர்ந்திருக்கின்றன, எந்த வினாக்களும் இல்லாமல்...

(ஒளி மாறுபடுகிறது. இரவு. போர்க்களம். ஊளைகள்.)

பீஷ்மர்: *(அண்ணாந்து)* கரியவெளி! தானன்றி வேறற்ற பெரும்பாழ்!

நிழல்: இப்போது நீ கிளம்பமுடியும் அல்லவா?

பீஷ்மர்: ஆம், எனக்கு இப்போது எடையே இல்லை. காற்றுக்கு ஒப்புக்கொடுத்த எளிய சருகு... *(அண்ணாந்து)* உயிர்களும் காலமும் சென்றுசேரும் கடல். எதுவுமே எஞ்சாத இருண்ட பெருவெளி...

(சிகண்டி எதிரே நிற்கிறான், ஆனால் அவன் மீது வேறு விதமான ஒளி கவிந்திருக்கிறது)

சிகண்டி: *(அமானுடமான ஒரு பெரும் குரலில்)* அது தன்னைத் தானுண்டு தனக்குள் பூரணம் பெற்றவனால் மார்பில் தாங்கப்படும் சிறுபதக்கம்.

பீஷ்மர்: நீ?

சிகண்டி: ஆம், நான்தான்

(அவனுக்கு பின்னால் நிழல்கள் அணிவகுக்கின்றன. மெல்ல, கச்சிதமான அசைவுகளுடன். ஒன்றுமீது பிறிது ஏறி உயர்ந்து பற்பல தலைகளும் கால்களும் கைகளும் கொண்ட ஒற்றைப் பேருருவத் தோற்றம் கொள்கின்றன. ஒரு கரத்தில் சங்கு மறு கரத்தில் சக்கரம். ஊன்றிய கதாயுதம். இன்னொரு கரத்தில் தாமரை. பல்வேறு ஆயுதங்கள். கடல்நீலப் பேரொளி அவன் மீது சுடர தொலைவில் பாஞ்சஜன்யம் முழங்குகிறது)

ஓங்கி உலகளக்கும் பெருங்குரல்:

அனைத்து தர்மங்களையும் கைவிடுக!

என்னையே சரணடைக!

(பீஷ்மர் மெல்ல எழுந்து கனவில்போல வணங்கியபடி நடந்து சிகண்டிமுன் மண்டியிடுகிறார். ஒளி மாறுபடுகிறது. நிழல்கள் இறங்கி பிரிகின்றன. தனித்து நிற்கும் சிகண்டி குனிந்து பார்க்கிறான். மூலையில் நிழல்கள் கூடி மிருத்யுதேவி தோன்றுகிறாள். மெல்ல பீஷ்மரை தூக்கி கொண்டுசென்று

அவரது படுக்கையில் கிடத்துகிறாள். அவள் தன் முகமூடியை எடுக்கும்போது அது அம்பை என தெரிகிறது. தலைமாட்டில் அமர்ந்து குழந்தையை தூங்கச்செய்வதுபோல மெல்லமெல்ல தட்டி தூங்கச்செய்துவிட்டு ஓசைகேட்காத காலடிகளுடன் அம்பை வெளியேறுகிறாள்.

அரங்கில் சிகண்டி தனித்து நிற்கிறான். ஆனால் சாதாரணனாக குழப்பம் கொண்ட மனிதனாக)

சிகண்டி: பிதாமகரே... *(அருகே சென்று குனிந்து பார்த்து)* பிதாமகரே...

(பீஷ்மர் இறந்துவிட்டிருக்கிறார். சிகண்டி அவரை விட்டு விலகுகிறான்.)

சிகண்டி: வானில் தேவர்கள் மலர்மாரி தூவவில்லை. நட்சத்திரங்கள் இடம் மாறவில்லை. ஒரு சருகு உதிர்ந்தது போல... ஒன்றுமே நிகழவில்லை... மௌனமான இரவு. கோடானுகோடி முந்தைய இரவுகளைப்போலவே இன்னொரு இரவு... *(பெருமூச்சுடன்)* ஆனால் நான்?

(வெகு தொலைவில் ஒரு அழுகை ஒலி.)

சிகண்டி: *(இருளை நோக்கி)* இந்த இருட்டுக்கு அப்பால் என்ன?. இருட்டுக்கு தெரியுமா? எங்குள்ளது என்னுடைய சொர்க்கம்?

(மௌனம். அழுகையொலி மட்டும் கேட்கிறது)

சிகண்டி: அடையாளங்களுக்கு அப்பாற்பட்டவனின் கடைசி இடம் எது?

(இருளில் ஒரு நரி ஊளையிடுகிறது. சோகமும் தனிமையும் மிக்க குரல். ஒரு கணம் அதை கவனித்து, பெருமூச்சுடன் சிகண்டி இருளில் நடந்து மறைகிறான். மறுபக்கம் வழியாக கழுதைப்புலி முகர்ந்தபடி அரங்கில் நுழைகிறது)

(முற்றும்)

பிற்சேர்க்கை

நாடக முகம்

....

(அ)

சிறுவயது முதலே மேடை நாடகங்கள் மீது எனக்கு பெரிய ஆர்வம் இருந்ததில்லை. சிறுவயதில் நல்ல நாடகங்களைக் கண்டதில்லை என்றுதான் கூறவேண்டும். ஐந்தாம் வகுப்புமுதல் என் இலக்கிய வாசிப்பு துவங்கியது. தேர்ந்த இலக்கிய ரசனை கொண்டிருந்த அம்மாவின் வழிகாட்டுதல் இருந்தது. அந்த ரசனையுடன் நான் அன்று எங்களூரில் திருவிழாக்களில் போடப்பட்ட சி.எல்.ஜோஸ், என்.என்.பிள்ளை, தோப்பில் பாசி ஆகியோரின் நாடகங்களைப் பார்த்தபோது அவை பெரிய அளவில் மனத்தைக் கவர்பவையாக இல்லை. அவை என்னைவிட தாழ்ந்த ரசனைமட்டத்திற்குரியனவாக, அதாவது கீழ்சராசரிக்குரியனவாக இருந்தன. பிற்பாடு சமகாலத் தமிழ் நாடகங்களைப் பார்த்தபோது, அவை மலையாள நாடகங் களைவிட கீழான தரத்தில் இருப்பதாகப் பட்டது. நாடகம் என்பது பொது ரசனையை தர அளவையாகக் கொண்டு நிகழ்த்தப் படுவது, ஆகவே அதில் தனிப்பட்ட ரசனை கொண்ட நுண்ணிய வாசகனுக்கு என்று ஏதுமில்லை என்ற எண்ணமே எனக்கு இருந்தது.

இவ்வெண்ணம் கலைந்தது 1986ல் திருவனந்தபுரத்தில் ஒரு மேடையில் சி.என்.ஸ்ரீகண்டன் நாயர் எழுதிய 'லங்கா லட்சுமி' என் நாடகத்தைப் பார்த்தபோதுதான். சீதையைச் சிறை பிடித்த ராவணன் தன் அகந்தையின் சுமையால் படிப்படியாக அழிவதன் உக்கிரமான சித்திரத்தை அளிக்கும் காவிய நாடகம்

அது. இன்றைய பிரபல திரைப்பட நடிகரான முரளி அதில் ராவணனாக நடித்திருந்தார். என் முதல் நாடக ரசிப்பு அதுதான் என்பேன். நாடகம் என்ற கலைவடிவம் குறித்த என் புரிதலின் தொடக்கப்புள்ளி அதுதான்.

நாடகம் என்ற கலைவடிவின் மிகச்சிறந்த சாதக அம்சம் அதன் கதாபாத்திரம் கண்ணெதிரில் வருகிறது என்பதே. எழுத்துவடிவில் நம் முன் உருவாகும் கதாபாத்திரங்களை நாம் கற்பனை மூலம் உயிர்த்துடிப்புடன் உக்கிரத்துடன் உருவாக்கிக்கொள்ள முடியும் என்பது உண்மையே. ஆனால் ஒரு மனித உடலில் அக்கதாபாத்திரம் நிகழும்போது அதன் அசைவுகள், முகபாவங்கள் மூலம் உருவாகும் கற்பனைச் சாத்தியங்களும் எல்லையற்றவைதான். முரளியின் நடிப்பு அன்று ஒரு மகத்தான கலைநிகழ்வாக இருந்தது. இன்று, இருபத்தைந்து வருடங்களுக்குப் பிறகும்கூட அந்த நடிப்பை, கேரள விமர்சகர்கள் நினைவுகூர்கிறார்கள், விவாதிக்கிறார்கள். ராவணனின் எல்லையற்ற வலிமையெல்லாம் அகங்காரத்துடன் இணையும்போது சுமையாக மாறி அவனை அழுத்திச் சரிப்பதை முரளியின் உடல் காட்டியது. தன் எடையை தன் வேர்கள் தாங்க முடியாமலாகும் போது தளர்ந்து சரியும் ஒரு பெருமரம் போலிருந்தார் அவர். சில காட்சிகளில் அவரது கால்களில் அற்புதமான ஒரு தள்ளாட்டம் நிகழ்ந்து பார்வையாளர்களை ஆழ்ந்த துயரத்திற்கு உள்ளாகியது.

கால் நூற்றாண்டுக்குப் பிறகு அந்த நடிப்பைப் பற்றி முரளியிடம் உரையாடும் வாய்ப்பு எனக்கு கிடைத்தது. அந்த நடிப்பின்மூலம் நான்பெற்ற மனஎழுச்சிகள், மன ஓவியங்கள் அனைத்தும் அவருக்கு ஆச்சர்யம் அளிப்பவையாகவே இருந்தன. அதுதான் கலையின் இயல்பு. மீண்டும் பல வருடங்களுக்குப் பிறகு இன்னொரு அபூர்வமான நாடக அனுபவம் எனக்குக் கிடைத்தது. திருச்சூர் 'ரூட்ஸ்' எனும் நாடக அமைப்பு நடத்திய 'முத்ரா ராட்சசம்' என்ற நாடகத்தை காசர்கோட்டில் பார்த்தேன். அதை இயக்கிய ஜோஸ், ஜி.சங்கரப்பிள்ளையின் மாணவர். நான் ஏற்கனவே சங்கரப்பிள்ளையின் 'கரிய தெய்வத்தைத் தேடி' என்ற நாடகத்தைப் பார்த்து சலித்து வெறுத்திருந்தேன். ஆனால்

இந்த நாடகம் என்னைக் கவர்ந்தது. காரணம் சூத்திரகனின் மூல நாடகத்தில் உள்ள செவ்வியல் பண்புதான். அதை நவீன நாடக உத்திகளைப் பயன்படுத்தி, காலவெளியை மடித்து மடித்து நிகழ்த்திய விதம் என்னைக் கவர்ந்தது.

தமிழின் நவீன நாடக இயக்கத்துடன் எனக்கு தொடர்பில்லை. முக்கியமான காரணம் பயம்தான். நான் பார்க்க நேர்ந்த இரு நாடகங்களில் ஒன்று முருகபூபதி இயக்கியது. இன்னொன்று 'உருளும் பாறைகள்' என்று ஒரு நாடகம். இயக்கியது யார் என்று தெரியாது. இரண்டும் நாடகம் என்ற வடிவின் மீது, அதன் இலக்கியத்தின் மீது நடத்தப்பட்ட பெரும் வன்முறைகள். அவற்றைப்பற்றிய என்னுடைய விரிவான விமர்சனத்தை முன் வைக்க இது இடமல்ல. வசனங்களை ஞாபகப்படுத்தி தட்டுத் தடுமாறி உச்சரிக்கும் முறை, செயற்கையான உடலசைவுகள், சம்பந்தமே இல்லாத அசட்டு உத்திகள் ஆகிய ஒவ்வொரு கணமும் தாங்க முடியாத உள வன்முறையாக இருந்த குறிப்பாக முருகபூபதி வசனம் என்ற பெயரில் எழுதிய வார்த்தைகள் தமிழ் நுண்ணுணர்வையே அவமானப்படுத்தும் முயற்சிகள்.

நாடகத்தை என்னால் உட்கார்ந்து பார்க்கவே முடியாது என்ற முடிவுக்கு வந்தபிறகு என்னைக் கவர்ந்தவை, கனடாவில் நான் பார்த்த இரு நாடகங்கள். ஒன்று ஷேக்ஸ்பியர் நாடகமான 'விரும்பிய வண்ணமே' (ஆஸ் யு லைக் இட்). ஷேக்ஸ்பியர் நாடக அரங்கில் நான் பார்த்த இந்த ஆங்கில நாடகம், என்னை ஒரு நொடிகூட விடாது ஆக்கிரமித்தது என்றால் மிகையல்ல. மறுநாள் ஷா தியேட்டரில் பார்த்த நாடகமான 'விருந்துக்கு யார் வருகி றார்கள் என்று யூகியு யங்கள் பார்க்கலாம்' (கெஸ் ஹூ இஸ் கம்மிங் ஃபார்டின்னர்) இதே போல என்னுடைய மறக்கமுடியாத நாடக அனுபவமாக அமைந்தது. இதை மிகையாகச் சொல்ல வில்லை காலடியில் விழுந்த கைக்குட்டையை குனிந்து எடுத்தால் கூட ஒரு வசனம் தவறிவிடலாம் என்ற பயம் ஏற்படும் அளவுக்கு நொடி தோறும் என்னை ஆட்கொண்டது அது.

நாடகம் பற்றிய என் சில குழப்பங்களை தீர்த்துவைத்தன இவ்வனுபவங்கள். ஷா தியேட்டரில் நான் பார்த்த நாடகத்தின் கட்டணத்தில், தமிழில் ஒரு நாடகமே போட்டுவிடலாம். அந்த

நடிகர்கள் தொழில்முறை நடிகர்கள். நாடகம் அவர்களுக்கு முழு நேர கவனம். மூன்று மணிநேர நாடகத்தில் ஒருவர்கூட, ஒருமுறை கூட நேரக்கணக்கை தவறவிடாத ஒரு நாடகத்தை அவர்களால்தான் நிகழ்த்த முடியும். ஒரு நாடகத்தில் ஒருவர் காலக்கணக்கை தவறாகச் செய்தால்கூட, கூட நடிக்கும் பெரும் நடிகர் குழம்பிவிடக் கூடும்.

கனடா அனுபவம் நாடகம் பற்றிய என் நம்பிக்கையை மீட்டது. தமிழில் ஒரு நல்ல நாடகத்தை யாராவது நடிப்பார்கள், என்ற என் நம்பிக்கையை சிதைத்தது.

எனது இந்த நாடகங்கள் நடிக்கப்பட ஏற்ற விதத்தில்தான் எழுதப்பட்டுள்ளன. ஆனால் நடிக்க ஒருபோதும், எவருக்கும் அனுமதி இல்லை.

(ஆ)

என் எழுத்தை வாசிக்கும் நண்பர்கள், அதிலுள்ள நாடகத் தன்மை பற்றி தொடர்ந்து சொல்லி இருக்கிறார்கள். ரப்பர் நாவலில் பொன்னுபெருவட்டருக்கு பாதிரியார் பாவமன்னிப்பு கொடுக்க வரும் இடம். கண்டன் காணி பெருவட்டரைப் பார்க்க வரும் இடம் எல்லாமே நாடகங்கள்தான். விஷ்ணுபுரத்தில் அப்படிப் பல நாடகங்கள். பின்தொடரும் நிழலின் குரலில் நாடகங்கள் பாதி இடம் வகிக்கின்றன.

நான் எப்போதுமே நாடகங்களின் வாசகன். ஷேக்ஸ்பியர் நாடகங்கள்,கிரேக்க துன்பியல் நாடகங்கள், சமஸ்க்ருத நாடகங்கள் ஆகியவற்றை அழகிய மொழிபெயர்ப்புகளில் மலையாளத்தில் முதலில் படித்திருக்கிறேன். இன்றும் ஷேக்ஸ்பியர் நான் சலியாது வாசிக்கும் நாடககர்த்தா. நாடகத்தின் சாரத்தை கோமாளியின் வாயிலிருந்து வரவழைக்கும் அவரது நாடக தரிசனமே, உலகின் நாடகச் சாதனைகளில் தலையாயது. (உதாரணம் மாக்பெத்தில் வரும் ‘யாரது தட்டுவது?’) அடுத்த கட்டத்தில் இப்சன், ஷா, செகாவ், இவர்களின் ஷாவைப் பற்றி தனியாக எழுதும் அளவுக்கு என்னிடம் கருத்துக்கள் உண்டு. இன்று அவர் காலாவதியானவராக கருதப்படுகிறார்.

நீளமான வசனங்களும், சொல்நகை (விட்) நிரம்பிய ஆழமற்ற படைப்புகளாக அவை கருதப்படுகின்றன. அக்கருத்துடன் எனக்கு உடன்பாடில்லை. வசனம் என்பது எப்போதுமே நாடகத்தின் உயிர்நாடி. நாடகமே மேடைப்பேச்சு என்ற வடிவின் பரிணாமம்தான் என்று சாக்ரடீசின் அழகியல் கூறுகிறது. தன் ஆதி இயல்பிலிருந்து நாடகம் அப்படி துண்டித்துக்கொள்ளவே முடியாது. மேடைக்கு வருகையில் நெப்போலியனே என்னுடன் பேசமுடியும் எனும்போது, அவ்வாய்ப்பை நாடகம் பயன் படுத்தக்கூடாது, காட்சிப் படிமங்களுக்காக அவரைக் குட்டிக் கரணம் போடவைக்கவேண்டும் என்பது எனக்கு அபத்தமாகவே படுகிறது. திருவனந்தபுரத்தில் ஒரே ஒரு முறை ஷாவின் 'பிக்மேலியன்' நாடகத்தை மேடையில் பார்த்தேன். மேடையில் இந்த அளவு சிறப்பாக இதழ்விரியும் நாடகங்கள் குறைவே. ஷாவின் அழகியலைக்கொண்ட நாடகம்தான் 'விருந்துக்கு யார் வருகிறார்கள் என்று யூகியுங்கள் பார்க்கலாம்.' சில இடங்களில் பத்து நிமிடங்களுக்கும் மேலாக வசனம் வருகிறது. ஏற்ற இறக்கங்களுடன், உணர்ச்சி மாற்றங்களுடன், நடிகனின் சலனங்கள் மற்றும், மேடை இடமாற்றங்களுடன், பலவிதமான எதிர்வினைகளுடன் அது நிகழும்போது, ஏற்படும் அனுபவம் மகத்தானது. நாடகீயத் தன்னுரை (டிராமாட்டிக் மொநோலாக்) என்பது கவித்துவம், தத்துவ தரிசனம், நேரடி உணர்ச்சிவேகம் ஆகியவை உக்கிரமாக வெளிப்பட ஏற்ற கலைத்தருணம். அது நாடகத்தில்தான் முழு விகாசம் பெற முடியும். ஆகவே நாடகம் அதை இழக்கவே கூடாது. ஷாவின் 'விதி மனிதன்' ஒரு மகத்தான நாடகம்.

அடுத்தகட்ட நாடக ஆசிரியர்களில் லூகி ப்ராண்டெல்லா, யூஜின்ஒநில், அதற்கடுத்த தலைமுறையினரில் வாக்லாவ் ஹாவெல், பீட்டர் ஷாபர், என்று என்னைக் கவர்ந்த நாடக ஆசிரியர்கள் பல உண்டு. இந்நாடகங்களில் உள்ள முக்கியமான ஓர் அம்சம் மனதில் ஆழப்பதிந்துள்ளது. இவை அழுத்தமான கதையம்சம் உடையவை. அது நாடகத்தின் கதை. சிறுகதையின் கதையம்சத்திற்கும் நாவலின் கதையம்சத்திற்கும் சற்றே மாறுபட்டது அது. எடுத்த எடுப்பிலேயே அவை ரசிகனின்

ஆர்வத்தைத் தூண்டுகின்றன. அவன் மனதில் அலைகளை எழுப்புகின்றன. கதாபாத்திரங்களை கண் முன் உருவாக்கி, உறவாட விட்டு, நாடக உச்சம் நோக்கி இட்டுச்செல்கின்றன. இதன் தொடர்ச்சியாக இவற்றில் அழுத்தமான கதாபாத்திரங்கள் உருவாகி வருகின்றன. பொம்மைகளை ஆட்டுவிக்கும் சூத்ரதாரன் மட்டுமல்ல நாடக இயக்குனர், நாடகத்தின் மிகப்பெரிய சக்தியே அது கதாபாத்திரங்களை நம் முன் கொண்டுவர முடியும் என்பதே. அக்கதாபாத்திரங்கள் நிகழ கதை வெளியை அமைப்பதே இயக்குனரின் வேலை. என்னைப் பொறுத்தவரை, நடிகனின் மனோதர்மம் மேடையில் சற்றேனும் விரியாவிடில் அது நாடகமே அல்ல. நவீன நாடகங்கள் என இங்கு நிகழ்த்தப்படுபவை, பல சமயம் பாவைக்கூத்துகள், அங்கு மேடையில் நடிகனின் ஒவ்வொரு அசைவும் முன்கூட்டியே வகுக்கப்பட்டிருக்கிறது. நடிகர்களுக்குப் பதில் இயந்திர மனிதர்கள் மேலும் கச்சிதமாக அந்நாடகங்களை நிகழ்த்தக்கூடும். நாடக நடிப்பில் ஒத்திசைவின் தளம் ஒன்றுள்ளது. அந்த ஒத்திசைவை மீறாமலேயே எப்படி ஒவ்வொரு நடிகனின் மனோ தர்மமும் வெளிப்படுகிறது என்பதே, முக்கியமான கேள்வி. ஒரு நவீன நாடகத்தைப் பார்த்துவிட்டு அசோகமித்திரன் எழுதியது நினைவுக்கு வருகிறது. 'சுற்றிச் சுற்றி ஓடும் நடிகர்களில் யாராவது கால் தடுமாறி விழுவார்களா என்ற பயத்திலேயே மூன்று மணிநேரம் போயிற்று.' என்றார் அசோகமித்திரன். அது ஒரு சாதாரண விமர்சனம் அல்ல.

ஏற்கனவே கூறியதுபோல, என் நாடக மன உருவகம் முரளி யிடமிருந்து தொடங்குகிறது. ஆகவே வலுவான மையக் கதா பாத்திரம் என்ற நோக்கு என்னை எப்போதுமே வழிநடத்து கிறது. நாடகம் என்பது எழுத்தாளனின், இயக்குனரின் கலை அல்ல. அது முதன்மையாக நடிகனின் கலை என்றே நான் எண்ணுகிறேன். இந் நாடகங்கள் சிறந்த நடிகர்களை மனதில் கொண்டே எழுதப்பட்டுள்ளன, வாசிப்புக்கு மட்டுமாக எழுதப்பட்ட நாடகங்கள் இவை எனினும் கூட.

இலக்கியம் மொழிசார்ந்த கலை என்றாலும் கூட, அது மனிதர்களின் கதை என்பதால், மனிதர்களுக்கு இடையேயான

உறவு மோதல்கள் நிரம்பியது என்பதால், இலக்கிய ஆக்கங்கள் நாடகத் தன்மை மிகுந்தவையாக உள்ளன. நாடகத்தன்மை இல்லாத படைப்புகளும், இலக்கியத்தில் ஏராளமாக உள்ளன என்பதை மறுப்பதற்கில்லை. ஆனால் இலக்கியத்தில் எப்போ தெல்லாம் செவ்வியல்தன்மை கைகூடுகிறதோ, அப்போ தெல்லாம் நாடகத்தன்மையும் உருவாவதைக் காணலாம். தால்ஸ்தோய், தஸ்தயேவ்ஸ்கி, ஆகியோரின் பெரும் நாவல்கள் பெரிய நாடகத் தொகுப்புகள் என்றுகூட கூறிவிடலாம். நவீனத்துவப் படைப்புகளில் காம்யுவின் நாவல்களின் நாடகத் தன்மை குறிப்பிடத்தக்கது.

'நாடகாந்தம் கவித்வம்,' என்ற சொல்லாட்சி குறித்து நான் நிறையவே யோசித்திருக்கிறேன். இருவகையில் இதைப் பொருள் கொள்ளலாம். கவித்துவம் நாடகீயத்தன்மையின் அதாவது மோதலின் உச்சியில்தான் உருவாகிறது. இன்னொரு கோணத்தில் பார்த்தால் மோதல்கள் எல்லாமே கவித்துவத்தில்தான் முடிய முடியும். ஏனெனில் மோதல் என்பது உயிர் இயக்கத்தின் இரு அடிப்படை பண்புகள் சார்ந்தது. விரிவு, பன்முகத்தன்மை என்பது முதல் அடிப்படை வளர்ச்சி என்பது இன்னொரு அடிப்படை முடிவற்ற வகைபேதங்கள், வண்ண வேறுபாடுகள் மூலமே வாழ்க்கை இயங்குகிறது. ஆகவே நாம் காணும் ஒவ்வொரு உண்மைக்கும், பல்வேறு மாறுபட்ட தரப்புகள் உள்ளன. ஒவ்வொரு சந்தர்ப்பத்திற்கும் பல்வேறு தோற்றங்கள் உள்ளன. நாம் அறியும் ஒவ்வொன்றும், அவற்றின் பன்மை நிலையிலே உள்ளது. அந்த மாறுபட்ட தரப்புகள் நடுவே மோதல் நடந்தபடி உள்ளது. அம்மோதல் மூலமே முன்னோக்கிய நகர்வு சாத்தியமாகிறது. எல்லா இயங்கியல் கொள்கைகளிலும் இந்த மோதல் என்ற அம்சம் வலியுறுத்தப்படுகிறது. ஆகவே வாழ்வைப்பற்றிப் பேசினால், அதிலுள்ள மோதல்களைப் பற்றித்தான் பேசியாகவேண்டும். மோதல்களின் மூலம் நிகழும் வளர்ச்சி, இடைவிடாது புதியவற்றை உருவாக்கி, பழையன வற்றை பின்தள்ளிக்கொண்டிருக்கிறது. அந்த மாற்றமும், மோதலையே உருவாக்குகிறது. ஆகவே மோதல்களை உச்சப் படுத்தினால், வாழ்வின் ஆதாரமான இயங்குவிதியைத்தான்

சென்றடைவோம். கவித்துவம் என்பது அதுவே. கவித்துவத்தை எடுத்துப் பார்த்தால் அதன் அடியில் உக்கிரமான மோதல் இருப்பதைக் காணலாம்.

மோதலே நாடகம். நாடக சித்தாந்தங்கள் பற்றி நான் அதிகம் படித்ததில்லை. படித்த நாடகங்களிலிருந்து என் மனதில் பதிவது அதுதான். மனிதர்களின் மதிப்பீடுகளும், உணர்வுகளும், வாழ்க்கைச் சம்பவங்களும், மனப் படிமங்களும் மோதும் களமே நாடகம். அதன் இயல்பு நாடகீயத் தன்மையே. நாடகீயத்தன்மை இல்லாத ஒரு நாடகம் இருக்க முடியாது. நாடகீயத்தன்மை செவ்வியல்தன்மை கொண்ட நாவல்களிலும் உள்ளது. கவிதை களிலும் உள்ளது. பிரமிள், தேவதேவன் ஆகியோரின் சிறந்த கவிதைகள் பல செறிவுபடுத்தப்பட்ட நாடகீயத்தன்மை கொண்டவை. ஆயினும் நாடகம் என்ற வடிவம் அவற்றிலிருந்து மாறுபட்டுள்ளது. அதில் நாடகீயத்தன்மை மட்டுமே உள்ளது. அதன் உச்சமான கவித்துவமும். வேறு தளங்கள் அதன் பகுதியாக மட்டுமே நிகழ முடியும். ஆகவே நாடகீயத் தன்மையைச்சார்ந்து ஒரு கருவைப் பரிசீலிக்க, உள் நுழைந்தறிய விரும்பும் இலக்கிய வாதிக்கு, நாடகங்கள் மிகுந்த உத்வேகமூட்டும் வடிவங்களே.

நடிப்பதற்காகவே நாடகங்கள் எழுதப்படவேண்டும் என்ற தேவையில்லை. வாசிப்பதற்கு மட்டுமான நாடகங்கள் இலக்கியத்தின் ஒரு கிளைவடிவம் என்ற நிலையில், நிறையவே எழுதப்படலாம். பொருளாதாரப் பிரச்னைகள் காரணமாக, நாடகங்கள் நிகழ்த்தப்படுவதில் பற்றாக்குறை மிகுந்த நம் மொழியில், அது முக்கியமான ஒரு தேவை. நாடகம் என்ற இலக்கிய வடிவில் சாத்தியமான உத்வேகம், பிற இலக்கிய வடிவங்களில் சாத்தியமல்ல. உதாரணமாக இதிலுள்ள 'பதுமை' ஒரு சிறுகதையாக எழுதப்படலாம். அப்போது அது கடுமையான நிறங்களினாலான சித்திரமாக இருக்கும். சிறுகதை இத்தனை வேகத்தை தன் வடிவ இலக்கணத்திற்குள் அனுமதிக்காது. நீள் கவிதையாக எழுதலாம், உத்வேகம் நியாயப்படுத்தப்படும், ஆனால் அதிலுள்ள உளவியல் முடிச்சுகள் கவிதைக்கு பாரமாக ஆகும். நாடகம் ஓர் இலக்கிய வகையாக மலர்வதற்கான இன்றியமையாத தேவை இப்போது தமிழில் உள்ளது. என்

தனிப்பட்ட எண்ணம், திரைக்கதையையும் இப்படி தனிப்பட்ட இலக்கியவடிவமாக எழுதி, நூலாகவே பிரசுரிக்கலாம் என்பது. நாடகத்தன்மையுடன், அரங்கின் கால இட நெருக்கடியைத் தவிர்த்த சுதந்திரத்தையும் அவ்வடிவம் நமக்கு அளிக்கும். நாடகத்தை விட அதிகமாக படிமங்களைப் பயன்படுத்தமுடியும்.

(இ)

மகாபாரதம் பற்றி என் முதல் கதை 1990 இல் எழுதப்பட்டது. காலச்சுவடு ஆண்டுமலரில் வந்த 'திசைகளின் நடுவே' இதுவரை தமிழில் ஐந்துமுறை மறு பிரசுரம் ஆகியுள்ளது. கடந்த பதிமூன்று வருடங்களில் அது நிறையவே விவாதிக்கவும் பட்டுள்ளது. பிறகு ஏழுமகாபாரதக் கதைகளை எழுதியுள்ளேன். அவை தொகுதியாக பிரசுரமாகியுள்ளன. மகாபாரதத்தை ஒட்டி எழுதப்பட்ட பூ நாகம் என்ற நாவல் கைப்பிரதியாக உள்ளது. இந்நாடகங்கள் அவற்றின் தொடர்ச்சி.

மகாபாரதம் எப்போதுமே இந்திய இலக்கியத்தை ஆழமாக பாதித்தபடி இருக்கும் மூல இலக்கியம். அது ஒரே சமயம் வம்ச கதையாகவும், நீதிநூலாகவும், பேரிலக்கியமாகவும் உள்ளது. அதன் விரிவும் உக்ரமும் இன்றும் ஓர் எளிய வாசகனால் மனத்தால் அள்ள முடியாததாகவே உள்ளது. இந்திய நாட்டார் கலைகள் அனைத்துமே மகாபாரதத்தை முதன்மைப் படுத்தியவை என்பது கவனத்திற்குரியது. இந்திய செவ்விலக்கியங்களில், மீண்டும் மீண்டும் மகாபாரதமே புதுப்பிறவி எடுத்தபடி உள்ளது. உலக இலக்கியங்களில் இந்த அளவு மகத்தான செல்வாக்கு கொண்ட பிறிதொரு படைப்பு இல்லை.

இதற்கு இரண்டு காரணங்களை பொதுவாகக் குறிப்பிடலாம் ஒன்று, மகாபாரதம் அடிப்படை நெறிகளைப்பற்றி விவாதிக் கிறது. அரச நெறிகள், குடும்ப நெறிகள், தனிமனித நெறிகள், அனைத்தையும் ஆகவே இந்திய சமூகத்தின் அற உணர்வை அதுதான் கட்டி எழுப்பியுள்ளது. அறத்தை பிரச்சாரம் செய்யவும், விவாதிக்கவும் மகாபாரதம். மிகப்பெரிய முகாந்திரம் ஆகிறது. நம் மக்களின் வாய்மொழியில் கூட நெறிகளுக்கும், விழுமியங்களுக்கும், எப்போதும் மகாபாரதமே மேற்கோள்

காட்டப்படுகிறது. இரண்டு, இதுதான் மேலும் முக்கியமானது, மகாபாரதம் ஒற்றைப்படையான பிரதி அல்ல என்பதுதான். அதில் கூறப்பட்டுள்ள அனைத்திற்கும் அதில் மாற்றுத் தரப்புள்ளது. ஒருவகையில் அது தன்னைத் தானே முழுமையாக ரத்து செய்து கொள்கிறது. மகாபாரதம் கூறும் அனைத்தையும், மகாபாரதத்தைக் கொண்டே நிராகரிக்கலாம். இந்த சாத்தியம் தான் பின்நவீனத்துவ காலம்வரை இலக்கியவாதிகளை அதை நோக்கி இழுக்கிறது. மகாபாரதம் மனித வாழ்க்கையை மட்டுமே பிரமாணமாகக் கொண்டது. நெறிகளுக்கு அடங்கிய ஓட்டமல்ல வாழ்க்கை.

இவ்வாறு மகாபாரதத்தை மறுஆக்கம் செய்யும்போது, செய்யப்படும் முதிர்ச்சியற்ற ஒரு போக்கு, மகாபாரதக் கதை மீது நவீன கால ஒழுக்கவியலையோ, மதிப்பீடுகளையோ போட்டு, அக்கதையை தலைகீழாக்கிப் போடுவது. சில கதாபாத்திரங் களைக் கூண்டில் நிறுத்தி, சவுக்கால் அடிப்பது போன்றவை. ஐராவதி கார்வே போன்றவர்களின் எழுத்து இத்தகையது. (ஐராவதி கார்வே யுகாந்தா தமிழில் அழகிய சிங்கர்). இது இயல்பான ஒரு போக்குதான். பாரதக் கதை கேட்கும் இடத்தில் எல்லாம் இப்படிப்பட்ட விமர்சனங்கள் நடக்கத்தான் செய்யும். குந்தி செய்வது சரியா, அஸ்வத்தாமா ஏன் அப்படி செய்தான், என்றெல்லாம். இலக்கியவாதியின் வேலை அதுமட்டுமல்ல, அவன் வியாசனுடன் ஓர் ஆழமான உரையாடலை நிகழ்த்தியாக வேண்டும். எந்த படைப்பூக்கத்தளத்தில் நின்றபடி வியாசர் பேசுகிறாரோ, அதே படைப்பூக்கத் தளத்தில் நின்றபடி நவீன ஆசிரியனும் பேச முயல வேண்டும். அதாவது எளிய ஒழுக்க நெறிகளை விவாதிக்கவோ, மகாபாரதத்தில் சரி தவறு கண்டுபிடிக்கவோ, மகாபாரத்தை எடுத்துக்கொள்வது முதிர்ச்சியற்ற அணுகுமுறை. மகாபாரதம் தன் சித்தரிப்பையும், விவாதங்களையும், ஆழமான தத்துவ ஆன்மக தளங்களில் மீது நின்றபடியே நிகழ்த்துகிறது. அதே தத்துவ ஆன்மீகத் தேடலுடன் அதில் நுழைவதுதான் சிறப்பானது. அப்பார்வையால் எந்த சுதந்திரத்தை வேண்டுமானாலும் எடுத்துக் கொள்ளலாம். வியாசனை மறுப்பதில் எந்த எல்லைக்கு வேண்டுமானாலும்

போகலாம். வியாசன் அதற்கு இடம் தந்தே தன் மாபெரும் பிரதியை உருவாகி இருக்கிறார்.

சிறுவயது முதலே நான் கதகளி என்ற நாடகநாட்டிய வடிவைப் பார்த்துவருகிறேன். கை முத்திரைகள், இசை, மற்றும் புராணக் கதைகள் ஆகியவற்றில் ஆழமான பயிற்சி இன்றி அதை ரசிக்க முடியாதென்றாலும் அதைப் பார்த்த ஆழமான மனப் பதிவுகள் எனக்குள் உள்ளன. ராவணன், துரியோதனன், என்ற இருபெரும் கதாபாத்திரங்கள் மீது எனக்கு ஏற்பட்ட தீவிரமான ஈர்ப்பு, கதகளி மூலம் உருவானதே. பிற்பாடு கதகளிக்குரிய 'ஆட்டக் கதை'கள் பலவற்றைப் படித்தேன். அவற்றில் சில மிகச் சிறந்த நாடகப் பிரதிகள். நடிகனின் மனோதர்மத்திற்கு இத்தனை தூரம் இடமளிக்கக்கூடிய, படிம கவித்துவம் நிரம்பிய, அதே சமயம் உறுதியான நாடகப் பிரதிகள் குறைவாகவே எனக்குப் படிக்கக் கிடைத்துள்ளன. அவற்றின் ஆழமான பாதிப்பு என்னில் உண்டு. தெருக்கூத்து முதலிய நாடக வடிவங்களில் எனக்குப் போதிய பயிற்சி இல்லை. என் மனதில் உள்ள நாடக உருவகத்தில் செவ்வியல்சார்பு இருந்தபடியே இருப்பதற்கு ஆட்டக் கதைகள்தான் காரணம்.

ஆட்டக்கதைகளில் எதிர் நாயகன் (ராவணன், துரியோதனன், நரகாசுரன் முதலியவர்கள்) முக்கிய இடம் பெறுவதன் சமூக, உளவியல் கூறுகள் பற்றி விரிவாக விவாதிக்கப்பட்டுள்ளது. கே.சி. நாராயணன் எழுதிய கட்டுரை ஒன்று நான் மொழிபெயர்த்து, 'நிகழ்' இதழில் வெளிவந்துள்ளது. நாட்டார் மரபில் பெரும் வீரர்கள் வழிபடும் கலைவடிவங்கள்தான் இருந்தன. அவை அவ் வீரர்களை உக்கிர ரூபிகளாக, அகோரரர்களாக உருவகித்தன. இதிகாசங்கள் நாட்டார் கலைகளை ஊடுருவிய போது, அங்கு ஏற்கனவே இருந்த வீரர்களை துரியோதனனும், ராவணனும் இடமாற்றம் செய்தார்கள் என்பதே பொதுவான கருத்து. கேரள நாட்டார் கலையான 'தெய்யம்' (தெய்வம்) முழுக்க முழுக்க, 'அறுகொலை,' 'மறுதா,' 'கன்னியூர் வீரன்' போன்ற பழங்குடி மரபில் கிளைத்த வீரர்களைக் கடவுளாக மாற்றி ஆடும் கலைதான். இத்தெய்வங்கள் குரூரமும், பழி வாங்கும் தன்மையும் கொண்டவை. தணியா உதிர தாகம் கொண்டவை.

தெய்யம் என்ற நாட்டார் வடிவம், சமஸ்க்ருத நாடக அரங்குடன் இணைந்து உருவானது 'கதகளி' என்ற செவ்வியல் வடிவம். அதில் மறுதாவும், அறுகொலையும், அசுரர்களாக ஆனார்கள். இது அழகியல் ரீதியான மாற்றம். இதற்குப்பின்னால் செவ்வியல் கதாநாயகர்களான, ராமனாலும், அர்ச்சுனனாலும், பிற கடவுள் களாலும் வீழ்த்தப்பட்ட எதிர் நாயகர்களுடன், ஒடுக்கப்பட்ட எளிய மக்கள் தங்களை அடையாளம் கண்டுகொண்ட சமூகவியல் பின்புலம் உள்ளது என்று சிலர் கூறுகிறார்கள்.

என் பார்வையில் இதை விடவும் முக்கியமானது அவலம் (ட்ராஜடி) என்ற செவ்வியல் பண்புக்கு எதிர் நாயகர்களே பொருந்தி வருகிறார்கள் என்பதே. மேலைச் செவ்வியலுக்கும் நமது செவ்வியலுக்கும் இடையே பல்வேறுவிதமான வேறு பாடுகள் இருந்தாலும் அவலம் என்ற கருத்தில் மட்டுமே அவை முழுமையாக ஒத்துப் போகின்றன. பெரிய கதாபாத்திரத்தின் 'தவிர்க்க முடியாத சரிவு' என்பது நாடக இலக்கியத்தின் மைய நரம்புகளில் ஒன்று. புகழ் பெற்ற நவீன நாடகங்களில்கூட அதுவே கதைச் சாரம் உதாரணம் பெரடோல்ட் ப்ரெக்டின் 'கலிலேயோகலீலி' அல்லது சிக்பிரிட் லென்ஸின் 'நிரபராதி களின் காலம்.' இவை தமிழில் மொழிபெயர்க்கப்பட்ட நாடகங்கள். எதிர்நாயகர்களை மையப்படுத்தி கதையை அமைக்கும்போது, அவலம் சாத்தியமாகிறது. ஆனால் அதற்கு அவர்களின் எதிர்மறை இயல்பையும் சற்றே மழுங்கடிக்கவும் வேண்டியுள்ளது. கதகளியில் ராவணன் மெல்ல மெல்ல ராமனை விடவும் மேலான கதாபாத்திரம் ஆனது இப்படித்தான்.

என் நாடக உருவகத்தில் அவலம் என்பது நீங்கா இடம் வகிக்க கதகளியும் முக்கியமான காரணம். மானுட வாழ்வென்பது அடிப்படையில் அவலச் சுவை நிரம்பியதே. பிறந்து, பிறகு ஒவ்வொரு கணமும் மரணம் நோக்கி நகர்ந்து, முதிர்ந்து மறையும் மானுட வாழ்வில் எந்த சக்தியாலும் நிரப்பப்படாத அவலம் உள்ளது. அந்த அவலமே அனைத்து அவல இலக்கியங்களிலும் பல்வேறு வடிவம் கொள்கிறது என்றால் அது மிகை அல்ல. அடிப்படையில் நான் எழுதிய எல்லா நாடகங்களும், அவல நாடகங்களே. இதிலுள்ள நாடகங்கள் தவிர 'பின்தொடரும்

நிழலின் குரலில்' உள்ள நாடகங்களையும் சேர்த்துச் சொல்கிறேன்.

நான் ஏற்கனவே சொல்லியதுபோல, என்னுடைய ரசனை செவ்வியல் நாடகங்களைச் சார்ந்தே உள்ளது. செவ்வியல் கதா பாத்திரங்கள் மட்டுமே கதாபாத்திரமாக இருக்கும்போதே, படிமங்களாகவும் மாறும் வல்லமை கொண்டவை. உதாரணம் பீமன், சிகண்டி. இந்த வசதியைப் பயன்படுத்திக் கொள்வது நமது கூறலின் சாத்தியங்களை பல மடங்கு பெருக்குகிறது. மேலும் நாம் அதிகமாக கண்டு, கேட்டு அறிந்த நாடக மாந்தர் செவ்வியல் கதாபாத்திரங்களே. நவீன நாடகமாக இவை இருப்பினும் கூட, ஏற்கனவே நாம் பார்த்து நாடகக் காட்சிகளின் நினைவை மனதில் தூண்டுகின்றன. ஆக நாடக அனுபவம், வாசிப்பில் பெறுவதுதான் அதிகரிக்கிறது. என் வரையில் இவை கதகளிக்குரிய பிரதிகளும் கூட. கதகளியின் கம்பீரமான உடைகள், நாடகத்தன்மை மிக்க அசைவுகளுடன்தான் இதன் கதாபாத்திரங்கள் என் மனதில் வருகிறார்கள். இந் நாடகங்கள் குறிப்பாக 'வடக்கு முகம்' என் மனம் கவர்ந்த பெரும் நடிகர்களான, 'கலாமண்டலம் கிருஷ்ணன் நாயர்' (கதகளி), மற்றும் 'முரளி' ஆகியோருக்கு நான் செய்யும் மரியாதை. இது அவர்களின் முகம் வழியாகவே என்னுள் விரிந்தது.

(ஈ)

நவீன நாடகப் பிரதிகளில் 'போர்வை போர்த்திய உடல்கள்,' 'ஔரங்கசீப்' இரண்டும் என்னைப் பெரிதும் கவர்ந்தவை. 'ராமானுஜர்' உள்ளார்ந்த மன எழுச்சியின் விளைவென்றாலும் கூட, நாடகரீதியான தீவிரம் கைகூடவில்லை. வரலாற்று நாயகனின் வாழ்க்கையை நாடகமாக்கும் போது, கதையோட்டம் நவீனமடைவது இயல்பே. இந்திரா பார்த்தசாரதி நவீனத் தமிழ் நாடகத்தின் முன்னோடிகளில் ஒருவர். அவருக்கு இந்தச் சிறு நூல் சமர்ப்பணம்.

***

(வடக்கு முகம் நூலுக்கான முதல் பதிப்பிற்கு எழுதப்பட்ட முன்னுரை).